प्रतिबिंब

दिलीपराज प्रकाशनाची सर्व पुस्तके आता आपण Online खरेदी करू शकता. आमच्या website ला कृपया अवश्य भेट द्या.
www.diliprajprakashan.in

प्रतिबिंब

(तीन लघु कादंबऱ्यांचा संग्रह)

ग. वा. बेहेरे

दिलीपराज प्रकाशन प्रा. लि.
२५१ क, शनिवार पेठ, पुणे - ४११ ०३०.

प्रतिबिंब / Pratibimb

प्रकाशक
राजीव दत्तात्रय बर्वे,
मॅनेजिंग डायरेक्टर,
दिलीपराज प्रकाशन प्रा. लि.,
२५१ क, शनिवार पेठ, पुणे - ४११ ०३०

प्रकाशन दिनांक । १५ सप्टेंबर २०१३

प्रकाशन क्रमांक । २०४४

ISBN : 978 - 93 - 82988 - 36 - 6

मुद्रक
Repro India Ltd, Mumbai.

टाइपसेटिंग
मधुराज प्रिंटर्स ॲण्ड पब्लिकेशन्स प्रा. लि.
स. नं. २९/८-९, पारी कंपनीजवळ,
धायरी, पुणे - ४११ ०४१

मुखपृष्ठ । रेषविश्व ॲड । सागर नेने

मुद्रितशोधन । मिलिंद बोरकर, पुणे

ज्यांच्या संगतीत
सुखासीन नोकरी सोडून
शब्दांच्या व्यापारात पडल्याबद्दल
कधीही,
केव्हाही
खेद झाला नाही;
ते माझे लेखकमित्र
बाळ गाडगीळ,
श्री. ज. जोशी,
वि. शं. पारगावकर
यांस—

अनुक्रम

प्रतिबिंब

संध्याकाळचे सात वाजले असतील. एरवी या आलिशान ग्रोव्हर हॉटेलमध्ये या वेळी मुंगी शिरायलाही जागा नसते, पण आज सुट्टीचा दिवस आणि सुट्टीच्या दिवशी सारे फोर्ट सुनेसुने असते. एरवी आकर्षक वाटणारी प्रमदा आजारातून उठावी अन् भयाण भासावी तसेच या सुंदर विभागाचे बेरूप झाले होते. त्यातल्या त्यात ग्रोव्हरसारख्या हॉटेलचा परिसर काही तरी आब राखून होता. टपटप् आवाज करीत, पुष्टांगे उडवीत अधून-मधून जनानी हालचाली होत होत्या. चिरुटांचे दर्प, अत्तरांचा घमघमाट, बोबडे बोल, नाटकी आपुलकी यायोगे वातावरण थोडेतरी सुसह्य होत होते. त्या अंधाऱ्या संध्याकाळी, समुद्राच्या लाटांचा खळखळाट कानांवर पडत होता. सागरी वारे अंगावर सपासप झेपावत होते. चकाकणाऱ्या दालनात हे वाऱ्यांचे झोत एका नवीनच सुगंधाची संगत आणीत होते.

एका कोपऱ्यातल्या टेबलावर रमण बसला होता. या वातावरणाला तो अपरिचित होता हे तर उघडच होते. उंच, सडसडीत यष्टी, मूळच्या हसऱ्या चेहऱ्यावरचा एक चिडखोर केविलवाणा भाव, हवेने अनावर झालेली झुलपे, साधे पण शिस्तीने पेहरलेले कपडे आणि कसल्याशा निश्चयामुळे चेहरेपट्टीवरच्या हाडांना आलेला ताठरपणा, सूक्ष्म पाहाण्यात तेथे कुणालाही सहज सापडता.

फेसाळलेल्या एस्प्रेसोचा घोट घेता घेता एका हाताने त्याने खिशातली पाच रुपयांची नोट चाचपून पाहिली. थरथरत्या हाताला त्या उबदार स्पर्शाचा खूपच आधार वाटला. ग्रोव्हर हॉटेल विकत घेण्याइतका विश्वास त्याच्या चेहऱ्यावर एकदम चमकून गेला आणि तो हसला.

उठावे किंवा काय याचा तो विचार करत होता, तेव्हा समोरून आलेल्या एका माणसाकडे त्याचे लक्ष गेले आणि तो चमकून ताठ बसला. "शक्य नाही!" तो पुटपुटला. समोरून येणारा माणूसही रोखून रमणकडे पाहू लागला. रमणएवढाच तोही दचकला होता आणि दचकण्याचे कारण अगदी सोपे होते.

आपलीच जशीच्या तशी प्रतिकृती समोर पाहून त्यांनी

दोघांनी न चमकावे तरी कसे?

समोरून येणारा माणूस श्रीमंत असला पाहिजे. उंची सूट त्याने पेहरला होता. हातात सिगारेट होती. चालण्यात ऐट होती. पण एरवी दोघांच्यात एवढे साम्य होते की परस्परांवर विश्वासच बसू नये.

आरशात तर आपण पाहात नाही ना असे हे रूपडे—

असा केवळ परमेश्वरीच चमत्कार असू शकतो. विस्मयाचा धक्का उतरण्यापूर्वी उंची सुटातला तो पाहुणा रमणच्या टेबलाशी आला अन् अत्यंत सफाईने म्हणाला, ''मी इथे बसू शकेन का?''

''हो हो. बसाना.''

''माझ्याप्रमाणेच तुम्हीसुद्धा थक्क झाला असाल!''

''हो हो! झालोच आहे. माझा मुळी यावर विश्वासच बसत नाही. काय विलक्षण साम्य आहे आपल्यांत. सख्ख्या भावांतसुद्धा असे साम्य नसते.''

''तुमची हरकत नसेल तर मी तुमच्याबरोबर कॉफी घेईन...''

''हरकत! हरकत! हो म्हणजे तशी हरकत नाही.'' तो चाचरत म्हणाला.

त्याच्या चाचरण्याचे कारण नवागत पाहुण्याला कळणे शक्यच नव्हते. रमणचे लक्ष खिशात असणारी ती अखेरची पाचची नोट चाचपण्यात आणि चार खुळखुळणारी नाणी मोजण्यात व्यग्र होते. या पाहुण्याचे समाधान नुसत्या कॉफीनेच भागत असेल तर त्याची काहीच हरकत नव्हती. नाही तरी उरलेल्या पैशांचा रमणला यापुढे काय उपयोग होणार होता. पण पाहुण्याच्या रुबाबावरून हा काही केवळ कॉफीवर संतुष्ट होणार नाही असे त्याला वाटले.

केवळ सवयीमुळे रमण हसला. समोर पाहुणा येऊन बसला. वेटरही आला, आणि खुणावल्यानुसार कॉफी काउंटरकडे तो जलद गतीने पळाला. कॉफीही आली आणि कॉफीचा पहिला घुटका घेता घेता तो पाहुणा म्हणाला,

''आपण कुठे असता?''

''मी.. मी मुंबईतच असतो. माझे नाव रमण. रमण गणपुले.''

''काय करता?''

''काय करतो? प्रश्नच आहे.''

''का बरं?''

''ते जाऊ द्या. तुमचे नाव काय?''

''मी... विलास पोतदार. पोतदार ग्लास वर्क्स.''

''पोतदार ग्लास वर्क्स. लोणावळ्याजवळ वाकणगावाला आहे तोच ना

कारखाना.''

"यस् तोच.''

"अरे बापरे!''

"का हो, काय झाले?''

"पोतदार वर्क्सचे मालक अन् माझ्यासारख्या फाटक्या माणसाबरोबर कॉफी घेताना. छे! छे! माफ करा पोतदारसाहेब...''

"ते का बुवा?''

"अहो, मी तुमच्या कारखान्यात नोकरसुद्धा शोभणार नाही.''

"म्हणून काय झाले. अन् या इथे काय त्याचा संबंध?''

"मि. पोतदार, खोटं वाटेल तुम्हांला. बी. ए. झालो वार लावून. जगाची भीक अन् शिव्या खात खात. वाटले अखेरीस नोकरी गवसेल. नोकऱ्या केल्या; पण त्या टिकतच नाहीत. गेले महिनोन् महिने बेकार आहे. पायाची चाळण केली पण नोकरी भेटेना. कंटाळलो... वाटतं...!''

"काय वाटतं?''

"आत्महत्या करावी.''

"काय आत्महत्या?'' त्याच्या त्या अकस्मात स्फोटक प्रश्नाने चार दोन वेटर्स धावले. एक दोन टेबलांवरची चिवचिव थांबली. मॅनेजरही बोची गाठ चाचपीत तुरूतुरू धावत आला.

त्यामुळे रमणला अन् विलासला हसूच कोसळले.

"फार दिवसांत हसलो नव्हतो.''

"चला तर मग आपण कुठे तरी जेवू या. थोडी मौज करू. वाटल्यास थोडे अपेय पान करू...''

"नाही हो, मला थोडं काम होतं—''

"काम बीम कुछ नाही. चला पाहू.''

"नको हो—''

"का?''

"आता तेच पाश नकोत पोतदार.''

"म्हणजे काय?''

"आज मी आयुष्य संपविणार आहे. माझ्या लायकीच्या माणसाला न परवडणाऱ्या हॉटेलमध्ये आलोय तो जीवनातली शेवटची आठवण तरी म्हटले सुरेख अन् सुंदर असावी. यापूर्वी बाहेरून जाताना या हॉटेलमधल्या लोकांचा

मला मत्सर वाटायचा. हे सुंदर संगीत, माणसाचे आकार, रंग, रूप बदलून टाकणारे प्रकाशझोत, इथल्या गोऱ्यापान टंच मुली, ती कुजबुज, खळखळून येणारा आमोद-प्रमोद, सारे काही अखेरीस सोबतीला असावे म्हणून मी इथे आलो. ही शेवटची पाचाची नोट... ही संपली की, आयुष्य संपविणार आहे. तो ऐकलात समुद्राचा धीरगंभीर आवाज. मला हाक मारतोय. माझ्यासारख्या नालायक माणसाला तो अखेरचा विसावा.''

विलास हसला. प्रथम हलकेच, मग खळखळून. तो म्हणाला, ''रमणभाई! मरायचे तर मग काय केव्हाही मरता येईल. घाई कशाला. उलटपक्षी मद्याच्या धुंदीत मरण जाणवणार नाही तुम्हांला. तोही अनुभव घेऊन तर पाहा. चला! नाही म्हणू नका.'' खिशातून एक लठ्ठ पाकीट काढून त्यातून एक दहाची नोट टेबलावर ठेवून, आणि येणाऱ्या वेटरला नोटेकडे खुणावून रमणचा हात धरून तो उठला आणि चालू लागला.

हा अनुभव अगदी विचित्र होता. ओळखपाळख नसताना एका अनोळखी माणसाच्या या आमंत्रणात धोका नसेलच असे नाही. पण धोका तरी कशाचा? आपल्याला मृत्यूची भीती नाही. मग भ्यायचे कशासाठी? रमणच्या मनात विचार आला, आणि तो जिवावर उदार झाला होता म्हणून नि:शंकपणे विलासबरोबर चालू लागला. पुढे लिफ्ट आली–सरकली–चारपाच मजले वर चढले आणि बघता बघता रमणसह विलास एका राजेशाही खोलीत शिरला.

या खोलीतले ऐश्वर्य पाहून रमण गोंधळला. त्या मखमली गालिच्यावर फाटके बूट घालून चालण्याची त्याला शरम वाटली. तो बिचकत बिचकत कोचावर बसला. ती प्रशस्त, उबदार आणि विलासी खोली त्याला जीवनाचे निमंत्रण देऊ लागली. त्याचे निरीक्षण पुरे होण्यापूर्वी विलासने घंटा वाजवून बेअराला बोलविले होते.

बेअरा येताच त्याने काहीतरी ऑर्डर दिली. त्याच्या शब्दांत खानदानी ऐट आणि हुकमत होती. बेअराने मान लववून हुकुमाचा स्वीकार केला आणि तो निघून गेला. तो गेला हे पाहताच विलास म्हणाला.

''हे पाहा दोस्त, आता सारे विचार डोक्यातून काढून टाक अन् अगदी मनमोकळेपणाने बस अन् गप्पा मार. चांगली उंची दारू मागविली आहे. सुंदर, दुर्मीळ हॅं नावाचे चिरूट येतील. छान जेवण येईल. मन मानेल ते खा-पी अन् खुशाल जा जीव द्यायला... बस्स–''

अन् मग विलास खळखळून हसला–हसता हसता तो म्हणाला, ''वाटल्यास

एखाद्या सुंदर कंपनीची सोबत घालून देतो. अँग्लो-इंडियन, पारशी, किरिस्ताव, ज्यू, यावनी... म्हणाल तसली पोरगी मिळेल पाच मिनिटांत...का आपली नऊवारी नेसणारी गरती मऱ्हाटी मुलगी हवी. पैसा सोडला की, सारे काही, सेवेला मुलीही मिळू शकतील! अगदी–या–अलिशान खानदानी हॉटेलातसुद्धा.''

रमण बोललाच नाही, फक्त त्याच्या नजरेत नकार होता.

''स्वर्गात जातोच आहेस तर चांगली गंमतदार सोबत घेऊन जा दोस्त. स्वर्गाचा रस्ता चढतानाच्या पायऱ्या कबुतराच्या काळजाच्या असूद्यात रमणभाई... आयुष्य हे असे आहे पाहा. सुख मिळवलं तर मिळतं. त्याकडे पाठ फिरविली तर निघून जातं. मग आपण दैव-सुदैव अशा गोष्टींत वृथा अडकतो.''

''तुमचे ठीक आहे. मन मानेल तेवढा पैसा आहे, वेळ आहे, सत्ता आहे. अर्थात ज्याला तुम्ही सुख म्हणता त्यात मला सुख वाटतंच नाही हे निराळेच.''

''बाईत सुख नाही–दारूत सुख नाही–जुगारात सुख नाही. अरे, मग भाई सुख कशात आहे?''

''सुंदर संसारात आहे. आपल्याभोवती सुखसर्वस्व मानणाऱ्या आपल्या सहचारिणीत आहे. आपल्याच रक्तामासांचा इवल्या इवल्या आपल्या संतानात आहे. सुंदर बागेतल्या वायुलहरीत आहे. फुलांच्या गंधात आहे. अत्तरातही आहे. सुंदरशा संध्याकाळी लाल पायवाटेवरून फिरण्यात सुख आहे. समुद्राकडे पाहण्यात सुख आहे. त्यात पोहण्यात सुख आहे. सुख तर सर्वस्वात भरलेले आहे.

''मग भाई, त्या सुखी आयुष्यातून उठून का चाललास?''

''मला जायचं नव्हतं दुनियेतून; पण काय करू. माझ्या भलाईची कुणाला पारख नाही. माझ्या कर्तृत्वाची कोणास ओळख नाही. जीवनाकडे परत फिरावे असा मला मायापाश नाही, कशासाठी जगावे मी? मला ना नोकरी... ना धंदा,– ना बाप, ना बायको... जीवन मला फार आवडते हो! मला खूप खूप करून दाखवायचे होते. मोठा कर्तबगार उद्योगपती मी होऊ शकेन. मोठा चांगला व्यवस्थापक मी होऊ शकेन... मी काहीही होऊ शकेन...मला संधी हवीय. फक्त संधी हवीय!!!''

या रंगतदार संभाषणात येणाऱ्या बेअरामुळे एकदम खंड पडला. ग्लासे किणकिणली. प्याले भरले गेले. चविष्ट खाद्यपदार्थांनी भुकाही प्रदीप्त होत गेल्या. रमण नवी नवी स्वप्ने, कर्तृत्वाची दालने विलासला उलगडून दाखवीत होता. अन् विलास आश्चर्यचकित होऊन पाहत होता. माणसाला हे सारे एवढ्याशा आयुष्यात करता येते याचाच त्याला विस्मय वाटू लागला. एवढ्या उमेदी,

आकांक्षा, स्वप्ने-बाळगण्यात केवढी भव्यता आहे या विचाराने डोळे विस्फारून अन् कान लावून तो ऐकत होता. आग्रहाने मद्य पाजीत होता. पीत होता.

रमण नावालाच पीत होता. त्याला मद्याची नशा नव्हती. तो मनमोकळेपणाने मनाचा कोंडमारा सांगत होता. अन् या स्वप्नांची नशा त्याला मद्याच्या नशेहून अधिक चढली होती. त्याला सुंदर स्त्रीची स्वप्ने नव्हती, संपत्तीच्या प्राप्तीची स्वप्ने नव्हती. स्वप्ने होती पण ती आदर्श कर्तृत्वाची.

रात्र चढली अन् मद्यही मस्तकी पोहोचले. भोजन केव्हा संपले तेही त्याला कळले नाही अन् त्यानंतर आपला होष आपण केव्हा गमावला हे तरी त्याला कसे कळणार.

सकाळ कधी झाली हेसुद्धा त्याला समजले नव्हते. जेव्हा त्याला जाग आली तेव्हा पांढरेशुभ्र कपडे घातलेला ड्रायव्हर अदबीने दारात उभा होता. तो का उभा आहे, आपण इथे का हेच त्याला उमगले नाही. डोके गरगरत होते.

"साहेब, निघायला हवे आपल्याला. नाही तर पोहोचायला उशीर होईल."

"कुठे पोहोचायला!"

"लोणावळ्याला साहेब! दहा वाजलेत. वाट पाहात असतील बाई...."

"कोण?" तिरसटपणाने तो उद्गारला.

त्याबरोबर तो ड्रायव्हर पुन्हा वाकला अन् मान झुकवीत दाराआड गेला. दाराचे लॅच क्लिक झाले.

रमणला काय ते समजत नव्हते. हा उबदार श्रीमंत बिछाना, ही शानदार अदब, हे सुखाचे वातावरण, हे कुठून अवचित लाभले? रमण मोहाच्या प्रलयात क्षणभर गुंतला. हे स्वप्न नाही, सत्य आहे याची जाणीव होताच तो थरथरला. आपल्यासमोर एक नवीन अद्भुत दुनिया खडी उभी राहिली आहे याविषयी त्याची खात्री पटली.

आळस झटकून रमण उभा राहिला. अंगावरचा श्रीमंती नाइट गाऊन त्याला सुखवीत होता. समोर उभा राहिल्या राहिल्याच आरशात त्याला त्याचे प्रतिबिंब दिसले आणि तो दचकला आणि पुटपुटला, "अगदी खराखुरा 'विलास' हं."

आणि त्याच्या ध्यानात आले, या घटकेपासून आपण रमण नसून विलास आहोत. पोतदार ग्लास वर्क्सचे या घटकेपासून आपण मॅनेजिंग डायरेक्टर आहोत. सत्ता, संपत्ती आपल्यापुढे हात जोडून उभी आहे. आयुष्यात जे जे करायचे अशी आपली महत्त्वाकांक्षा होती ते ते सारे करण्यासाठी 'अल्लाउद्दिन'च्या

दिव्याने आपल्यापुढे सुवर्णसंधी आणून ठेवली आहे. आपल्या कर्तृत्वाला, पुरुषार्थाला मिळालेले आव्हान आपण स्वीकारायचे की रडूबाईप्रमाणे ही संधी गमावून परत समुद्राचाच तळ पाहायचा!

रमणचे डोळे तेजानं लखकन चमकले. एक रस्ता होता हिरव्या तृणांकुरांनी रेखलेला आणि दुसरा होता काट्याकुट्यांचा पण परिचयाचा. आयुष्याचा उबग आल्यामुळे हा प्रवास संपवून आपण आयुष्याची अखेरी शोधतो काय आणि त्याच वेळेला एखादी अद्‌भुत परी आपल्या जीविताला अर्थ आणण्यासाठी, त्या नव्या रस्त्यावरून आपली सोबत करण्यासाठी पुढे होते काय? सारेच विस्मयकारक. पण हे साहस केलेच पाहिजे. नियतीची ही हाक ऐकलीच पाहिजे.

त्याच्या गात्रागात्रांत अकस्मात बळ आणि उत्साह भरून आला. तो उठला. त्याने स्वत:भोवती गिरकी मारली, आणि घंटा वाजविली. बेअरा आला. अदबशीर लवून सलाम करीत त्याने आणलेली वर्तमानपत्रे टेबलावर ठेवली. सिगारेटची पाकिटे 'टीपॉय'वर ठेवली, आणि ब्रेकफास्ट घेऊन येतो असे सांगत खालच्या मानेने दार बंद करून घेऊन तो निघून गेला. ब्रेकफास्टच्या आठवणीबरोबर रमणच्या पोटात खळखळून भूक जागी झाली. फार दिवसांनी मद्य प्यायल्यामुळे पोटात आग उठली होती. नि शिवाय नव्या साहसाच्या उत्साहानेही तो उत्तेजित झाला. बाथरूमकडे जाऊन त्याने सहजरीतीने टूथब्रश उचलला आणि एकदम चमकून तो टूथब्रश खाली ठेवला. हा तर दुसऱ्याचा ब्रश, त्याच्या मनात विचार आला. पण तो नंतर हसला. "पण तो दुसरा कोण? आता रमणच परका. विलासच्या साऱ्या वस्तू, व्यक्तिमत्त्व, अधिकार, सारं आपल्याला मिळाल्यानंतर एवढ्याशा टूथब्रशची ती काय गोष्ट?"

ब्रशवर पेस्ट लावून त्याने तोंड धुतले आणि देहधर्म, आंघोळ आटोपून तो बाथरूमच्या बाहेर येण्यापूर्वी टेबलावर ब्रेकफास्टची तयारी झाली होती. रॅकवरील कपडे काढून त्याने ते सराईतपणानं पेहेरले. ते गडद रंगाचे कपडे घालताना त्याला वाटले की आपल्या प्रकृतिधर्माला किती गोष्टींशी निराळे वागावे लागणार आहे. पण त्याला इलाज नाही. नव्या आयुष्याची सुरुवात नव्या रुचीने करावी लागणार.

ब्रेकफास्ट संपण्यापूर्वी ड्रायव्हर पुन्हा आला, आणि त्याने कपड्यांची आवराआवर केली. कपडे असे फारसे नव्हतेच, आणि तीन चार मिनिटांतच बेअराच्या सलामीची किंमत देऊन तो मोटारीत येऊन बसला.

- ० -

मोटारीच्या गतीबरोबर त्याच्या डोक्यात अनंत प्रश्न उत्पन्न झाले. ज्या घरी आपण जात आहोत त्या घरातली आपल्याला काही माहिती नाही. त्या घरातल्या माणसांशी कसे वागायचे, कोणत्या नात्याने वागायचे याचा आपल्याला अदमास नाही. हे नाटक आपल्याला जमेल काय? की हे बिंग अवचित उघड होईल? आपल्या गळ्यात हे आयुष्य अडकवून खराखुरा विलास आता काय करत असेल आणि हे त्याने का केले? आयुष्याचा कंटाळा यावा असे काय घडले आहे त्याच्या आयुष्यात?

भयाची एक विचित्र लकेर त्याच्या अंत:करणात उठली. तो काही आर्थिक गंडांतरात सापडला आहे काय? की त्याच्या हातून काही गुन्हा घडला? आपल्यासारख्या कंगाल माणसाला हे आयुष्य बहाल करून त्याने काय साधले? त्याची काही फसगत झाली आहे काय? अनंत प्रश्न एका मागोमाग एक त्याला जाचत होते. गाडी जलद गतीने पुढे चालली होती आणि प्रश्नांचा गुंता अधिक वाढत होता. सिगारेट ओढावी म्हणून त्यानं ते उंची सिगारेट पाकीट फोडले. त्याने सिगारेट तोंडात ठेवली आणि तो काड्याची पेटी शोधू लागला. खिशात हात घालता घालता त्याच्या हाताला एक पाकीट लागले. कुतूहलाने त्याने ते फोडले आणि ते तो वाचू लागला.

पहाटे ३ वाजता

प्रिय मित्रा,

एकमेकांचे आयुष्य बदलून आपण एका नवीन प्रवासाला निघालो आहोत. काल संध्याकाळी आपण दोघे जण वेगवेगळ्या कारणांसाठी आयुष्य संपविण्याचा विचार करीत होतो. हे नवीन आयुष्य जगण्याजोगं आहे असं वाटलं तर क्षणभर आपल्या मृत्यूनंतर आपल्या मनाजोगा पुनर्जन्म झाला आहे असे समजायला काय हरकत आहे? मात्र हे आयुष्य आपल्याला पसंत पडले नाही तर मृत्यूची भेट मात्र आपल्या पूर्वायुष्यात परतूनच घेतली पाहिजे. या नव्या आयुष्याची मुदत तूर्त एक वर्ष!

मी एक ख्याली-खुशालीत वाढलेला आणि लाडावलेला श्रीमंत घराण्यातला मुलगा आहे. कर्तृत्वाला सर्वांगीण संधी मिळून कोणत्या ना कोणत्या कारणासाठी—तसे कशाला माझ्या अहंकारा- पायीच—मी जीवनात अयशस्वी झालो आहे. सारे जण मला

घाबरतात; पण कुणाचेही प्रेम मी मिळवू शकलो नाही. माझ्या डायरीत माझ्या अपयशाची कारणे सापडतील.

आता आपली भेट एक वर्षानंतर याच हॉटेलात! बँकेला स्पेसिमेन सिग्नेचर बदलण्याची सूचना देणारा फॉर्म सोबत जोडत आहे.

-विलास

पत्र वाचल्यानंतर शांतपणाने त्याने त्या पत्राचे फाडून तुकडे केले आणि चालत्या मोटारीच्या खिडकीबाहेर फेकून दिले. क्षणभर त्याच्या मनात विचार आला; या कपट्यांचे आयुष्य किती सुखी आहे. कुठे पोहोचायचे हे ठरले नसल्यामुळे वाऱ्याच्या डौलदार झुळुकीबरोबर मन मानेल तिथे भरकटावे– विलाससारखे. पण नाही, विलाससारखे नाही म्हणता येणार. विलासचे–अयशस्वी आयुष्य आपल्याला आता यशस्वी केले पाहिजे. जो रस्ता त्याला सापडला नव्हता तो आपण शोधला पाहिजे.

त्याने ब्रीफकेस उघडली. फायलींच्या आणि कागदांच्या चळती आणि एक वही दिसली. वहीची एकदोन पाने चाळताच त्याच्या लक्षात आले की हीच ती विलासची डायरी. ज्या एका नव्या देहात त्याचा आत्मा वर्षभर वास करणार होता, त्या देहाचा परिचय करून घेण्यासाठी तो त्या डायरीची पाने चाळू लागला,

११/१२/६४

खुर्शीदची माझी गाठ पडली. हे फार बरे झाले. कदाचित ती माझं मन थोडे फार ओळखू शकेल. प्रथम मी तिच्या नाचावर खूश झालो, गाण्यावर की रूपावर हे मला नक्की आठवत नाही. त्या पहिल्या रात्री मी जेव्हा तिला जवळ घेतली तेव्हा माझ्या लक्षात आले की हे घाबरलेले पाखरू एका समर्थ वृक्षाच्या शोधात आहे, कुठल्यातरी एका अनामिक भीतीने ती अंतर्यामी थरथरत होती. आणि तरीही केवळ सवयीने ती रतिसुखात मला साथ देत होती. मी ठरवले आहे की ती कबूल झाली तर तिला लोणावळ्याला नेऊन ठेवायची.

- ० -

माझा संसार म्हणजे एक मोठे विचित्र दुखणे आहे. मायाशी मी लग्न का केले हेच मला मुळी समजत नाही. प्रतिष्ठेच्या खोट्या कल्पना, स्वत:च्या शानीत गुरफटून जाऊन जगाविषयी तुच्छता दाखवीत आयुष्य जगायचे, यात काय अर्थ हेच मला मुळी कळत नाही. ती रोज नवीन भांडण उकरून काढते आणि सारे घरदार डोक्यावर घेते. अर्थात ही भांडणे माझ्यापर्यंत येत नाहीत हे जरी खरे असले तरी त्यामुळे आमच्या घरातली शांतता पार बिघडून गेली. लग्नातच तिच्याशी जो खटका उडाला तेव्हापासून तिचे दर्शनसुद्धा मी टाळत आलो आहे. तीही जिद्दी अशी की तिलाही त्याची काही पर्वा वाटत नाही. लोकदृष्ट्या आम्ही नवरा-बायको आहोत. पण गमतीची गोष्ट अशी की, माया अजून अविवाहित आहे असेच म्हटले पाहिजे. तिच्या वागण्यात एक किळसवाणा अहंकार भरून राहिला आहे, आणि लग्नाच्या पहिल्याच रात्री तिला अभुक्त ठेवण्यावाचून माझ्यापुढे दुसरा पर्यायच नव्हता. त्याबद्दल अनुताप, क्षमा किंवा दु:ख यांपैकी काहीच तिला जाणवले नाही. आज जवळपास दोन वर्षे झाली. ती घरात ताठ मानेने वावरते आहे आणि या ताठ मानेशी मुकाबला करण्यासाठी मीही दिवसेंदिवस जास्त हट्टी आणि तिरसट होत चाललो आहे.

- ० -

प्रफुल्ला असे का वागते याचे उत्तर अगदी सोपे असले तरी ते मला आता परवडेल असे वाटत नाही. माझ्या प्रतिष्ठेलाही तिचे वागणे धोका आणील असे वाटते. जगन किती झाले तरी माझा लांबचा भाऊच आहे. प्रफुल्ला सुंदर आहे. पण सौंदर्यापेक्षाही तिचं आरोग्य आणि पुरुषीपणा याचाच मोह पाहणाऱ्याला पडतो. जगनसारख्याला अशी बायको म्हणजे गळ्यात सोन्याची सुरी बांधल्यासारखेच आहे. जगनचा संसार आमच्या घरातच आहे, त्यामुळे प्रफुल्लेच्या आक्रमक सौंदर्याचा दरवळ मला टाळता येण्यासारखा नव्हता. तरीसुद्धा प्रफुल्लेला मी टाळायला हवीच होती. किती झाले तरी ती परस्त्री. तिच्या बाबतीत निर्णय घेण्याची माझ्यावर मुळी पाळीच आली नाही, कारण तिचे लग्न होऊन आठ दिवस व्हायच्या आतच तिने आमच्या घराचा सारा कब्जा

घेतला. घराचाच का तिने माझासुद्धा कब्जा घेतला. ती साऱ्या गोष्टी अशा भाबडेपणाने केल्यासारखे दाखविते की कुणाला बोलायला जागाच राहत नाही. मायाच्या आणि माझ्या संसारातले रहस्य तिच्या ध्यानी यायला वेळ लागला नाही आणि ते ध्यानी आल्याबरोबर तिने मला आपलेसे करायलाही काही कमी केले नाही. हे केल्यामुळे आपण काही पाप करतोय अशी जाणीव चुकूनसुद्धा कधी तिच्या वागण्यात दिसली नाही. जगनसमोरसुद्धा ती अगदी धिटाईने माझ्याबद्दल आपुलकी दाखवते, आणि माझी चाकरी करते. माझ्या आंघोळीची तयारी करणे, माझ्या कपड्यांची नोकरांना काळजी न घेऊ देता स्वत: घेणे, माझ्या दुखल्या-खुपल्याकडे लक्ष ठेवणे, याबाबत ती आशा थाटाने दक्षता घेते आहे की जणू काही थोरल्या दिराची धाकटी वहिनीच काळजी करीत आहे. पण हा सारा बहाणा, हे सारे चातुर्य, ही सारी सेवा - हिचे मोल ती हक्काने वसूल करून घेते, सोडत नाही. घरात सारखी लवलव करीत साऱ्या कामांचा उरक पाडणारी प्रफुल्ला, माझी सेवा करताना आर्जव आणि नम्रता यांनी लवलेली प्रफुल्ला, किंवा माझी पहिली झोप संपते न संपते तोच कामाग्नीने पेटलेली, अतृप्तीने तळमळणारी आणि खऱ्या अर्थाने जागी झालेली प्रफुल्ला, ही सारीच रूपे विचित्र असली तरी माझ्या वाट्याला येत आहेत. वास्तविक मला तक्रार करायचे काय कारण? प्रफुल्लेची माझ्या घराला एवढी सवय झाली आहे की तिच्यावाचून पदोपदी सारी कामे अडून राहतील. कामतृप्तीच्या बाबतीत प्रफुल्ला नसती तर मी वेडापिसा झालो असतो. पण प्रफुल्लेची तरीसुद्धा मला अलीकडे भीती वाटते आहे. एखाद्या चेटकिणीने मंत्रसामर्थ्याने आपल्या जाराला इच्छेनुसार कोणतंही रूप द्यावे नि इच्छेनुरूप भोग भोगावेत अशा तऱ्हेने प्रफुल्लेने मला मंत्रबद्ध केले आहे. मी तिला भोगीत नाही तर तीच मला भोगते. रात्र रात्र ती माझ्या मिठीत असते. पण मला वाटते मीच तिच्या मिठीत आहे. खुर्शीदच्या मिठीत असताना मला जो स्वामित्वाचा आनंद मिळतो, पुरुषार्थाचा आनंद मिळतो, तो आनंद प्रफुल्लेजवळ का हरवतो हे मला समजलेले नाही. माझी गात्रे खुर्शीदच्या गाठीभेटीची वाट पहात असतात.

पण प्रफुल्लेच्या भेटीत तिची गात्रे तेवढी अधीरलेली दिसतात. ती माझ्या देहाचे कोडकौतुक करते. माझ्या आरोग्याची काळजी घेते. माझ्या जेवणाखाण्याकडे ती साक्षेपाने लक्ष ठेवते. पण तरीही मला आपले उगीचच वाटते—

जगनला यातले काही कळत नसेल का? कळत असून तो तिकडे दुर्लक्ष करतो की कळण्याची त्याला बुद्धीच नाही? रात्र रात्र आपली बायको आपल्याला सोडून कुठे जाते हे कळून घेण्याची त्याला आवश्यकताच वाटत नाही का? का आश्रितांनी असेच कोडगेपणाने वागायचे असे त्याला वाटत असेल? मला वाटते माझ्यासारखेच प्रफुल्लेने त्याच्यावरही चेटूक केले असावे.

- ० -

आमच्या कारखान्याचे काय होणार आहे, ते देव जाणे! कामगारांनी तर उच्छाद मांडला आहे. कुठल्यातरी, काहीतरी, मागण्या घेऊन यायचे, भांडणे वाढवायची, संपाच्या धमक्या द्यायच्या आणि येनकेनं प्रकाराने काम करायचे नाही. त्यांना काम न करता फुकटचा पगार हवा. चोर लेकाचे! आमच्या बापजाद्यांनी कमावून ठेवले आहे ते सुखाने खाऊ म्हटले तरीसुद्धा बिनघोर खाऊ देत नाहीत लेकाचे. कामगारांचे ते दीडदमडीचे पुढारी मांडीला मांडी लावून बसतात आणि आम्ही अमुक करावे, तमुक करावे असा फुकटचा सल्ला देतात. आपण मात्र काय करू याबद्दल ते काहीच सांगायला तयार नाहीत. कामगारांशी आडदांडपणाने वागायचीही सोय नाही. त्या दोन-चार माथेफिरू कामगारांना संधी साधून मी कामावरून कमी केले तर केवढा संपाचा डोंब उसळला. कारखान्याची मोडतोड झाली याबद्दल मला मुळीच वाईट वाटत नाही. कारण इन्शुरन्स कंपनीने सारे पैसे भरून दिले. पण तेव्हापासून शिस्त जी बिघडली आहे ती काही केल्या पूर्वपदावर आली नाही. गेल्या वर्षभरात दिवसेंदिवस कारखान्याची चलती ओसरत आहे. खर्चाचा मेळ बसत नाही. काय करावे हे न सुचून मी हतबुद्ध झालो आहे.

आमचे एजंट नसरवानजी यांनी मालाच्या दर्जाबाबतही कुरकुर करायला प्रारंभ केला आहे. मालाचा दर्जा वाढवायचा

आहे. पण आहे या मशिनरीतून ते कसे शक्य आहे अशी तक्रार करताच कारखाना अद्ययावत करण्यासाठी लागणारे तीस लाख रुपयांचे भांडवल पुरविण्याची त्यांनी हमी घेतली आहे. त्या लुच्च्या पारशाने कर्जफेडीच्या ज्या अटी घातल्या आहेत त्या पाहिल्यावर कारखान्याचे स्वामित्व सोडल्यासारखेच होणार आहे. मला त्याने कात्रीत पकडले आहे.

२४/६/६४

पैशाची एवढी ओढाताण होते आहे की हा पसारा मला आवरता येईल असे वाटत नाही. खुर्शीदसारख्या सहेलीला घेऊन या पसाऱ्यातून दूर सिमला, मसुरीसारख्या ठिकाणी पळून जावे काय? पण मला माहीत आहे, माझी दु:खं माझा पाठलाग करीत येतील. त्यापेक्षा या नीरस आयुष्याची अखेर करावी हेच खरे.

२७/६/६४

उद्या मी मुंबईला जाणार आहे. नसरवानजी आणि सावकार वाडीलाल यांच्याबरोबर कंपनीच्या व्यवहाराबद्दल अखेरची बैठक आहे. या बैठकीत जे काय ठरेल त्यावर माझ्या आयुष्याची अखेर अवलंबून आहे....

- ० -

रमण अधली मधली पाने चाळत होता. कारण संपूर्ण डायरी वाचणे शक्य नव्हते. गाडी घाट चढायला लागली होती. अर्ध्या एक तासात त्याला एका नवीन दुनियेत प्रवेश करावयाचा होता. एका बाजूला अनावर उत्साह तर दुसऱ्या बाजूला अनामिक भीती त्याला जाचीत होती. थंडगार वारे सपासप त्याला फटका देत होते. गाडीचा रखरखीत आवाज त्याला पुढच्या रखरखीत सत्याची जाणीव करून देत होता. बघता बघता गाडी घाटमाथ्यावर आली. पुलाखालून शेवटचा चढ चढत असताना मुंबईकडे जाणारी गाडी त्याला डोळा देत सरकन दिसेनाशी झाली. निष्काळजी, पाशरहित अशी पाऊलवाट सोडून हा चढाईचा, जबाबदारीचा रस्ता यापुढे काटायचा आहे, या जाणिवेने समोरचे वृक्षाच्छादित पर्वत, त्यांतून

डोकावत असणारे छोटे-मोठे बंगले, वाटेत भेटणारे आडदांड ट्रक्स, रविवारच्या सुट्टीसाठी लगबगीने धावाधाव करणारी सारी प्रवासी मंडळी, या कशाकडेही लक्ष द्यावे, त्या हर्षभरित दुनियेतून आनंद शोधावा, असे रमणच्या मनातसुद्धा आले नाही. खंडाळ्याची मिशन स्कूल्स मागे पडताच, दोनचारशे लहानग्या मुलींचा घोळका चिवचिवत उभा राहिलेला दिसला. रमणला वाटले, गाडीतून उतरावे आणि या लहानग्या फुलांतले एक फूल उचलून घ्यावे. एक दोन मिनिटे जाताच ड्रायव्हरने गाडी सावकाश केली आणि हलक्या आवाजात तो म्हणाला, "बाईकडे घेऊ ना?" क्षणभर रमणला तो काय म्हणतो ते कळलेच नाही. पण चटकन तो हसला आणि म्हणाला, "घे घे!"

गाडीचा हॉर्न ऐकताच त्या दुमजली घराची माडी उघडली आणि त्या व्हॅनिशिअन खिडकीतून एक सळसळती शलाका रमणच्या डोळ्याला भिडली, तिच्या डोळ्यांतली आतुरता, आमंत्रण आणि आपुलकी एवढी चेतनामय होती की, तो भांबावून गेला. ही खुर्शीद. वाहवा! अल्लाच्या घरचे एक खुशबूदार फूल या गावंढ्या गावात टिकले कसे हा पहिला प्रश्न त्याच्या डोक्यात आला आणि मग विलासने डायरीत लिहिलेल्या त्या अनामिक भीतीचाही उल्लेख त्याला आठवला. पण आता काही विचार करायला मुळी सवडच राहिली नाही. दरवाजाशी गाडी खडी होतातच दरवानाने दार उघडले, आणि रमण सुखाच्या पायघड्यांवरून नव्या जीवनाच्या पहिल्या मुक्कामाला येऊन पोचला.

"आईये हुजूर! आज बहोत इन्तजार करना पडा. सबेरेसेही आपकी राह देखकर मेरे पाँवके टुकडे टुकडे हो गये!" यावर उत्तर देण्याऐवजी एक पसरट हास्य करीत रमण पुढे झाला आणि तिने पुढे केलेल्या पायांना धरून आपल्या तोंडाजवळ नेत त्यानं तिच्या मेंदी लावलेल्या कोमल पावलांचे चुंबन घेण्याचा प्रयत्न केला. त्यासरशी त्याचं तोंड वर उचलीत आणि पाय मागे घेण्याचा यत्न करीत, "हे काय करता? माझ्या तोंडाची अशी इज्जत करायची सोडून पाय का जवळ करता? छी: छी: छोड देना मेरे पाँव."

ती पाय सोडवून घेण्याबद्दल जसजसा प्रयत्न करू लागली तसतसे तिला अधिकच जवळ घेऊन एका हातात पाय आणि एका हातात पाठ उचलून त्यानं तिला मिठीत घेतले. आणि तो म्हणाला, "तुझी जवानी इतकी ओसंडून चालली आहे की, तुझ्या केसांच्या टोकापासून ते या नाजूक पावलांच्या बोटांपर्यंत कणन्‌कण सौंदर्याने नुसता भरला आहे. नेहमी तर मी तुझ्या ओठांतून शराब पितो. आज या पावलांना मी भाग्यवंत करतो." आणि असे म्हणून तिच्या

कोमल मुलायम तळपायावर त्याने आपले गाल घासले.

त्या नाजूक मर्मेंद्रियावर होणाऱ्या स्पर्शाने तिला गुदगुल्या झाल्या आणि ती हसायला लागली. तिला हसताना पाहून रमण तिच्या सर्वांगाला गुदगुल्या करू लागला. त्याच्या स्पर्शापासून वाचवण्यासाठी अंग चोरून ती त्याला झटकू लागली आणि त्या झटापटीत वस्त्र दूर सरकल्यामुळे तिचे उभार लावण्य त्याच्या दृष्टीस पडले.

दुष्प्राप्य असा हा खुशबूदार प्रफुल्लित गुलाब हुंगता हुंगता रमण भानरहित झाला. काहीतरी विलक्षण वेगवान आक्रमक हालचालींने त्याच्या देहाचा कणन् कण पेटून गेला. गोड गोड संभाषणातून, बाकदार हालचालींतून वासनेचा तो नागमोडी रस्ता होष घालवीत होता. तिच्या हसऱ्या डोळ्यांतले निमंत्रण त्याला सुखावीत होते. तिची पुष्टांगे पिसासारखी हलकी कशी हा त्याला प्रश्न पडला. या कोवळ्या कोवळ्या देहात समर्थ पुरुषाशी झुंज देण्याची ताकद कुठून आली या चमत्काराचा शोध त्याची गात्रे ठायी ठायी घेत होती. जगातल्या साऱ्या शुभ्रतेला क्षुद्रता आणणारा तिचा तो कचकडी गौरवर्ण, जगातल्या साऱ्या मृदुतेला हेवा वाटेल अशी गुलाबी मृदुता आणि स्वामित्वाच्या कृतज्ञतेने भारावलेली नजर रमणच्या सर्वांगात मुरून गेली.

खुर्शीदच्या मिठीत रमण सुखाने गुदमरला. असले सुख टाकून जग सोडण्याची इच्छा करणारा विलास रमणला खुळा वाटला. केवळ याच एकट्या सुखासाठीसुद्धा या जगातली सारी दुःखे सहन करायची ताकद यायला हवी. बेटा विलास, केवळ नशीबवान नव्हतास तर देवाचा लाडका होतास. अगणित द्रव्य मोजून असली फुले हाती लागून ही टिकवता येत नाहीत. आपल्याला अज्ञात असणाऱ्या कोणत्या तरी गूढ शक्तीने ही गुलबकावली विलासच्या हाती आली. एवढेच नव्हे तर स्वामित्व पत्करून एखाद्या दासीसारखी त्याच्या सुखदुःखाशी एकरूप झाली. तसे पाहिले तर ती सिनेमात गेली असती तर तिचे नशीब उजळले असते. एखाद्या उल्लू कोट्यधीशाकडे राणीसारखी हिची रया राखली गेली असती. परंतु काय घडले असेल ते असो. विलाससारख्या एका सामान्य वकुबाच्या माणसावर भाळून या कुग्रामात ती येऊन पडली होती म्हणूनच नाही का ती आपल्याला लाभली?

पण या सुगंधात अडकून जाता उपयोगी नाही. या शराबात बेहोष होता कामा नये. केवळ याचसाठी हे सारे साहस केलेले नाही. ही आपली विसाव्याची वाटिका आहे. तितकीच आणि तेवढीच आपण तिची किंमत जोखली पाहिजे.

किती झाले तरी ही वाटेवरची सावली. पाऊस पडतो तोवर चार घटका थांबायचे.

रमणने शृंगाराचा पसारा आवरला, आणि निघण्यासाठी जाण्याचा पवित्रा घेतला. खुर्शीदच्या डोळ्यांतील आर्जवांनीही आपण थांबायचे नाही, या विचाराने तो पाठमोरा झाला आणि म्हणाला, ''मै तो चला. बहोत देर हो गयी. उधर सब लोक इन्तजारमें होंगे.'' आणि त्याने पाऊल पुढे टाकले. तोच किंचित कातर आवाजात खुर्शीद म्हणाली, ''इधर तो सब इन्तजारही है.'' रमण चटकन मागे वळला. तिच्या डोळ्यांतली कातरता पाहून तो अस्वस्थ झाला.

''क्या हो गया?''

''नाही, काही नाही.''

''मग डोळ्यांत असा रडकेपणा का?''

नाटकी बेफिकिरीने पदराचा शेव उडवीत खुर्शीद म्हणाली, ''कुछ नही.''

''मग डोळ्यांत भीती कसली?''

''जसे काही तुम्हांला माहीतच नाही.''

''काय?''

''मला एकटीला फार भीती वाटते. उस्मान माझा शोध काढत कधी तरी इथं येईल, आणि माझ्या अंगाची सालटी काढील. रात्र रात्र कित्येक वेळा मला झोपसुद्धा येत नाही. तुम्ही असलात म्हणजे मला सैतानाचे सुद्धा भय वाटत नाही. पण तुमची गाठ आठ-आठ दिवसांनी एकदा पडणार. माझ्या अंत:करणाची तुम्हांला काय कल्पना. तुम्ही मला फोन घेऊन दिला आहे तो आणि खालचा विश्वासू गोटीराम दरवान एवढ्या भरवशावर मी दिवस काढते आहे.''

रमणला काय बोलावे तेच कळेना. विलासने ज्या कोणा उस्मानच्या हातून खुर्शीदसारखा अनमोल मोती हिसकावून घेतला असेल तो उस्मान कोण, कुठचा, त्याच्यापासून भय ते कोणते आणि कसे असायचे? सारे अज्ञात आहे. पण ज्या समर्थ साहाय्याची खुर्शीदला गरज आहे ते मात्र आपण तिला दिलं पाहिजे. आणि चटकन काहीतरी अद्भुत विचार डोक्यात आल्याप्रमाणे तो तिला जवळ घेत, तिच्या ओठांवर ओठ टेकवीत तिच्या कानात पुटपुटला, ''आजपासून रात्री मी रोज तुला सोबत करीन. आता मात्र मला जायला हवं हं.'' आणि दरवानाचा मुजरा स्वीकारत तो गाडीत येऊन बसलासुद्धा.

गाडी चालू झाली आणि रमण पुढच्या पवित्र्याचा विचार करता करताच गाडी एका मोठ्या कंपाऊंडच्या जवळून जाऊ लागली. 'पोतदार ग्लास वर्क्स'चा एनॅमल्ड बोर्ड रमणला दिसताच तो सावरून बसला आणि ड्रायव्हरकडे वळून

तो म्हणाला, ''गाडी ऑफिसमध्ये घे.''

'पोतदार ग्लास वर्क्स'चा तो प्रचंड कारखाना प्रचंड वेगाने आपल्या अंगावर चालून येतो आहे असे रमणला वाटले. अजून या जबाबदारीपासून पळून जायची वेळ गेली नाही असेही त्याच्या मनात येऊन गेले. खुर्शीदच्या घरच्या धुंद क्षणांनी त्याचे स्नायू आता गारठले होते आणि उरलीसुरली चेतना या आकस्मित साहसाच्या भेटीने निकामी झाली होती.

मोठ्या सफाईने अखेरचे वळण घेत 'पोतदार ग्लास वर्क्स'च्या ऑफिससमोर गाडी थांबली. खरे म्हणजे केवळ या गाडीच्या दर्शनाने कामगारांत खूप खळबळ माजली होती. मालक या भलत्याच वेळी कारखान्यात कशाला आले आहेत याचा कामगारांना खुलासा होत नव्हता. कामगारांत एकदम गती आली आणि लक्षात येणार नाही अशा आवाजात आश्चर्य व्यक्त करीत ते शेजाऱ्यांशी कुजबुजू लागले. अर्थात रमणच्या हे ध्यानात येणे शक्य नव्हते. तो आपल्या विचारात एवढा गर्क होता की गाडी थांबून दार उघडले जाऊन दाराबाहेर प्रौढ, शिस्तशीर कपडे घातलेला, जबाबदारीच्या जाणिवेने गंभीर वाटणारा एक इसम आपल्याला हाक मारतो आहे हेही त्याच्या ध्यानी आले नाही. अनोळखी आवाजाने त्याचे विचारचक्र तुटले आणि चमकून गाडीतून उतरून तो त्याच्याबरोबर चालू लागला. अदमासानं त्याने ओळखले की डायरीत ज्यांच्या ओझरता उल्लेख 'जगदीशराव' असा केलेला आपल्याला दिसला; ते कंपनीचे व्यवस्थापक जगदीशराव गोकर्ण हेच असले पाहिजेत.

जगदीशरावांनी केबिनचे दार उघडले आणि रमण खुर्चीवर जाऊन स्थानापन्न झाला. अदबीने उभ्या असलेल्या जगदीशरावांना त्याने बसायला सांगितले आणि काय बोलावे याचा मनाशी विचार करीत खिशातले सिगारेटचे पाकीट काढून तो काड्यापेटी शोधू लागला. तेवढ्यात जगदीशराव पुढे झाले, आपल्या खिशातली पेटी त्यांनी काढली आणि रमणची सिगारेट पेटविली.

''थँक यू!'' आणि रमण हसला. थोड्या केविलवाणेपणाने आणि थोड्या अगतिकपणाने.

''जगदीशराव, स्टेनो आहे का? त्याला बोलावून घ्या आणि नसरवानजींना पत्र टाका. त्यांच्या साऱ्या अटी आपल्याला मान्य आहेत म्हणून, आणि हे पाहा, पत्र लिहिताना एक काळजी घ्या. आपला अधीरपणा तर जाणवणार नाहीच, पण व्यवहार तर लवकर व्हायला पाहिजे. कालच्या चर्चेत व्यवहार फिसकटला होता तो पुन्हा जमवून घ्यायच्या दृष्टीने योग्य ती साखरपेरणी करा. नसरवानजींना एक

ट्रंककॉल करा, आणि आजच्या डाकेने करार मान्य असल्याबद्दलचे पत्र येत आहे असे कळवा. त्याचप्रमाणे आज संध्याकाळी चार वाजता कामगारांच्या पुढाऱ्यांना बोलवा. त्यांच्याबरोबर मला काही बोलायचे आहे. त्याचप्रमाणे शंकरराव ओगल्यांना पत्र लिहा. त्यांच्याकडून एखादा तज्ज्ञ माणूस सहा महिन्यांपुरता सल्लागार म्हणून हवा आहे असे कळवा.''

जगदीशराव या सर्व सूचनांकडे विस्मित होऊन पाहत होते. आपल्या मालकाच्या बोलण्यात झालेला हा अनपेक्षित फरक त्यांना चांगलाच जाणवला असला पाहिजे. त्यांच्या डोळ्यांतले आश्चर्य पाहताच रमणला थोडी भीती वाटली. या चाणाक्ष म्हाताऱ्याला आपला संशय तर आला नसेल? पण मग तो हसला आणि म्हणाला, ''तुम्हांला थोडे आश्चर्य वाटत असेल नाही जगदीशराव?''

''तसे नाही साहेब.''

''नाही मी बदललो आहे थोडा हे तर खरेच आहे. मला काल एक गृहस्थ भेटले. त्यांनी सांगितले तुमचा भाग्योदय 'शनी' 'मकरे'त गेल्यापासून साऱ्या अडचणी दूर झाल्याच पाहिजेत, आणि हे येते वर्ष यशदायी झाले पाहिजे. तसा मी काही ज्योतिषावर विश्वास ठेवणारा माणूस नाही हे तुम्हांला माहीत आहे. पण त्याने ज्या काही गोष्टी अचूक सांगितल्या त्याने मी अगदी दिपून गेलो. मी विचार केला विश्वास ठेऊन पाहायला काय हरकत आहे. एक गोष्ट खरी. त्याची गाठ पडल्यापासून मी काही तरी अद्भुत शक्तीने भारला गेलो आहे. त्या साधुपुरुषाने मला विचारले, ''तुला पुर्वायुष्य विसरायचे आहे का?'' मी हसून होय म्हणालो, आणि काय सांगू जगदीशराव, त्या साधूने माझ्या मस्तकावर हात ठेवला आणि तो काही तरी पुटपुटला. त्या क्षणापासून मला काही आठवेनासे झाले. म्हणजे तसे आठवते; पण नावे, तपशील काही काही आठवत नाही. म्हणून मला मात्र भीती वाटते आहे की, कुणीतरी गैरसमज करून घेईल की मी तो नव्हेच. वास्तविक रोज ज्यांच्याशी माझा संबंध येतो आहे त्या कारखान्यातल्या, घरच्या गोष्टी मला आठवेनाशा झाल्या म्हणजे पंचाईतच झाली की नाही!''

क्षणभर जगदीशराव स्तब्ध राहिले. त्यांच्या डोळ्यांत अनेक भाव तरळून गेले, आणि त्या सर्वांकडे सूक्ष्म नजरेने रमण पाहत होता. पण त्या सर्वांवर मात करून आदरयुक्त स्वामिनिष्ठेने, कृतज्ञतेने आणि वात्सल्याने त्यांचे डोळे भरून गेले. गदगदत्या आवाजात ते म्हणाले, ''तुम्ही मुळीच काळजी करू नका, छोटे मालक. तुमच्यावर जर परमेश्वरी प्रसाद झाला असेल आणि देव तुमच्या हातून या कारखान्याचे काही भले करणार असेल, तर मी रिटायर व्हायचा विचार

सोडून दिला आहे असे समजा. माझ्या अंगात पुन्हा बारा हत्तींचे बळ आले आहे. दादाजींच्या कारकिर्दीत या कारखान्याचा लौकिक केवढा होता. देवाची अवकृपा झाली आणि या वास्तूचे नशीब फिरले. पण अजून वेळ गेलेली नाही. तुम्ही हिंमत धरलीत तर सारे काही सुरळीत होईल. जाऊ मी आता? आपण निवांत घरी जा आणि संध्याकाळी कॉन्फरन्सला या. कामगार पुढाऱ्यांशी बोलणी सुरू करा. बघू या कसे काय जमते ते.''

जगदीशराव उठले तरी रमण तसाच बसून राहिला. ''आपण निघणार ना?'' जगदीशराव म्हणाले.

''हो. हो. पण घरी जाण्यात तरी काय अर्थ आहे. घरातल्या माणसांच्या नावांव्यतिरिक्त मला काही आठवत नाही. माझ्या विचित्र स्वभावामुळे दुरावलेल्या घरात, त्रासलेल्या आईसमोर जाण्याचीसुद्धा मला लाज वाटते.'' आणि असं म्हणून खालच्या मानेने तो टेबलावर रेघोट्या काढू लागला. जगदीशराव पुढे आले आणि रमणच्या पाठीवर हात ठेऊन म्हणाले, ''असे कसे करून चालेल? तुम्ही सुधारलात तर आईसाहेबांना वाईट का वाटेल. आईसाहेब तर प्राण डोळ्यांत आणून त्या दिवसाची वाट पाहात आहेत. नाही तर असे करा मालक, तुम्ही आज माझ्या घरी चला. आज आमच्या इथे उत्सव आहे. आईसाहेबांनाही मी निरोप पाठवतो.''

रमण हसला. आपण टाकलेला पवित्रा चपखल खरा ठरला हे पाहून त्याच्या डोळ्यांत हसू फुटले. तो म्हणाला, ''आता नको जगदीशराव, संध्याकाळी कॉन्फरन्स झाल्यावर मी प्रसादाला येईन. आता मी बाईकडे जातो. तिला फोन करा.'' जगदीशरावांच्या तोंडावर मिश्किलपणा आला. ते बदलत्या आवाजात म्हणाले, ''आठवण गेली म्हणता साहेब, मग बाईजींची बरी आठवण राहिली तुम्हांला.''

- ० -

ड्रायव्हरला रजा देऊन ती मर्सिडिज आपल्या हाती घेताना रमण फार खुशीत होता. आपल्याला ड्रायव्हिंग येते याविषयी त्याला फारसा अभिमान पूर्वी कधी वाटलाही नव्हता. कारण त्याच्या हातात गाडी येण्याची शक्यताही नव्हती. पण सहजगत्या घेतलेले ते ज्ञान आपल्या कामी येईल हे कुणा ज्योतिषालासुद्धा सांगता आले नसते. गाडीने गती घेतली तसतसा त्याच्या मनावरचा ताण कमी

झाला. उडणाऱ्या झुलुपांवर हात फिरवीत वायुगतीने चाललेली त्याची मर्सिडिज वळणावर कचकचू लागली, तेव्हा आणखीनच आवेगाने तो गाडीची गती वाढवीत राहिला. हिरव्यागार चौफेर गालिचावरून नागिणीप्रमाणे सळसळणारी त्याची गाडी खुर्शीदकडे त्याच्याइतकीच आतुरतेने निघाली होती. वास्तविक खुर्शीदच्या लावण्याचा हव्यास म्हणून नव्हे परंतु अनामिक आणि अतर्क्य अशा भयापासून दूर पळण्याच्या ओढीने तो आता खुर्शीदकडे निघाला होता. विलासच्या घरी मामला होता तो आईला फसविण्याचा. जगात सारी नाटके करता येतात आणि सारे अभिनय पचवता येतात. पण आईची ममता अजिंक्य आहे. आपल्या परीक्षेची ती सर्वांत मोठी जागा आहे याची रमणला खात्री होती, आणि या परीक्षेतून आपण पास झालो तरच आपले हे नवे आयुष्य जगण्यात अर्थ आहे, असं त्याला वाटून गेलं.

खुर्शीदच्या घराशी येऊन गाडी 'पार्क' करण्यापूर्वी त्याने हॉर्न वाजवला. त्यासरशी माडीवरची खिडकी उघडून एक हास्य त्याच्या भेटीला आले. ती भेट होताच साऱ्या शंका, साऱ्या जबाबदाऱ्या, सारे प्रश्न यांचा उलगडा होऊन गेला. हीच जागा आपल्या विसाव्याची. चुकलेमाकले तर इथे खपेल. कुठल्याही पापाची जाणीव न होता हे सुख, हा आधार, आपल्याला केव्हाही उपलब्ध आहे, याबद्दल त्याची खातरजमा झाली. खुर्शीदचे लावण्य, खानदानी अदब, दिलदार सेवावृत्ती या एवढ्या भांडवलावर जगात यच्चयावत साहसे करण्यासाठी कोणताही पुरुष तयार झाला असता. या नव्या साहसात कसल्याही अडचणी येऊ देत, त्या खुर्शीदच्या शराबी ओठांत मी बुडवून टाकीन.

ती दुपार, संध्याकाळ झाली. अकस्मात पुनर्भेट झाल्यामुळे सुखावलेली खुर्शीद त्याला सर्वांगांनी सुख देण्यासाठी झटपटत होती. त्याच्यासाठी तिने सुग्रास भोजन केले. ते गरम गरम पदार्थ त्याला भरवले आणि त्याचे श्रमलेले मस्तक मांडीवर घेऊन त्याला झोपविले.

चार वाजता फोन खणखणला. फोन घेताच ती म्हणाली, "मै खुर्शीद हूँ"

"मी जगदीशराव बोलतो आहे. साहेबांना सांगा मिटींगला यायची वेळ झाली."

खुर्शीदने चहा तयार करण्यासाठी पाणी ठेवले, आणि रमणला उठविण्यासाठी ती त्याला हलवू लागली. सुखाच्या अतीव तृप्तीने आलेल्या आळसात रमण मनसोक्त गुरफटत चालला होता. पण एक अत्यंत आर्जवी सुरेल आवाज त्याला मागे खेचत जागृतीत आणू लागला. क्षणभर रस्सीखेच झाली. पण रमणने डोळे

उघडताच ओठांजवळ भिडलेल्या ओठातून येणारा बनारसी पानाचा सुगंध त्याच्या नासिकेत गपकन घुसला. आपण कुठे आहोत याचे ज्ञान क्षणार्धात त्याच्या गात्रागात्रांना झाले आणि त्यासरशी त्याने खुर्शीदला मिठीत ओढले आणि तो तिच्या गालांना दंश करू लागला.

हे सारे स्त्री-सुलभ चातुर्याने ओळखून खुर्शीद त्याच्या कवेतून निसटली आणि 'कशी जिरवली' असे त्याला चिडविण्यासाठी वेडावून आतल्या खोलीत निघून गेली.

एक दोन मिनिटे रमण तसाच लोळत पडला. कपांचा आवाज ऐकून त्याने ओळखले की चहाचा इन्तजाम चालला असावा. आळस झटकून तो उठला. तांब्यातील पाणी तोंडात घेऊन खुळखुळून त्याने खिडकीतून चूळ टाकली. आणि तो कपडे चढवू लागला. एखाद्या आदर्श गृहिणीप्रमाणे खुर्शीद चहाचा सारा सरंजाम ट्रेमध्ये घेऊन येताना त्याने पाहिले. त्याच अवस्थेत तो तिचे चुंबन घेऊ लागला. लटक्या रागाने डोळे वटारत ती म्हणाली, ''चहा सांडेल हं अशाने अंगावर.''

''सांडू दे गं, तुझी जवानी इतकी तुझ्या अंगावरून ओसंडून चालली आहे, त्याची तुला कुठे आहे पर्वा.''

''पुरे पुरे पुरे. एवढी स्तुती करू नये हो बायकांची. त्या डोक्यावर बसतात म्हणे.''

''वा! तर मग छानच झालं. बैस बघू माझ्या डोक्यावर.'' असे म्हणून तो खाली बसला आणि त्याने डोकं पुढे केले. त्याबरोबर त्यावर चहाचा ट्रे ठेवीत खुर्शीद म्हणाली, ''मेहेरबान, आता मस्करी पुरे. आता कारखान्यात जा. लोक ताटकळत बसले आहेत.''

''तुला काय माहीत?''

चहाचा ट्रे टेबलावर ठेवीत ती म्हणाली, ''मघाशी जगदीशरावांचा फोन आला होता.''

''अरे बाप रे, आता मला गेलेच पाहिजे.'' असे म्हणून चहाचा पेला त्याने तोंडाला लावला. त्या गरम द्रवाने त्याचा उरलासुरला आळसही पळून गेला. त्याच्या गात्रांत परत चेतना आली. हलक्या हातानं खुर्शीदच्या गालावर चापटी मारून तो वेगाने कारखान्याकडे निघाला.

- ० -

तो कारखान्यात पोहोचला तेव्हा 'कॉन्फरन्स हॉल' मध्ये सभा चालू झाली होती. तो आत येताच सर्व जण उठले, आणि त्यांनी सन्मानदर्शक नमस्कार केला. रमण अध्यक्षस्थानीय खुर्चीवर विराजमान झाला. समोर ठेवलेले कागद उचलून चाळू लागला. ते कागद वाचताच रमणच्या ध्यानात जगदीशरावांचे चातुर्य आले. कामगारांच्या सर्व मागण्या अगदी थोडक्यात–मुद्देसूदपणाने त्यांनी टाईप करून ठेवल्या होत्या. त्याचबरोबर कंपनीच्या आर्थिक स्थितीचा छोटासा ताळेबंदही त्याला जोडला होता. अर्थात तो संपूर्ण वाचण्याइतका वेळ नव्हता. पण सर्वस्वी अंधारात उडी मारण्याचीही गरज नव्हती. जगदीशरावांना चालू असलेले संभाषण तसेच पुढे चालविण्याची सूचना देऊन तो काळजीपूर्वक कामगारांच्या नेत्यांच्या हालचाली निरखीत राहिला. तसा वकूब कोणाच्यातच दिसत नव्हता. राजकीय पक्षाचे कार्यकर्तेही त्यांच्या मागे असावेत असे वाटत नव्हते. विलासच्या दुबळेपणामुळे किंवा निर्णय घेण्याच्या टाळाटाळीमुळे हा प्रश्न कुजत पडला असावा, हे त्याच्या चटकन ध्यानी आले आणि म्हणून एका कामगार नेत्याचे चढेल आवाजातले बोलणे ऐकताच तो एकदम ओरडला, "स्टॉप इट. हे लक्षात ठेवा, तुम्ही कुणा अलबत्त्या गलबत्त्याशी बोलत नाही. प्रत्यक्ष कंपनीच्या मालकाशी बोलता आहात. तुमच्या न्याय्य मागण्या मागण्याचा हक्क जरूर आहे. पण त्याचा अर्थ कोणतीही मग्रुरी किंवा उद्धटपणाची भाषा आम्ही ऐकू असा मुळीच नाही. तुम्हांला जशा अधिक सवलती हव्यात, अधिक पैसे हवेत तसे आम्हांलासुद्धा तुमच्याकडून चांगलं काम, खूप उत्पादन मिळायला हवे आहे. तुम्ही जर काही उत्पन्नच केलं नाही आणि केलेत ते रडत भेकत केलेत तर तुम्हांला जे आम्ही देणार ते पैसे उत्पन्न कुठून होणार? जशी आमची काही कर्तव्ये आहेत तशी तुमचीसुद्धा काही कर्तव्ये आहेत. तुम्हांला वाटत असेल की, दमदाटी केली, संप केले म्हणजे आपला कार्यभाग होईल. ही गोष्ट खोटी आहे. कारखान्याची परिस्थिती इतकी वाईट आहे की, तुमच्या सवलती तर राहू देतच; पण तुमचा पगारदेखील वेळेवर देता येईल की नाही याची मला शंका वाटते. तुम्ही सहकार्य केलेत तरच हा हिंदुस्थानातील सर्वांत जुना कारखाना पुन्हा नावारूपाला येईल. त्यात तुमचा तर फायदा आहेच; पण आमचासुद्धा. पण हे दमदाटीचे राजकारण सोडून द्या. कारखान्याची संपूर्ण मशिनरी बदलून कारखाना अद्ययावत करण्याचे आमचे यत्न चालू आहेत. पण तुम्ही अडाणीपणाने आपल्या स्वतःच्याच पायांवर धोंडा पाडून घेणार असलात तर मात्र आमचा नाइलाज आहे. तुम्ही सांगाल तो लवाद आम्ही पत्करू. कारण कारखान्याच्या आजच्या

परिस्थितीत कोणताही कायदा किंवा लवाद तुमच्या पदरात काही घालू शकणार नाही. तुमच्यापैकी काही कामगारांच्या दोनतीन पिढ्या या कारखान्यात राबल्या हे जसे मी विसरू शकत नाही, तसेच हा कारखाना कामात कुचराई करून बुडविण्याच्या कामी तुम्ही जबाबदार होणार नाही याविषयी तुम्हीही दक्षता घेतली पाहिजे. तुमच्या जादा श्रमातून उत्पन्न होणारा पैसा आम्ही लुबाडू इच्छित नाही. मात्र कामगारांचे हित हे न्याय्य कामाचा न्याय्य मोबदला मिळविण्यातच आहे हे मात्र तुम्ही कधी विसरू नका.

"एक गोष्ट लक्षात ठेवा की, तुम्ही–आम्ही भागीदारच आहोत; तुमचे श्रम-आमचे भांडवल आणि व्यवस्था, यांचा जर चांगला समन्वय झाला तर निदान उत्पादन तरी भरपूर होईल. बाजारातील तेजीमंदी, व्यवसायातील स्पर्धा यांच्यावर मात करण्यासाठी तुम्ही जिद्दीने मालाचा दर्जा सुधारण्याच्या कामात आमच्याशी सहकार्य केले पाहिजे. चालू समाजव्यवस्थेत रडतकढत जगायला जागाच नाही. प्रगती केल्यावाचून तरणोपायच नाही. आहे ते बसून खाऊ या बुसरटलेल्या विचारसरणीमुळे अनेक जुने कारखाने मोडकळीला आले. तसाच आपला कारखाना होण्याची शक्यता आहे. केवळ नवीन मशिनरी, चांगल्या प्रकारचा माल उत्पन्न करू शकत नाही. कामगारांची जिद्द आणि प्रगतीविषयी त्यांची उत्सुकता, हेच खरे आधुनिक कारखानदारीचे भांडवल असते.

"तुम्हांला मी एक योजना सुचवतो. आपल्या कारखान्याच्या चारही खात्यांतून कामगारांनी एकेक प्रतिनिधी निवडून द्यावा आणि या चौघांच्या मंडळाकडे कामगारातील शिस्त, उत्पादनाचा वेग, कामगारांच्या अडचणींचा विचार, हे प्रश्न आम्ही सोपवू. त्यात आम्ही ढवळाढवळ करणार नाही. कारखान्यात नवी मशिनरी, नव्या भट्ट्या बांधण्याचे काम आठवडाभरात सुरू होईल. तुमच्या शिस्तीमुळे आणि श्रमामुळे, त्याचप्रमाणे आमच्या नवीन व्यवस्थेमुळे आणि भांडवलामुळे कारखान्यात जे जे वाढते उत्पादन होईल त्यातील खर्च वेच वजा जाता किंवा जुन्या जबाबदाऱ्या पार पाडून जो निव्वळ नफा उरेल त्यातील तीस टक्के नफा कामगारांत वाटला जाईल. चाळीस टक्के नफा कर्जाच्या फेडीसाठी जाईल आणि तीस टक्के नफा—म्हणजेच कामगारांइतकाच नफा भागधारकांना दिला जाईल. हे माझं म्हणणं जर तुम्हांला पसंत असेल, तर उद्या कामगारांची सभा घेऊन त्यांना हे समजावून सांगा. कामगारांत नवे चैतन्य मला दिसणार असेल तरच हा कारखाना अद्ययावत करण्यात काही फायदा आहे."

आपले भाषण संपले असे दाखविण्यासाठी रमणने आपल्या पुढ्यातले

कागद जगदीशरावांच्या पुढ्यात सरकविले. त्या वेळेला त्यांच्या डोळ्यांत जमा होऊ पाहणारे परंतु परिश्रमपूर्वक रोखून ठेवलेले अश्रू त्याच्या ध्यानात आले. कामगारांचे नेते एकामागोमाग एक हसतमुखाने बाहेर पडताना ते पाहत राहिले आणि 'कॉन्फरन्स हॉल' मध्ये दोघेच राहिल्यावर जागेवरून उठून ते रमणजवळ आले, आणि सद्गदित आवाजात ते म्हणाले, ''साहेब, थोरल्या साहेबांची आज आठवण करून दिलीत. माझ्या म्हाताऱ्याचे आता या कारखान्यात काही काम नाही. तुम्ही स्वत: माझ्यापेक्षा अधिक कर्तबगारीने हा कारखाना सांभाळू शकाल. देव तुम्हाला अशीच बुद्धी देवो.''

रमणला काय बोलावे ते कळले नाही. त्याने जगदीशरावांचा हात हातात घेतला आणि तो घट्ट दाबला. कृतज्ञतेचा तो उबदार स्पर्श रमणला रोमांचित करत होता. लढाईची पहिली फेरी आपण जिंकली यात त्याला आता कसलीही शंका नव्हती.

केबिनचा दरवाजा उघडला आणि चपराशी चहाचा ट्रे घेऊन आला. त्यात एकच कप असलेला पाहून रमणने दुसरा कप आणायला सांगितला. लाजत लाजत आणि अवघडत जगदीशरावांनी चहा घेतला. मुंबईला केलेल्या ट्रंककॉलबद्दल त्यांनी सांगितले. ''आपला कॉल जाण्यापूर्वीच मुंबईहून नसरवानजींनी 'बुक' केलेला कॉल मिळाला. व्यवस्थापक मंडळात 'इन्व्हेस्टर्स रिप्रेझेन्टेटिव्ह' (सावकारांचा प्रतिनिधी) असावा हा आग्रह सोडण्यास ते तयार आहेत. त्याचप्रमाणे कर्जाची फेड करण्याची मुदत पंधरा वर्षांवरून वीस वर्षांपर्यंत नेण्याचीही त्यांची तयारी आहे. मात्र कामगारांचे बखेडे ताबडतोब मिटले पाहिजेत असा त्यांचा आग्रह आहे, आणि आता आपण बखेडे मिटविण्याचा निर्धारच केलेला दिसतो आहे. साहेब, मला वाटते सगळे ठीकठाक होईल. नसरवानजींना पाठवायचे पत्र आता न पाठविता उद्या कामगारांच्या सभेनंतरच पाठवू. चालेल ना?''

रमण उठला आणि पुढे काय करावे याचा विचार करीत घोटाळत तसाच उभा राहिला. त्याची अस्वस्थता लक्षात येताच जगदीशराव म्हणाले, ''मघाशी मी आईसाहेबांकडे गेलो होतो. मी सारे सांगितल्यावर त्या ज्या आनंदाने रडू लागल्या त्यांना थांबवता थांबवता माझा दम निघाला. तुम्हांला भेटण्यासाठी त्या अतिशय उत्सुक आहेत. आधी आपण त्यांच्याकडे जाऊ आणि त्यांना घेऊन आमच्या घरी प्रसादाला जाऊ.''

जगदीशराव बरोबर येत आहेत या कल्पनेने रमणला दिलासा वाटला. आपल्या विस्मृतीच्या हकीकतीची आईजवळ वाच्यता झाली हेही बरे झाले.

गाडीमध्ये येऊन दोघे जण बसताच ड्रायव्हरने गाडी सुरू केली आणि कारखान्याच्याच पलीकडे असणाऱ्या आणि डोळ्यांत ठरणाऱ्या एका जुन्या व्हिक्टोरिअन वास्तूकडे ती जाऊ लागली. गाडीचा परिचित आवाज ऐकताच 'पोर्च' मध्ये गाडी येणापूर्वीच कुणीतरी उभे असलेले रमणच्या ध्यानात आले. ती माया असणे शक्य नाही. प्रफुल्ला असणे शक्य नाही. घरात आणखी कुणी वृद्ध बाई असली तर आपला घोटाळा होण्याची शक्यता आहे. एरवी क्षणार्धात हा प्रसंग निभावून नेता येईल असा अंदाज त्यानं केला.

पण तो प्रसंगच त्याच्यावर आला नाही. कारण गाडी थांबण्यापूर्वीच तेजस्वी, सुरकुत्यांनीसुद्धा दीप्तिमान झालेली, वैभवात दिवस काढल्यामुळे हालचालींना आपोआपच ऐट आलेली, आणि अंगाअंगातून अधिकार व कर्तेपणा व्यक्त करणारी ती गौरवर्णीय स्त्री ह्या कारखान्याची एके काळी मालकीण होती हे कुणी सांगावेच लागले नाही, ती समोर दिसली. वार्धक्याने केवळ सुरकुत्यांपलीकडे तिच्यावर कसलाही परिणाम केलेला नव्हता. गाडी थांबताक्षणीच तिच्या वत्सल मिठीत रमण आपोआपच गुदमरून गेला.

आईची माया काय असते हे रमणला कधीच कळले नव्हते. त्यामुळे आजवर शोधशोधून दमलेल्या मातृप्रेमाची ही बरसात भरून त्याच्या अधिऱ्या गात्रांना सहन झाली नाही, आणि त्याचे डोळे पाण्याने भरून आले. खरे म्हणजे ही विलासची आई नसून आपलीच आई आहे, असे त्याला वाटले आणि त्याच आवेगाने त्याने तिला घट्ट धरली.

आईच्या मायेला शब्द लागत नाहीत. त्यामुळे शंका, प्रश्न, उत्तरे, संशय, निराकारण या साऱ्या गोष्टी मुळी उत्पन्नच झाल्या नाहीत. आपला मुलगा सुधारला आहे या आनंदात सारे काही विसरायला वात्सल्य तयार होते. एकदा आईच्या मायेची सावली मिळाली म्हणजे रमणला तरी आणखी काय हवे होते. अवचित भेटलेल्या प्रेमसागराने त्याला आबाद केले होते.

- ० -

सारी संध्याकाळ आईच्या सावलीत काढून रमण आणखी एका साहसाला तयार झाला. कमी बोलण्यामुळे त्याच्यापुढचे प्रश्न सोपे झाले होते. विस्मृतीच्या नाटकामुळे, खरे नाटक योग्य दिशेने घडत होते. होणारे बदल हे नवीन जीवनाच्या पाऊलवाटेवरचे-गुरुकृपेचे साक्षात्कार होते. चुकत होते तिथे आधार

मिळत होता. मायलेकरांच्या संभाषणात मधेच कुणी तरी पाठमोरे डोकावून गेले. केवळ त्या पाठमोऱ्या दर्शनानेसुद्धा एक विलक्षण आक्रमकतेची जाणीव काळजाला चाटून गेली. प्रफुल्लेच्या अंगावरचा वारासुद्धा चेटूक करून मंत्रमुग्ध करायला पुरेसा जिथे होता मग तिचे लावण्य, तिचा प्रदीप्त देह, तिची व्याकूळ अतृप्त व्यथा हे सारे काही निपटणे अशक्य असले पाहिजे. विलासचे सारे आयुष्य गुंतागुंतीचे होते. ते जमेल तेवढे रमणला सरळ करून घ्यायला हवे होते. अबोल राहून, स्मृतिभ्रंश झाल्यामुळे आलेला बावळटपणा दाखवून पुष्कळ गोष्टी निभावता आल्या तरी प्रत्यक्ष अग्नीशी गाठ पडेल तेव्हा पालापाचोळा जळून जाऊन सारा स्वाहाकार होण्याची वेळ येईल. खुर्शीदची गोष्ट निराळी होती. किती झाले तरी तिथे मुळातच नाटक! त्याची नक्कल करणे सोपे होते. आईच्या बाबतीत आधार होता तो मातृत्वाच्या मायेचा. जगदीशरावांच्या बाबतीत खात्री होती, इमानाची आणि कारखान्यावरील निष्ठेची. पण प्रफुल्लतेचे काय? ती फारशी सुशिक्षित नसेल; पण स्त्रीत्वाचा सारा चाणाक्षपणा तिच्या ठायी पुरेपूर असलाच पाहिजे. एरवी विलाससारख्या अफाट माणसाला ती मुठीत ठेवूच शकली नसती. विलासच्या जीवनाचा कोपरान्कोपरा सेवेच्या, निष्ठेच्या आणि तृप्तीच्या अधिकाराने तिने जवळून पाहिला आहे. महत्त्वाच्या गोष्टीचे नाटक लपेल; पण दैनंदिन जीवनातल्या शतश: गोष्टींशी तिचा संबंध येत असला पाहिजे, त्या गोष्टी अदमासाने स्वीकारताना कुठे ना कुठेतरी अशी भूल होईल की सारे भांडे फुटून जाईल.

जेवण्यासाठी हाक आली तेव्हा त्या स्वरांनी रमणच्या अंगाला कापरे भरले. परंतु माघार घ्यायला आता जागाही नव्हती. डायनिंग रूममध्ये सारी मंडळी जमली होती. जेवणाचा थाट पाहून रमण चकितच झाला.

जेवणाचा हा थाट रोजच असतो का आज काही विशेष बेत आहे हेच त्याला समजेना. तो पानावर बसायच्या आत त्याच्यासमोर एकदम प्रफुल्ला येऊन उभी राहिली. विलासने लिहिले होते तशी काहीतरी विलक्षण भेदक शक्ती तिच्या डोळ्यांत होती. नऊवारी नेसणीत तिच्या शालीन आकृतीला आणखीन एक रंग आला होता. रमण सोडून कुण्याच्याही डोळ्याला ती डोळा भिडवीत नव्हती. तिची लवलव करणारी चाल, ताठरता अन् कामाचा उरक विलक्षण होता. त्या साऱ्या डायनिंग हॉलमध्ये तिच्या रूपाने मूर्तिमंत चैतन्य भरून राहिले होते, तिचे घसघशीत हास्य, त्या जेवणाला एक निराळीच शोभा आणत होते. तिची वावरण्यातली सफाई, नीटनीटकेपणा हे सारे रमण काळजीपूर्वक निरखीत होता. ते सौंदर्य एकांतात जेव्हा आपल्यावर धाव घेईल तेव्हा त्याला दूर ठेवता

येण्यात आपण यशस्वी होऊ किंवा नाही, याचा तो अंदाज बांधू लागला. तिच्या नवऱ्याला पाहावे म्हणजे तरी निदान तिच्या शल्याचा उगम आपल्याला कळेल असे त्याला वाटले आणि त्या अभिप्रायाने त्याने जेवत असलेल्या सर्वांकडे निरखून पाहिले. रमणच्या शेजारी आईसाहेब होत्या. आईसाहेबांच्या शेजारी एक चार वर्षांची मुलगी होती. ती कदाचित प्रफुल्लाची असेल किंवा कुणा आश्रिताची असेल. तिच्या शेजारी नोकरपेशाचा शोभेल असा एक कळाहीन कुरूप माणूस जेवत होता. तो कदाचित घरचा सांगकाम्या किंवा दिवाणजी असेल. का तोच जगन असेल? समोरच्या बाजूला एक वयस्कर गृहस्थ, त्यांच्या शेजारी एक प्रौढ बाई आणि एक सतरा-अठरा वर्षांचा मुलगा जेवत होता. ही सारी मंडळी बहुतेक आश्रित असावीत. टेबल खूप मोठे होते, आणि रमणपासून ही सारी मंडळी बरीच लांब होती. प्रफुल्ला प्रत्येक गोष्ट आग्रहाने रमणच्या पानावर प्रथम वाढी. त्याच्या पानाकडे तिचे विलक्षण काळजीपूर्वक लक्ष होते. कोणताही पदार्थ त्याच्या पानात कमी झाला की ती आचाऱ्याला खूण करी आणि त्याने तो आणताच आपल्या हातात घेई अन् ताबडतोब वाढी. खुर्शीदकडे जेवलेल्या भोजनाचा रंग निराळा. जिभेचे चोचले पुरविण्यासाठी तिथे खमंगपणा होता. जेवणात आणि जीवनातही. पण आता समोर जे अन्न होते, ते घरेलू, सात्त्विक आणि तरीही चवदार होते. समोरच्या पानाकडे आणि वाढणारणीकडे पाहिल्यानंतर ब्राह्मणी गृहस्थधर्माची सांगता व्हावी. इतक्या घरंदाज जेवणाचा रमणला सरावच नव्हता. त्याच्या वागण्यात येणारी अस्वस्थता त्याच्या आजच्या परिस्थितीचा परिपाक होय असे मानले जाण्याची शक्यता असल्यामुळे ठीक होते. नचपेक्षा तो जेवताना इतका घाबरला होता की त्याचे हे नाटक अगदी सहजगत्या फुटले असते. एकदा त्याला वाटत होते की खूप बोलावे आणि तोंडाचा लगाम तोडून टाकावा. पण तेही शक्य नव्हते. कारण पदोपदी काही तरी चुकण्याची शक्यता होती.

जेवण आटोपले. तो बेसिनपाशी जाण्याच्या आतच गरम पाण्याचा तांब्या घेऊन प्रफुल्ला उभी होती. त्याच्या इच्छेचा मुळी सवालच नव्हता. हातांवर पाणी पडताच प्रफुल्ला खुदकन हसली आणि सर्वांना ऐकू जाईल एवढ्या मोठ्याने म्हणाली, ''दमला असाल. अंग चेपून देते मी. मग जेवीन. चालेल ना?'' रमणला काय बोलावे ते सुचेना. त्याला खरे म्हणजे नको म्हणायचे होते; परंतु भारून गेलेल्या माणसाप्रमाणे तो हरवलाच होता. तिच्या त्या हास्यात त्याला विनंतीऐवजी आज्ञा दिसली. संमतीऐवजी निमंत्रण दिसले.

हलकेच डायनिंगरूमच्या तो बाहेर आला. तेवढ्यात पदराला हात पुसून प्रफुल्ला मागोमाग आली. जिन्यावरून पावले टाकीत टाकीत ती त्याच्या आगेमागे येत राहिली. एक परीने रमणला बरे वाटले. आपली खोली कोणती, बिछाना कोणता, याचा काहीच अंदाज नसल्यामुळे बावचळून जायची आता भीती नव्हती. चारचौघांसमक्ष आपल्यासाठी, आपल्या सेवेसाठी उघडपणे येणाऱ्या प्रफुल्लेचे भय बाकी भय तरी कसले! कबुतरांचे का कुठे भय असते, लुसलुशीत सशांना का कुणी भिते, कोवळी हिरवळ का कुठे टोचेल, चांदण्यांचा का कुठे चटका बसतो, प्रफुल्लाचे हे साजरे रूप आपखुशीने सार्थ व्हायला निघाले असल्यामुळे कशाचे भय?

होय, पण भय होते. प्रफुल्ला परस्त्री होती. परस्त्रीशी संबंध करताना विलासला काही वाटले नसते, पण रमणनेही तेच करावे का? आपण जरी विलासचे आयुष्य स्वीकारले असले तरी त्याच्यासारख्या पापांच्या वाटाही आपण धुंडाळल्याच पाहिजेत का? आपल्याला आयुष्यात सुखे लाभली नाहीत म्हणून मिळतील ती सुखे आपण वाटेल त्या मार्गाने मिळवायची का? खुर्शीदची गोष्ट निराळीच होती, बोलूनचालून क्षणभर हुंगण्यासाठी वाटेवर मुद्दाम लावलेली ती एक फुलवेल आहे. तिच्यावर कुणाचे स्वामित्व असू शकत नाही आणि असले तरी ते स्वामित्व इष्काचे आहे, जवानीचे आहे, पैशांचे आहे. त्या स्वामित्वाचा अपहार हासुद्धा नैतिक गुन्हाच आहे. पण विलासने त्याच्या हाती स्वामित्वाच्या सर्व वस्तू सोपविल्या म्हणून तर खुर्शीदचा स्वीकार करताना त्याला तितकेसे जड गेले नाही. पण प्रफुल्ला मुळातच दुसऱ्याची स्त्री होती. विलासने का, कशी आणि कोणत्या कारणासाठी ती अपहारिली याही विवंचना करण्याचे त्याला प्रयोजन नव्हते. परंतु तो अपहार वाटेल ते करून टाळला पाहिजे, या विचाराने त्याच्या मनोकोषात हट्ट धरला.

पण हा सगळा विवेक झाला आपल्यापुरता. अग्नी थंड करण्यासाठी मंत्र अपुरे पडत आहेत, आणि अग्नी तर पेटलेला आहे. या संकटातून वाचणे सर्वथा अशक्य आहे.

तो खोलीत शिरता शिरताच शेजारच्या खोलीतून कुणीतरी बाहेर पडले. दृष्टिक्षेप झाला तेव्हा चपापून रमण एकदम उभा राहिला. मघाशी जिला आपण धुंडत होतो तीच ही माया असली पाहिजे. मायाच्या डोळ्यांत तिरस्कार नुसता भरून राहिला होता. तिची सडसडीत देहयष्टी एखाद्या उंच ज्योतिप्रमाणे पेटलेली होती. ती बहुतेक आता जेवायला खाली चाललेली असावी. ती चांगली देखणी

तर होतीच, पण त्या देखणेपणात श्रीमंतीचा एक माज होता. आपल्या खोलीचे दार लावून घेऊन त्याला कुलूप लावीत होती. पण तिच्या धसमुसळेपणामुळे दाराचा एकदोनदा आवाज झाला. विलासच्या डायरीप्रमाणे तिच्या वर्णनाचा मागोवा घेताना का कुणास ठाऊक तो चिडखोर आवाजात ओरडला, ''जरा सांभाळून. माणसे वाटेल तशी वागतात, तुमच्या इच्छेप्रमाणे; पण तुमच्या आक्रस्ताळेपणापुढे निर्जीव दारे, कुलुपे नाही वागायची. उद्यापासून वेळच्या वेळी जेवायला या. नाहीतर...'' तिला उत्तरासाठी वेळ न ठेवता रमण आपल्या खोलीत शिरला आणि त्याने दार लोटून घेतले.

आता टाकलेला हा पवित्रा त्याने दोन हेतूंनी टाकला. एक तर मायाला वठणीवर आणणे भाग होते आणि त्याहीपेक्षा प्रफुल्लाला त्याला टाळायचे होते. मायाला वठणीवर आणणे एवढ्याशा आरडाओरडीनं शक्य नव्हते याची त्याला जाणीव नव्हती असे नाही. तरी पण त्याच्यात घडलेल्या बदलाची हस्ते परहस्ते तिला कल्पना आल्यावर कदाचित हा पवित्रा फलदायी ठरण्याची शक्यता होती. माया हे त्याला खरे म्हणजे कोडेच होते. या भल्या थोरल्या श्रीमंत घरात कुणाचीही सहानुभूती नसताना अगदी एकटेपणाने जगण्यात या स्त्रीला काय सुख होते कुणास ठाऊक! एक तर माया ही एखाद्या श्रीमंत घरातली लाडावलेली मुलगी असावी किंवा अत्यंत कनिष्ठ घराण्यातून आल्यामुळे संपत्तीची आणि स्वामित्वाची नशा तिच्या डोक्यात भलत्याच ठिकाणी पोहोचली असावी. काही असले तरी मायाचे या घरातले अस्तित्व अतिशय विक्षिप्त होते. हे सारे कोणत्या मानापमानाच्या प्रसंगामुळे घडले असावे याविषयी त्याच्या मनात विलक्षण जिज्ञासा उत्पन्न झाली. मायाला व्यक्तिमत्त्व होते पण ते चवताळलेल्या सिंहिणीसारखे. सुडाचा एक विलक्षण ठिपका केवळ तिच्या दृष्टिक्षेपाबरोबर आपल्याला गिळायला उठेल. या क्षोभाची प्रतिक्रिया केव्हा, कशी आणि कुठे होईल याबद्दल रमण आपल्या मनाशी अंदाज बांधू लागला.

मायाचे हे विचित्र कोडे अखेर आपल्याला सोडवावे लागणारच याबद्दल त्याच्या मनात तिळमात्र संशय नव्हता. पण या घटकेला मुकाबला आहे तो सुडाशी नव्हे तर अनावर आसक्तीशी!

खोलीत शिरता शिरता गुलाबपाण्याचा एक धुंद दरवळ त्याच्या नासिकेत घुसला. प्रफुल्ला पाठमोरी उभी राहून मंचकावरील चादर नीट करत होती. तिची ती पाठमोरी आकृती साऱ्या विवेकांना थोपवून आसक्तीकडे रमणला खेचू लागली. पुष्ट नितंबांची ती हालचाल, तो आक्रमक तांबूस वर्ण, वाकल्यामुळे अधिकच

उघड्या पडलेल्या पुष्ट पोटऱ्या आणि मांड्या. हे सारे काही दूर ढकलणे जवळपास अशक्य आहे, याविषयी रमणच्या मनात शंका उरली नाही.

खोलीभर पसरलेल्या त्या निळसर प्रकाशात कामाग्नीने पेटलेली, आसक्तीने चिंब झालेली प्रफुल्ला आता त्याला सामोरी होऊन कामकटाक्षाने निमंत्रण करीत होती. घड्याळ्यात कुठला तरी टोला पडला. तोपावतो जमलेला सारा शृंगार त्या टोल्यामुळे एकदम बिघडला. आसक्तीचा महापूर एकदम ओसरला. वाटले, जावे असेच वाहत या पाणलोटाबरोबर. पण नाही. विलासमध्ये आणि रमणमध्ये मग फरक तो काय राहिला? या दोन आयुष्यांत मान उंच करून राहता येईल, निदान शरमेने तोंड लपवावे लागणार नाही, असेच सारे काही घडले पाहिजे. घड्याळ्याकडे कृतज्ञतेने पाहत, सावधगिरीची सर्व शस्त्रं आटोक्यात ठेवीत रमण पुढे झाला आणि मीलनासाठी व्याकुळलेल्या प्रफुल्लेच्या खांद्यावर त्याने हात ठेवला. वृक्षाला वेली बिलगावी इतक्या सहजतेने प्रफुल्लाने रमणला बिलगून मिठीत घेतले. ते जाईजुईच्या फुलांचे ओझे क्षणभर रमणला असह्य झाले. पण ताबडतोब तिला थोडी दूर करीत तो म्हणाला, "प्रफुल्ला, मला तुझ्याशी काही बोलायचं आहे."

"इश्श! बोला ना. एवढी परवानगी कशाला हवी?"

"माझ्याबद्दल तू गैरसमज करून घेणार नाहीस ना? मी जे तुला सांगणार आहे, ते थोडे विचित्र वाटेल; पण या कामी मला तुझी मदत मिळाली पाहिजे. माझा तुझ्यावर भरवसा आहे. तू नाही म्हणता कामा नयेस. मला तुझ्याकडून वचन हवं आहे."

"इश्श! इतके आडवळणाने का बोलता? तुमच्याशी माझे जे नाते जडले आहे, त्या नात्याने तुम्ही काय वाटेल ते मागू शकाल. तुमच्या श्वासांत माझा श्वास गुंफला आहे. तुमच्या हालचालींचे माझ्यावर इतके नियंत्रण आहे की मला मुळी काही स्वतंत्र अस्तित्वच नाही. आयुष्यात मनुष्यानं इतके परावलंबी होऊ नये, हे मला कळते. पण खरे सांगू, तुम्ही माझ्या डोळ्यांसमोरून हललात की माझी चेतनाच हरवते. तुमच्यासाठी मी वाटेल ते करीन."

"ऐक तर मग. काल मुंबईला माझ्या आयुष्यात एक चमत्कार घडला. मला माझे आयुष्य पुन्हा घडविण्याची संधी मिळाली आहे. एक वर्षभर साऱ्या सुखापासून, निदान अधर्माचरणापासून तरी मी दूर राहिले पाहिजे, जर एवढ्या काळात आपण व्रतस्थ राहू शकलो..."

"कसं शक्य आहे? रात्रीच्या तुमच्या एका स्पर्शावर तर सारा दिवस मी गुजारत असते. तुमचे आणि माझे आचरण याला तुम्ही पापाचरण का म्हणता?"

"प्रफुल्ला, माझ्या म्हणण्याचा तू गैरसमज करते आहेस. माझ्या आयुष्यात तुझ्यामुळे एक शीतल असे विसाव्याचे स्थान निर्माण झाले आहे. परंतु धार्मिक अनुग्रहाच्या कक्षात सुखाच्या काही जागा बंद ठेवाव्या लागतात. मला खात्री आहे, माझ्यासाठी काही काळ तरी तू दम काढशील. लक्षात ठेव, मी तुझाच आहे. मला माझ्या जोडीदारापासून सुख नाही. तुला तुझ्या जोडीदारापासून सुख नाही. आपण दोघे एकाच वाटेचे प्रवासी आहोत. आपण एकमेकांना साथ द्यायची नाही तर कुणी द्यायची? अगं वेडे, मला तुझे मन समजत का नाही? तुझ्या देहातल्या अणूरेणूंना असणारी ओढ मला जाणवत का नाही? तरीसुद्धा मी तुला एवढीच विनंती करणार आहे..."

"नाही हो. असे कठोर होऊ नका. तुमच्या समर्थ हातांनी माझ्या वैवाहिक आयुष्याचा डोलारा उभा राहिला. पुरुष नसलेल्या पुरुषाशी संसार करायची कल्पना किती किळसवाणी आहे, हे तुम्हांला कळणार नाही. केवळ शरीरतृप्तीच्या लालसेने मी तुमच्याकडे धाव घेत नाही. तुमच्यासारखा पुरुषोत्तम माझ्या आयुष्यात देवाने आणून सोडला. त्याच्या ठायीच मी माझ्या जोडीदाराचे स्वप्न पाहिले. रात्रीच्या दोन क्षणांत माझे आयुष्य उजळून जाते. शरीरकष्टाचे विस्मरण होते. वाटचाल सुगंधी होते. नाही हो. मी नाही सोडू शकणार तुम्हांला. कधीच नाही."

"खुळी आहेस झालं. मी तुला सोडून जायचे कुठे म्हणतोय. तू असंच रोज इथं यायचंस, घटकाभर बोलायचंस आणि माझ्यावर असंच प्रेम करायचंस. मी तुला सोडून कुठे दूर जाणार आहे? मी तुला फक्त एवढेच म्हटले, यातला जो अधर्म आहे, तेवढा आपण करायचा नाही. मला माहीत आहे, एक वर्ष हा काळ काही थोडा नाही. एवढा दीर्घकाल अभुक्त राहाणे तुला किती कठीण जाईल याची मला जाणीव आहे. तुझे मन चंचल बनेल. तुझी गात्रन्‌गात्रे तापून उठतील आणि संयमाचा आपण बांधू पाहात असलेला बंधारा तू मोडू पाहशील. पण प्रफुल्ला, आयुष्यात असा एखादा क्षण येतो की, आपण पवित्र बनतो, त्या क्षणापुरता संयम हा आयुष्याला अनंत काळ सुखे आणतो. तुझ्या-माझ्या आयुष्यात तो क्षण आलेला आहे. आपले दोघांचे हे आयुष्य चमत्कारिक तऱ्हेने एकमेकांशी गुंतलेले आहे. माझ्यासाठी, खरं म्हणजे आपल्या दोघांसाठी—तू माझं ऐकलं पाहिजेस."

प्रफुल्ला रडवेली झाली. गौरवर्ण अधिक रक्ताळला होता. आसक्तीचा महापूर तिच्या अंगावरून नुकताच वाहून गेला होता. तिच्या चेहऱ्यावर एक उदास, चिंतातुर भाव रेंगाळत राहिला होता. त्यामुळे रमणला वाटले की हिच्या

अंत:करणाला भिडण्यासाठी असेच बोलत राहिले पाहिजे. तरीपण त्याच्या तोंडून शब्द फुटेना. आपण करतो आहोत ते न्याय्य का निसर्गाच्या नियमानुसार तृषार्ताला पाणी देणे हे न्याय्य याविषयी त्याच्या मनात संभ्रम उत्पन्न झाला. प्रफुल्लाच्या मिठीत एक नवा आवेग त्याला जाणवला. त्याला जबाब देण्यासाठी त्याची गात्रे थरथरू लागली. तेवढ्यात प्रफुल्ला म्हणाली, ''ठीक आहे, तुमच्या सुखात माझे सुख. माझ्या मनाचा कोंडमारा मी हसतमुखाने लपवीन. तुम्ही मात्र जिवाला त्रास करून घेऊ नका. एक वर्ष हां हां म्हणता निघून जाईल आणि माझी तपश्चर्या फळाला येईल. मला विसरू नका हं तुम्ही. नाही तर माझे या जगात कोणी नाही. विलास, मी रोज रात्री तुम्हांला भेटायला आले तर चालेल ना?''

तिच्या कातर स्वरामुळे रमण अधिकच विद्ध झाला. तिचा चेहरा आपल्या हाताच्या ओंजळीत घेत तो म्हणाला, ''खुळी का काय? अगं, रोज नेहमीसारखे इथे यायचे, अंथरूण तयार करायचे, मला कपडे द्यायचे आणि जाताना असा एखादा मुकासुद्धा द्यायचा.'' असे म्हणून त्याने आपले ओठ तिच्या ओठांवर टेकले. त्यासरशी हर्षाचा एक प्रचंड लोट तिच्या गात्रांत थरथरला. आणि तिच्या ओठांना वज्राचे सामर्थ्य आले. देहाच्या साऱ्या भुका तिने ओठांच्या ठायी केंद्रित केल्या आणि त्या ओठांतून तिने सारी सुखे ग्रहण केली. चुंबनाच्या त्या आवेगात रमणला निराळीच चव वाटली म्हणून त्याने किंचित दूर होऊन तिच्या चेहऱ्याकडे पाहिले तो तिच्या डोळ्यांतून घळाघळा अश्रू त्याच्या ओठांवर विसावले.

एक दोन क्षण तसेच गेले. प्रफुल्ला रमणपासून दूर झाली. आपला चेहरा तिने पदराने पुसला, आणि मान खाली घालून ती म्हणाली, ''माझे एक ऐकाल?''

''सांग ना. सांग.''

''हे पाहा, तुम्ही पुरुष आहात. उच्छृंखल आहात. वर्षाचा हा अवधी आज तुम्हांला थोडा वाटतो आहे. पण जसजसे दिवस जातील तसतसा तुम्हांला जीव नकोसा होईल. आम्ही स्त्रिया मन मारायला शिकतो आणि चेहऱ्यावरची रेषासुद्धा हलू न देता सारे काही सहन करू शकतो. तुमचे तसे नाही. तुमच्यावर जबाबदाऱ्या खूप असतात. तुम्हांला असला संयम जमणार नाही. म्हणून म्हणते तुम्ही आजपासून रोज बाईंकडे झोपायला जात जा.''

''कुणाकडे?''

''इश्श. मला काय माहिती नाही की काय? खुर्शीदबाईची आणि माझी गाठदेखील पडलीय. फार चांगली मुलगी आहे ती.''

"कमाल आहे तुझी."

"त्यात कसली कमाल? जे साऱ्या जगाला माहीत आहे ते मला कळू नये म्हणता? खरेच फार चांगली मुलगी आहे ती. या एक वर्षाच्या काळात तिच्याजवळ, तिच्या एकटीच्या जवळ माझा हा अनमोल हिरा ठेवायला देईन मी!"

एक क्षणभर रमण विचारात पडला. त्याला काय उत्तर द्यावे हेच कळेना. त्याच्या विचारग्रस्त मूर्तीकडे पाहून प्रफुल्ला खुदकन हसली आणि म्हणाली, "धर्म-अधर्म याचा विचार आता पुरे. व्रतस्थ राहायचं म्हणजे ब्रह्मचारी तर राहायचे नाही ना तुम्हांला? खुर्शीदकडे जायला तुम्हांला हरकत नाही. त्यात कसला अधर्मही नाही आणि व्रतभंगही नाही."

तरीही रमण गप्पच होता. स्वार्थत्यागाच्या एखाद्या उमाळ्यात औदार्याचा एखादा झटका यावा तसे तर प्रफुल्लाचे वर्तन नव्हते? एरवी आपखुशीने आपला पुरुष दुसऱ्या स्त्रीच्या स्वाधीन करणारी प्रफुल्ला त्याला समजूच शकत नव्हती. त्याच्या डोळ्यांतला संशय, आश्चर्य आणि चिंता प्रफुल्लाच्या ध्यानात येताच ती चटकन पुढे झाली आणि त्याच्या गळ्यात हात टाकून म्हणाली, "माझ्यापासून तुम्हांला कायमचे कोणीही हिरावून घेऊ शकणार नाही याविषयी मला जबरदस्त खात्री आहे. मला खुर्शीदचे काही वाटत नाही. खुर्शीदमुळे तुम्ही व्रतस्थही राहाल आणि तृप्तही राहाल." आणि ती खळखळून हसली.

एका मोठ्या प्रसंगातून रमण सुटला होता, आणि त्या सुटकेचा आनंद त्याच्या चेहऱ्यावर लपवताना त्याला फार कष्ट पडत होते. प्रफुल्लचे उभार लावण्य, आसक्तीने ओसंडलेली तिची देहलता, हे सारे दूर ठेवणं किती कष्टाचे आहे हे जसे त्याला उमगले तसेच ते दूर ठेवण्याचा पराक्रम आपण केला यात केवळ आपल्या संस्कारांचाच जय झाला असे आपण म्हटले पाहिजे. विलासच्या जीवनाशी विसंगत असे निर्णय घेत असताना, रमणच्या मनात आले की उद्या विलास परत आला आणि त्याला त्याचे जीवन आपल्याला परत द्यावे लागले तर विलासची केवढी अडचण आपण करून ठेवली आहे. एका उच्छृंखल जीवनाला आपण नियमित करीत आहोत, एका पराभूत मनोवृत्तीला आपण विजयाची दिशा दाखवीत आहोत, इच्छेनुसार कशातरी वाढलेल्या एका रानाला आपण बगिच्याचे रूप देत आहोत, हे त्याच्या पक्के ध्यानात आले होते. विलासचे सारे आयुष्यच आपण बदलून टाकीत आहोत आणि या नव्या सुरेख यशस्वी जीवनाची धोक्याची वळणे तर आपण टाळली आहेतच आहेत.

आता फक्त एकच वळण राहिलं. आणि ते म्हणजे मायाचे! मायाला पत्नीधर्म शिकविणे हे कार्य सर्वांत अवघड तर खरेच, पण अत्यंत आवश्यक असे आहे. घरधनिणीशिवाय विलासच्या उजाड आयुष्याला अर्थ तरी कसा येणार? कारखाना चांगला चालवणे इथे बुद्धी आणि श्रम पुरेसे आहेत. खुर्शीदला तृप्त करण्यासाठी स्वामित्वाची आणि पुरुषार्थाची जाणीव पुरेशी होती. प्रफुल्ला तर बिचारे एक भ्रमिष्ट फूल. हवे तेव्हा उमलणारे, नको तेव्हा कळी होऊन पानात दडून जाणारे. हा कारखाना, हा पसारा, ही सारी माणसे या साऱ्यांना जिंकून आणि समृद्ध करून जर मायाला नीट रस्त्यावर आणता आले नाही तर राजाचे भिकारीपण मिळविण्यात काही अर्थही नाही. मायाला नीट रस्त्यावर तर आणायचे होते, पण आपल्याला समांतर असणाऱ्या दुसऱ्या रस्त्यावर– नवऱ्याबद्दल तिला आपुलकी वाटावी, पण आसक्ती वाटता कामा नये. एवढ्या मर्यादेपर्यंत तिला आणून सोडले पाहिजे.

सारा दिनक्रम आता व्यवस्थित सुरू झाला. प्रत्येक गोष्टीत लक्ष घालणारा, रस घेणारा नवा विलास निर्माण झाला. विलासचे हे नवे स्वरूप सगळ्यांनाच आश्चर्यचकित करून टाकत होते. पण त्याचबरोबर त्यांना ते आवडलेही होते. साऱ्या घरातील अस्ताव्यस्तपणा नष्ट झाला. उजाड बागेकडे लक्ष जाऊन तिच्या स्वरूपातही फरक पडू लागला. चहाच्या व जेवण्याच्या वेळा नियमित झाल्या आणि जेवायला सर्वांनी एकत्र बसायचे हा दंडक सुरू झाल्यामुळे मायालाही रमणच्या शेजारच्या खुर्चीवर येऊन बसावे लागले. आपल्या नवऱ्यात विलक्षण बदल घडलेला पाहून तीसुद्धा चकित झाली होती. कुणा एकाची व्यक्तिगत आवड पुरविण्यासाठी तेच ते पदार्थ पुन्हा पुन्हा होत असत, त्याला रमणने बंदी घातली. उडत उडत कानांवर आल्याप्रमाणे खरोखर आपल्या नवऱ्याला काही परमेश्वरी अनुग्रह झाला किंवा काय असे तिला वाटू लागले आणि तिच्या इच्छेविरुद्धही तिच्या वागण्यात, तिच्या पाहण्यात होता तो तुसडेपणा, तुच्छता आणि कठोरपणा आपोआपच कमी होऊन त्याठायी मार्दवता येऊ लागली.

कारखाना तर सर्वांगांनी बदलला होता. अद्ययावत मशिनरी आली होती आणि बांधकाम झपाट्याने सुरू होत होते. कामगारांची ती भांडणे संपल्यामुळे एक चैतन्यदायी वातावरण कारखान्यात पसरले होते. गृहनिर्माण मंडळाच्या साहाय्याने कामगारांसाठी घरे बांधण्याची योजनाही रमणने मांडली होती आणि नरसवानजींच्या सरकारातील वशिल्यामुळे फारच थोड्या अवधीत प्राथमिक तयारी होऊन घरांच्या बांधकामास आरंभही झाला होता. नवीन यंत्रसामग्रीबरोबर नवीन

माणसेही कारखान्यात नव्याने भरती झाली होती. कारखान्याच्या तिन्ही पाळ्या जोरात सुरू होऊन उत्पादनाला विलक्षण वेग आला होता. खास अद्ययावत असे उपाहारगृह आणि भोजनालय चालू करणे ही अत्यंत निकडीची गरज मानून, त्याच इमारतीतला काही भाग त्या कामी वापरण्यास प्रारंभ झाला. कामगारांसाठी एक 'रिक्रिएशन क्लब' कॉन्फरन्स रूममधेच करायला त्याने परवानगी दिली. कामगारांतले आणि व्यवस्थापकातले अंतर त्याने शक्य तेवढे कमी केले. तिन्ही पाळ्यांमध्ये थोडा थोडा वेळ तो कारखान्यात जाऊन हिंडे आणि त्यामुळे मालकाबद्दलचे भय आणि आदर कामगारांत उत्पन्न होई. उत्पादनाचा वेग वाढविण्यासाठी प्रत्येक खात्यातील एकेक कामगाराला निवडून त्यांचे त्याने एक कौन्सिल बनविले व त्यामार्फत सुधारणांचे सारे प्रयोग करण्यास प्रारंभ केला. कलहाचे प्रसंग तर वारंवार उभे राहत, पण त्यातून कधी आर्जवाने, कधी जबरदस्तीने, कधी कर्तव्यबुद्धीला आवाहन करून, तर कधी सुबत्तेची लालूच दाखवून ते सारे प्रसंग त्याने पार पाडले. श्रमाशिवाय मोबदला नाही आणि भरपूर श्रमाशिवाय सुविधा नाही हे त्याने आपले सूत्र मानले. कामगारांशी मनमोकळेपणाने वागणे याचा अर्थ अनुनय नव्हे किंवा प्रसंगी कामगारांशी कठोर वागणे म्हणजे सत्तेचा मुजोरपणाही नव्हे हे पटवून देताना त्याला खूप त्रास झाला. पण अखेरीस या यत्नांना आकार आला. कारखान्याच्या अभ्युदयातच अखेरी आपले हित आहे याचा जेव्हा कामगारांना उलगडा झाला तेव्हा रस्ता सरळ झाला. यश नजरेत आलं आणि चुकलेली वाट सोडून वैभवाची, सुबत्तेची वाट सर्वांना सापडली.

या कामी जगदीशराव यांचे कष्ट तर असामान्य होते. आपला झपाटलेला मालक जे जे करत राहील त्या त्या मागे खंबीरपणाने आणि निश्चयाने उभे राहण्यात त्यांनी कधी कसूर केली नाही. पूर्वी त्यांचे विलासवर प्रेम नव्हते असे नाही, पण आता त्यात एक विलक्षण नवा जिव्हाळा शिरला. मालकांचा कामाचा उरक, संभाषणचातुर्य आणि चमत्कारिक प्रसंगातही तोल न सोडण्याचा संयम त्यांच्या अनुभवास आला होता, आणि हे जर असेच काही काळ चालले तर 'पोतदार ग्लास वर्क्स' चा पूर्वापार लौकिक परत मिळवायला फारसा वेळ लागणार नाही हे त्या चाणाक्ष आणि इमानदार म्हाताऱ्याच्या ध्यानात आले.

या नव्या जबाबदाऱ्या, नवी साहसे, नवी जिद्द सुसह्य व्हावी असा बाकदार रस्ता रमणसाठी जणू विलासने आखूनच ठेवला होता. रोज सोबत मिळाल्यामुळे खुशावलेली खुर्शीद रमणचा सारा शीण हलका करायची. रात्री, अपरात्री, माध्यान्ही, संध्याकाळी, केव्हाही रमण त्या परांच्या गादीकडे विसाव्यासाठी

गेला की जणू ताटकळत ती त्याची वाट पाहत असे. चेहऱ्यावर अप्रसन्नता नाही. कंटाळ्याचे चिन्ह नाही, सारा वेळ तिला आतुरतेने वाट पाहणे जमते कसे हाच रमणला प्रश्न पडे आणि म्हणून गमतीने ती मिठीत असताना तो एकदम तिला म्हणाला, "अल्लाची माझ्यावर मेहेरबानी आहे."

"क्यों?"

"कोणत्याही वेळी यावे. कधीही वास घ्यावा. हाती फूल येते ते बासे कधीही नसते. ताजे, प्रफुल्लित, टवटवीत असेच फूल मला हमेशा मिळावे यात अल्लाची मेहेरनजर नाही तर काय?"

खुर्शीद खदखदून हसली. त्याच्या मिठीतून दूर होत ती म्हणाली, "अल्ला नेहमी इन्साफ बरोबर करतोच असे नाही. कारण कुणाच्या नशिबात तो इन्तजार देतो, तर कुणाच्या नशिबात तो केवळ मनपसंत ख्वाब ओततो. दिवसरात्र तुमच्या रस्त्याकडे नुसते डोळे लावून बसायचे एके काळी नशिबात होते. पण आता डोळे उघडते तोच तुम्ही दिसता."

खुर्शीदच्या संगतीत रमण सुखावत होता यात शंका नाही. पण हे दोन दिवस भाड्याने आणलेलं सुख आहे याची त्याला कल्पना होती. एक वेळ अशी येईल की ही सारी सुखे दुसऱ्याच्या हवाली करून आपल्या दुर्दैवी आयुष्यात पुन्हा आपल्याला प्रवेश करावा लागेल, या जाणिवेने खुर्शीदच्या कणाकणांतून शोषता येईल तेवढे सुख तो शोषून घेण्याचा प्रयत्न करी. तो हपापलेला, आधाशीपणा करण्याचे कारण अर्थातच खुर्शीदला कळण्यासारखे नव्हते. पण त्या आवेगात तिच्या स्त्रीत्वाला आव्हान मिळे. त्याला प्रतिजबाब दिल्याशिवाय मात्र ती राहत नसे. रमणच्या सततच्या सहवासामुळे, तिच्या डोळ्यांत जी एक पूर्वी ओझरती भीती दिसे तीसुद्धा आता दिसेनाशी झाली होती. फोरास रोडवरच्या बाजारात किंवा क्षणाक्षणांनी येणाऱ्या नवनव्या गिऱ्हाइकांच्या खुशामतीत आपल्या देहाचा पाचोळा उडत जायचा, त्याऐवजी विलाससारख्या नवाबजाद्यामुळे या देहाचे फूल बनून ते एका शोभिवंत झाडावर लटकू लागले आहे याबद्दल ती अपार कृतज्ञ होती. उस्मानच्या पकडीतून आपली सोडवणूक करणारा हा शूर पुरुष इतके दिवस झाले तरी क्षणाक्षणाला आपल्याला नवीन का वाटतो, नवी नवी सुखे कुठून देतो आणि सुरक्षित अशा या जीवनात लग्नाची बायको सोडून बाजारबसवीवर जान कुर्बान का करतो, हे सारे तिला अगम्य होतं. अज्ञातात खोलवर जाऊन काही हुडकावे अशी तिला बिलकुल इच्छा नव्हती. आपल्यावर रहेम करणाऱ्या या आपल्या परमेश्वरावर जान कुर्बान करायची, त्याच्या सुखात

मग्न व्हायचे यापरता कसलाही विचार करायचा नाही असे तिने आपल्या मनाला कायमचे शिकवून टाकले होते.

उस्मानची आठवण झाली की तिच्या अंगावर शहारे येत. खुबसूरत पऱ्यांची विक्री हा त्याचा धंदा! चांगला भाव येईपर्यंत थांबण्याइतपत तो धीराचा मनुष्य. मोठमोठ्या शहरांत त्याचे दलाल होते. खुर्शीद लखनौच्या एका कोठीतल्या गाणारणीची मुलगी. तिची आई वारल्यानंतर उस्मानच्या एका दलालानं तिला सिनेमात काम मिळवून देतो असे सांगून मुंबईला आणली आणि उस्मानच्या हवाली केली. अशा शेकडो मुलींचा जो इतिहास, तोच खुर्शीदच्याही वाट्याला आला. विलास योगायोगाने एका रात्री खुर्शीदला भेटला. ते दुर्मीळ लावण्य पाहून तो खूश झाला. असल्या बाजारात शे-दोनशे रुपये टाकून मिळावा असा हा हिरा नव्हे, हे त्याच्या ध्यानी आले आणि तिच्या इच्छेनेच मोठ्या धाडसाने खुर्शीदला त्या सोनेरी (?) पिंजऱ्यातून त्याने अलगद उचलली होती. उस्मानचे लोक कदाचित खुर्शीदचा पीछा करतील एवढ्यासाठीच लोणावळ्यासारख्या आडगावी हे छोटेसे घर विकत घेऊन त्यात तिचे बिऱ्हाड त्याने लावून दिले. हे अळणी आयुष्य खुर्शीदला कदाचित आवडणारही नाही आणि ती आपल्याला सोडून जाईल या भीतीने पहिले काही दिवस विलास बावचळून गेला होता. परंतु ज्या खानदानी गाणारणी लखनौ, अलिगडकडे असतात आणि एखाद्याच नवाबाशी इमानदारीने राहतात अशांपैकीच खुर्शीदची आई असल्याकारणाने खुर्शीदला ते आयुष्य अळणी न वाटता भाग्याचे वाटले. भोवताली बभ्रा होऊ नये एवढ्यासाठी तिने गाणे-बजावणे मात्र सोडले आणि एखाद्या संसारदक्ष स्त्रीप्रमाणे कधी काळी फुलणाऱ्या अभिसारिकेचा संसार ती सजवू लागली.

एवढ्या आनंदाच्या सहजीवनात रमणने खुर्शीदला एकदाही गुणगुणायला सांगितले नाही. कारण त्याला ती चांगली गाते हेच मुळी माहीत नव्हते. एके दिवशी अनपेक्षितपणे तो तिच्याकडे गेला त्या वेळी त्याने गाडीचा हॉर्न वाजविला नव्हता किंवा गाडीचा आवाजही केला नव्हता. पुढे झालेल्या दरवानाला न बोलण्याविषयी खुणावून तो हलक्या पावलांनी माडीकडे गेला, तेव्हा मैफल रंगात आलेली आहे अशा थाटात खुर्शीद हलक्या आवाजात एकटीच गीत गात होती. त्या गीताचा अर्थ असा :

हे कंबक्त,

मद्यासारखी या जगात कोणतीही नापाक चीज नाही. तिच्या मखमली स्पर्शापासून दूर राहा

नाही! शक्य नाही हे! मला ठाऊकच आहे पण निदान तिच्याशी फारसा परिचय करून घेऊ नकोस.

पण कुठचे काय? आसुसलेल्या जिव्हा नव्या नव्या घोटाची मागणी करीत आहेत.

निदान त्या कंचनीच्या हातून तरी ही आसवं तू स्वीकारू नकोस!

तिचे लावण्य, उभारी, नजाकत आणि तुझी तहान यांची गाठभेट न पडो.

पण नाहीरे! जे व्हायचे ते चुकणार कसे—

घोटामागोमाग घोट, तू त्या आलिशान ओठांतून प्यालास—

मग जेव्हा का तो प्याला दुसऱ्याच्या हाता जाईल—

नको तो प्रसंग—आठवणसुद्धा नको—अरे, हे कातडी प्याले असेच बेइमान असतात—

दुसऱ्या, हसऱ्या, तुच्छतेने भरलेल्या ओठांशी त्याची सलगी पाहून तू जळून जाशील—

त्या धगीत तुला तहान लागेल—

तेव्हा ही मखमली सलील शराब—

तुझी तहान भागवील—

थोडा वेळ.

आणि मग केवळ आग—फक्त आग

- ० -

ते सुरेल, सुमधुर आणि सार्थ गाणे रमणच्या कानांवर आले आणि त्याला त्याच्या पूर्वायुष्याची आठवण झाली. फारसा आगापीछा नसलेला, हट्टाने वाढू पाहणाऱ्या वनस्पतीच्या जातीतला, रमण हा एक नमुना—त्याच्या स्वरज्ञानामुळे त्याच्या मावशीने त्याला जवळ केले. कीर्तनात पाठीमागे उभे राहून गाणे म्हणण्यासाठी ती त्याचा उपयोग करू लागली. गाणे शास्त्रोक्तपणे शिकण्याची त्याची इच्छा केव्हाच मेली. त्याच त्या आरडाओरडीला आणि मावशीच्या गाण्याच्या प्रदर्शनाला कंटाळून गाण्याचे त्याचे प्रेमसुद्धा संपुष्टात आले होते. आज कितीतरी वर्षांनी त्याच्या अंत:करणात घुसमटून गेलेल्या स्वरांना पालवी फुटली.

रंगात विरघळलेल्या त्या गानलुब्ध स्वरयंत्रात एक अवर्णनीय सौंदर्य एकदम एकवटले. निराधाराला अचानक आधार लाभावा म्हणजे तो ज्याप्रमाणे तो आधार घट्ट पकडून ठेवतो त्याप्रमाणेच निराधार खुर्शीदने स्वरांशी नाते जडविले असले पाहिजे. तिच्या निरागसतेत आता अधिकच भर पडली होती. तिच्या चैतन्यशील हालचाली स्वरस्थानी केंद्रित झाल्या.

त्या दिवसापासून रमणने गाण्याची मनसोक्त हौस फेडून घ्यायला आरंभ केला. जी गाण्याची वाद्ये तिला कटाक्षाने दूर ठेवायला लागली होती, ती वाद्ये तिला ताबडतोब आणून देऊन रमणने तिच्या गळ्याला मोकळी वाट करून दिली. तिचा आवाज फार सुंदर होता अशातला भाग नाही. पण तिच्या आवाजात एक मोठी खोच होती आणि गझल व कव्वाली यांना लागणारे नाट्य तिच्या ठायी पुरेपूर होते. खुर्शीदचे रूप हे तर आकर्षक होतेच पण त्याच्या जोडीला हे रसीले संगीतही येऊन भिडले.

दिवस, एकेक नवीन आनंद, कर्तबगारीची नवीन ध्येये, खुर्शीदची- प्रफुल्लाची, नवी नवी भावमधुर सोबत यांसह सरकत होते. कारखान्याचा उत्कर्ष दिमाखाने चालू झाला आणि कामगारांना, ते मागण्यापूर्वीच सारे काही मिळू लागले. कारखान्यातून रात्रीअपरात्री हिंडणारी रमणची मूर्ती हा सर्वांच्या आदराचा विषय झाला. नसरवानजी आणि वाडीलाल यांनी अपेक्षिलेले साहाय्य तर दिलेच पण त्याचबरोबर आणखीही साहाय्य करण्याची कबुली दर्शविली. आईसाहेबांचा आनंद तर गगनात मावत नव्हता. त्यांचा मुलगा नीट मार्गी लागू लागला या आनंदापेक्षाही आपला सासरा आणि नवरा यांनी कष्टाने कमावलेली ही जायदाद आणि लौकिक आता धोक्यात नाही हे त्यांच्या ध्यानात आले. जगदीशराव आपले वय विसरून कारखान्याच्या कामात चोवीस तास मग्न होते. सारे कसे सुरळीत आणि नियोजित वेळापत्रकाप्रमाणे चालू लागले. एक वर्षाच्या अवधीत, पोतदार कुटुंबाच्या मालकीचा हा कारखाना, पोतदार कुटुंब, एवढेच नव्हे तर पोतदार कुटुंबावर अवलंबून असणारे सारे विश्व, वैभवाची वाटचाल करू लागले. इतक्या थोड्या अवधीत आपल्याला हे सारे कसे करता आले हेच रमणला कळत नव्हते. विलास या कामी का अयशस्वी झाला? सामान्य बुद्धीच्या माणसालासुद्धा जे करता यायला हवे होते ते विलासला का करता येऊ नये?

कदाचित असेही असेल, स्वामित्वाची खोटी भूमिका पत्करल्यामुळे त्याला सुखाऐवजी अहंकाराच्या तृप्तीतच आनंद वाटला असेल, आणि या अहंकारात त्याचे सुखाचे सर्व दरवाजे बंद झाले असावेत. सुखात जन्म झाल्यामुळे निकोप

सुखाऐवजी विकृत सुखाची ओढ त्याने लावून घेतली असली पाहिजे. त्याच्या आयुष्याचा अन्वयार्थ लावताना, त्याच्या बऱ्यावाईट निर्णयांची फेरतपासणी केली पाहिजे. घरातल्या गृहलक्ष्मीशी त्याने जे विचित्र जीवन पत्करले होते तेही त्याच्या या सुखदु:खांच्या मुळाशी असण्याची शक्यता असावी.

मायात आता बदल घडू लागला आहे हे वरवर पाहताही कळण्याजोगे होते. मायाचे माहेर विलासच्या मानाने खूप श्रीमंत आणि सत्तासंपन्न होते. सत्तेचा तो आनुवंशिक मद तिच्यावर सतत कब्जा करीत होता. विलासने तो कमी करण्याऐवजी त्याला खतपाणी घालून त्याची वाढच केली असली पाहिजे. पहिली गोष्ट जर आता काही करायची असेल तर मायाला तिच्या चुकीच्या रस्त्यावरून मागे फिरवून चार चौघांसारखी हसती-खेळती केली पाहिजे. जेव्हा विलास परत त्याच्या घरात येईल तेव्हा त्याच्या इतर साऱ्या दुनियेबरोबर त्याची ही अजिंक्य सहचारिणी मार्गावर आलेली त्याला भेटली पाहिजे. सारे जग सुधारून माया तशीच सुरूच्या झाडासारखी ताठ राहिली तर विलास पुन्हा पूर्वपदावर यायला वेळ लागणार नाही.

हल्ली जेवायच्या वेळेला सर्व मंडळी एकत्र एकाच टेबलावर येत असत. किती मर्यादेपर्यंत आपली झेप जाऊ शकेल याचा अंदाज रमणला पुरेपूर होता. जेवण संपता संपता मायाची नजर आपल्या नजरेला सहजगत्या भिडलेली आहे अशा वेळी रमण म्हणाला, ''माया!''

काहीतरी अनपेक्षित आवाज कानावर यावा आणि बावचळून जावे त्याप्रमाणे माया बावचळली. त्या क्षणाचा फायदा उठवीत रमणने आवाज किंचित कठोर केला आणि तो म्हणाला, ''उद्यापासून दुपारी दोन ते चार कारखान्याच्या कचेरीत येत जा. कारखान्याची तुलासुद्धा माहिती व्हायला पाहिजे. उद्या जर माझे काही बरेवाईट झाले तर कारखाना पुढे कोण चालविणार?''

माया आश्चर्याने रमणकडे पाहत राहिली. हे असले बोलणे तिने स्वप्नातसुद्धा अपेक्षिले नव्हते. तिला काय उत्तर द्यायचे तेच कळेना, काहीतरी विचार करायला वेळ मिळावा म्हणून तिने पाणी पिण्याचा बहाणा केला. ''जगदीशरावांना मी सारे सांगून ठेवले आहे. कारखान्याचा सारा कारभार ते तुला समजावून देणार आहेत.''

माया कारखान्यात येते किंवा नाही याविषयी रमणच्या मनात शंका होती. परंतु दोनच्या ठोक्याला मायाने रमणच्या ऑफिसमध्ये प्रवेश केला. घरातली गर्विष्ठ, उद्दाम माया आता उरली नव्हती. तिच्या चालण्यात, उभे राहण्यात

स्वामित्वाचा डौल जरूर होता. पण त्याचा जो एक अवाजवी प्रत्यय घरातील तिच्या हालचालींत प्रतीत होई, तो हेतुपुरस्सर इथं तिनं टाळला होता. तिच्या वागण्यातले नाटक रमणला समजले आणि त्याच्या चेहऱ्यावर आपोआपच एक हास्य चमकले. त्या हास्याचा अर्थ मायाला समजणे शक्य नव्हते. तरीपण त्या हास्याला तिने एक प्रतिजबाब दिला आणि उठून उभ्या राहिलेल्या रमणच्या टेबलासमोर एखाद्या राजकन्येप्रमाणे ती येऊन उभी राहिली.

मायाला डोळे भरून असे त्याने आत्ताच प्रथम पाहिले. विलासच्या आयुष्यात आलेल्या पहिल्या दोन स्त्रियांपेक्षा ही स्त्री सर्वथा निराळी होती. आपले सौंदर्य, आपली रुचिसंपन्नता, आपली श्रीमंती आणि कर्तृत्वशाली खानदान, या साऱ्यांची संपूर्ण जाणीव तिच्या केवळ उभे राहण्यात आणि दृष्टीत सामावली होती. तिचा बांधा सडसडीत होता आणि सर्वसामान्य स्त्रियांपेक्षा ती थोडी उंचही होती. तिच्या त्वचेला सुखासीनतेमुळे आणि रंगरोपणाने एक आकर्षक लकाकी आणली होती. मुंबईत सुद्धा अद्ययावत वाटणारे कपडे तिनं आता साक्षेपाने पेहेरले होते, आणि त्यामुळे नजर रोखून घेणारे, पुष्ट नसलेले तरी पुष्ट भासणारे बाहुगोल आणि वक्षगोल पाहणाऱ्याला खिळवून टाकीत होते. इतके असूनही तिचा पोशाख कुठेही भडक नव्हता, थिल्लर आणि उन्मादक तर नव्हताच नव्हता. तिची हालचाल, तिचे चालणे, पाहणाऱ्याला तिच्यापुढे नम्रतेने वागायला भाग पाडेल असे होते.

तिच्या निळसर डोळ्यांत त्याने खोलवर बुडी मारून काही शोधण्याचा प्रयत्न केला आणि त्याच्या ध्यानात आले की हे नाणे सच्चे आणि खणखणीत आहे. हिच्यातल्या अधिकार-लालसेला जर वाट करून दिली तर अशी सहचारिणी शोधून लाभणार नाही. जिच्या मुठीत राहायला पुरुषाला कमीपणा वाटू नये आणि जिच्या संगतीत सुसंस्कृत सहजीवनाचे सार्थक व्हावे अशीच ही स्त्री आहे. तिला हसताना त्याने मघाशीच प्रथम पाहिले आणि त्याच्या ध्यानात आले की वरवर ताठ्याने वागणाऱ्या या स्त्रीत खोलवर कुठेतरी समर्पणाची भावनाही ज्वलंत आहे. ती समर्पणाची भावनाच जागी करणे हे आपले उद्दिष्ट असायला हवे आहे.

मायाला त्याने समोरच्या खुर्चीत बसायला सांगितले आणि तो शक्य तेवढ्या तुटक आवाजात म्हणाला, "तुला कोणत्या खात्याचे काम सांभाळायला आवडेल?" मायाने काही उत्तर दिले नाही. नवरा-बायकोत शृंगाराचे पहिले नाते उत्पन्न होण्याऐवजी मालक-नोकराचे नाते उत्पन्न व्हावे हेच मुळी तिला आश्चर्यचकित

करून जाणारे होते. गोष्ट अशी होती की, कोणता पवित्रा घ्यायचा हेच मुळी दोघांनाही कळत नव्हते. अदमासाने समुद्राच्या तळात बुडी मारणाऱ्या पाणबुड्याच्या हातात जसे मोती येण्याची शक्यता तसाच गाळही येण्याचे भय! रमण तिच्याकडे पाहत, तिची प्रतिक्रिया अजमावण्याचा यत्न करत होता. तिच्या डोळ्यांच्या कोपऱ्यातून नापसंतीचा बिंदू ओघळणार तेवढ्यात तो म्हणाला, ''वास्तविक माझ्याच खुर्चीवर तुला बसविण्याची माझी इच्छा आहे. पण क्रमाक्रमाने तुझ्या हातांत जबाबदारी सोपवावी असे मला वाटते. तशी तू शिकलेली आहेस. लोकांवर प्रभुत्व गाजविण्याचे कसब देवाने तुला दिले आहे. त्या व्यक्तिमत्त्वाचा उपयोग संसारात अशांतता उत्पन्न करण्यासाठी जसा करता येईल तसाच या वैभवसंपन्न कारखान्याचा कारभार चालविण्याच्या कामीही करता येईल. एका नव्या उभारीने माझ्यातले दोष झटकून मी हा कारखाना पुन्हा एकदा वैभवसंपन्न करण्याची महत्वाकांक्षा धरली आहे. घरची चार माणसे हाताशी असली की क्षुल्लकशा पराभवामुळे मन खचत नाही आणि अधिक चोख कारभार करता येतो. तुझ्या माझ्या संबंधांबद्दल माझी काही तक्रार नाही. पण ज्या कारखान्याच्या उत्कर्षात आपल्या सर्वांचे ऐहिक सुख गुंतलेले आहे, त्या कारखान्याची जबाबदारी आपण सर्वांनीच पत्करली पाहिजे. तुझा रिकामा वेळ सत्कारणी लागेल आणि एकटेपणात ज्या अनेक सुडाच्या, मत्सराच्या आणि क्षुद्रतेच्या विकृती उत्पन्न होण्याची भीती असते ती उत्पन्न होण्याला सवडही मिळणार नाही. आणखी एकदा जाता जाता विनंती. तुझा आणि माझा बेबनाव हा जाहीर चर्चेचा विषय होता कामा नये. माझ्या हातून जाणता अजाणता जे काही घडलं असेल त्याची किंमत मी देतोच आहे. पुढेही देईन.''

काही तरी बोलण्यासाठी मायाचे ओठ उत्सुक आहेत असे पाहून रमण थांबला. पण तो थांबताच माया गोंधळली. तिला शब्द सापडेनात. तिची भांबावलेली अवस्था रमणच्या ध्यानी आली. तो उठून उभा राहिला. तो म्हणाला, ''कसलाही विचार न करता तू कामाला लाग. कर्तृत्वाची नशा एकदा तुझ्या अंगात शिरली की सारी भांडणे, सारे मतभेद तुला क्षुद्र वाटू लागतील.'' टेबलावर ठेवलेल्या समोरच्या फोल्डरमधून त्याने टाईप केलेला एक कागद बाहेर काढला आणि तो तिच्या हाती दिला. तो कागद तिने हातात घेतला आणि वाचला. त्यावर लिहिले होते-

Mrs. Maya Potdar will act as public relation officer of the 'Potdar Glass Industries Pvt. Ltd.' and 'Potdar Ceramic

Works Pvt. Ltd.' as of today and will draw a consolidated salary of Rs. 800 per month. Her duties will be as follow-

1. Labour Welfare Officer and to act as employer's representative in Labour Courts.

2. To handle Company law matters in consultation with Mr. Jagdishrao Deo, Manager of our Company.

3. To keep contacts and to attend the correspondence of our Creditors, Depositers, Share-holders.

4. Any such duties which the managing director entrusts her as and when necessary.

A weekly progress report will be submitted by Mrs. Maya Potdar to the Managing Director every friday before the weekly meeting.

पत्र वाचून संपलेले आहे, हे रमणच्या लक्षात आले. परंतु माया याच्यावर काय म्हणेल याचा त्याला काही अंदाज आला नाही. तेवढ्यात ''थँक् यू व्हेरी मच'' असे अत्यंत मधाळ शब्द त्याच्या कानांवर पडले आणि त्या मधाळ शब्दांमागची कृतज्ञतेची भावनाही जाणवली. अगदी सहज रीतीने त्याने आपला हात मायाच्या पुढे केला. त्यासरशी तिनेही आपला हात पुढे केला. रमणने शुभचिंतन केले. ''विश यू द बेस्ट ऑफ लक'', ''थँक् यू'' असं ती पुन्हा म्हणाली. मात्र तिचा हात त्याच्या हातात तसाच राहिला. इतकेच नव्हे तर त्या हाताची पकड थोडी घट्ट झाली. तिच्या बोटांना सुटलेले कापरे रमणला जाणवले. त्या लांबलचक रसरशीत बोटांचे काही हितगुज रमणच्या अधीर्या बोटांना समजले. नवरा-बायकोची ही असली विचित्र भेट कधी कुठे घडली असेल का? त्या स्पर्शात एका प्रतिष्ठित कुटुंबाची खानदान अन् इभ्रत एकवटलेली आहे आणि एरवी ज्या स्त्रीचे नखही पाहायची शक्यता नव्हती ती स्त्री आपल्या स्पर्शासाठी एवढी अधीर झालेली जाणवावे या नियतीच्या खेळाला हसण्यापलीकडे रमण तरी काय करणार होता? एखाद्या बुलंद किल्ल्याच्या तटाला एखाद्या सामान्य गोळीने खिंडार पडावे असेच त्याला वाटले. श्रीमंतांच्या घरचे रागलोभ इतके फुसके निघालेले पाहून त्याला थोडे आश्चर्यही वाटले.

मायाने बघता बघता ऑफिसच्या कामाचा ताबा घेतला. इंग्रजीवरचे तिचे प्रभुत्व पाहून रमण चकित झाला. त्याला जेव्हा कळले की, माया ही अर्थशास्त्र

घेऊन एम. ए. झालेली आहे तेव्हा त्याला तिचे कौतुक वाटू लागले. तिच्या कामाचा उरक, टापटीप आणि वक्तशीरपणा हा वाखाणण्याजोगा होता. दोन तास ती कामाला येईल अशी अपेक्षा असताना ती ऑफिसचा संपूर्ण वेळ तर ऑफिसात असेच; पण शिवाय वेळ संपल्यावरही ती ऑफिसच्या कामासाठी थांबे. पूर्वी त्याचा चहा ऑफिसचा चपराशी करे, ते काम तिने आपल्याकडे घेतले. तो चहा मायाच्या प्रीतीच्या जागृतीच्या जाणिवतेची पहिली हाक ठरली.

मायाने ऑफिसमध्ये प्रवेश केल्यापासून ऑफिसचे स्वरूप खूपच पालटले. ऑफिसमध्ये शिस्त आलीच. पण त्याहीपेक्षा प्रत्येकाच्या ठिकाणी तिला संतुष्ट करण्याची जिद्द दिसू लागली. घरात एवढी आढ्यतेने वागणारी स्त्री आपल्या सहकाऱ्यांशी, कामगारांशी आणि त्याहीपेक्षा खुद्द त्याच्याशी इतक्या ममत्वाने वागायला लागलेली पाहून त्याला अचंबा वाटला. कदाचित असेही असेल की तिच्या कर्तृत्वशक्तीला रस्ता मिळाल्यामुळे अहंकार आपोआप वाहून गेला असला पाहिजे. का हे नाटक खेळण्याचा तीही एक प्रयोग करीत असेल. पण काही असो, ते नाटक सुरेख होते आणि रंगतही होते. पतीपत्नींच्या बेबनावाची झालेली विपर्यस्त जाहिरात आता पालटली असून मायाच्या गुणगौरवात सर्व मंडळी खूश होती. पण इतके असूनही घरात मात्र ती अलिप्तपणानेच वागत होते. मायाची दोनही रूपे रमणपुढे एक कोडे उत्पन्न करीत होती. खरी माया कोणती? आपल्या शब्दांत राहण्यात धन्यता मानणारी, आपल्या सूचना काटेकोरपणे पार पाडण्यासाठी तत्पर असणारी, मृदू संभाषणाने आणि आर्जवाने सगळ्यांना जिंकू पाहणारी शालीन सुहास्यवदन अशी माया की अनादराने नव्हे परंतु अलिप्तपणे वागणारी, जेवणाच्या वेळेव्यतिरिक्त घरात फिरताना न दिसणारी, अशी वियोगिनी माया. मायाला जिंकणं जेवढं आरंभी सुलभ वाटले तितके सुलभ तर नसावे.

वास्तविक सौंदर्य, तृप्ती, आकर्षकता हे सारे काही खुर्शीद आणि प्रफुल्लाच्या रूपाने रमणच्या हातात असताना मायाविषयीच्या विचाराने आपल्याला भंडावून का सोडावे या विचाराने रमण अस्वस्थ होता. माया देखणी होती हे तर खरेच; पण त्या देखणेपणाच्या मागे जे व्यक्तिमत्त्व उभे होते त्या व्यक्तिमत्त्वाला स्वयंपूर्ण असा आकार होता. त्या व्यक्तिमत्त्वात मित्रत्वाचा एक सुगंध निमंत्रण करीत होता. खुर्शीदचे आणि प्रफुल्लाचे निमंत्रण हे कामोत्सवाचे होते. याउलट मायाच्या दृष्टिक्षेपात एक गूढ स्निग्धता होती. मित्रत्वाचा हात बरोबरीच्या नात्याने स्वीकारण्याची विनंती होती. कदाचित निर्मळ चारित्र्य, खानदानी श्रीमंती, व्रतस्थ वियोगिनीची

राहणी यामुळे असेल पण तिच्या कठोरपणाच्या अस्तराखाली मूर्तिमंत करुणा खळखळत होती.

कारखान्यात येताना ती एकटी येई आणि जाताना ती एकटीच जाई. त्यामुळे एक मुखवटा बदलून दुसरा धारण करण्यासाठी तिला एकांत मिळे. रणमच्या ध्यानात ही गोष्ट आली आणि म्हणून त्याने एक दिवस काम संपताक्षणीच ती निघण्याच्या सुमारास बरोबर निघण्याविषयी तिला सूचना केली. त्याला वाटलं होतं की ती खुशीने आपल्याबरोबर येईल आणि हा दुस्तर किल्ला आपण जिंकून टाकू. पण त्या सहजगत्या केलेल्या विनंतीला तिने स्पष्टपणे नकार दिला. तिचा तो नित्यपरिचित कठोर स्वर पुन्हा एकदा रमणच्या कानांवर आला आणि ती म्हणाली, ''तुमची खुर्शीदकडे जायची वेळ झाली. तुम्ही जाऊ शकता.''

त्याबरोबर रमण चमकला. खुर्शीदचा उल्लेख जळजळत त्याच्या अंतर्यामात घुसला. हा कठोरपणा खुर्शीदमुळे असण्याची शक्यता आहे तर? आपला पुरुष एका सामान्य स्त्रीच्या पाशात गळ्यापर्यंत रुतला आहे हे माहीत असताना मायासारखी कोणती स्वाभिमानी स्त्री नवऱ्याला क्षमा करू शकेल? मायाच्या विचित्र वर्तणुकीमुळे विलासने खुर्शीदशी संबंध जोडला होता का खुर्शीदच्या अपवित्र साहचर्यामुळे मायाने ही रूक्षता, हे काठिण्य, हे विरहिणीचे उदास स्वरूप धारण केलेलं होतं? या दोघांच्या संसारातलं हे रहस्य शोधून काढणे खूपच मनोरंजक होते यात शंका नव्हती. परंतु या रहस्याचा भेद झाला, तरी आपण खुर्शीदचा त्याग करू शकणार नाही. खुर्शीदचे अद्भुत लावण्य, दुष्प्राप्य मार्दव, सुखविणारी संगत, अहंभावाची खुशामत करणारी सेवावृत्ती आणि कामवृत्तीचे रुचिर आणि नवनवे प्रकार या साऱ्यांचा त्याग मी मी म्हणणाऱ्या विरागी पुरुषांनाही अशक्य झाला असता. कोणतेच असामान्यत्व नसताना दैवाने आपल्यापुढे आणलेले हे सोन्याचे ताट लाथाडण्याची रमणची बिलकुल तयारी नव्हती. रमण त्या सुखाच्या शोधात आणि कर्तृत्वाच्या साधनेची आजवरची उमर वाट पाहत होता ती आता त्याच्या अनपेक्षितपणे हाती आली होती. तेही कायमची नव्हे अवघ्या एक वर्षासाठी! पैकी काही महिने तर आता कापरासारखे हवेत उडूनही गेले. राहिलेला प्रत्येक क्षण तो सारी सुखे सर्वांगाने लुटून घेणार होता. मायाचे सौंदर्यसुद्धा अभिजात होते. ते मिळविण्याचा मोह नाकारणे किंवा त्यापासून दूर पळणे याला अभिजात विवेकाची फार आवश्यकता होती. औट घटकेसाठी मिळालेले हे भाग्य सर्वांशाने उपभोगायचं की त्यातसुद्धा नीती-अनीती, पाप-पुण्य यांचा विवेक बाळगायचा हा खरोखरच गूढ आणि त्रस्त करणाराच प्रश्न

होता. खुर्शीदसारख्या स्त्रिया दुष्प्राप्य असल्या तरीही बाजारात मिळू शकतात. प्रफुल्लासारखे फुललेले पुष्प केवळ अभुक्त राहिल्याने पुष्कळांच्या वाट्याला येते. पण मायासारखे सुजाण सुख हे केवळ न्यायाने, भाग्याने आणि नियतीनेच मिळवायचे असते. भूक लागली तरी उघडेवाघडे न खाण्याइतपत विवेकशक्ती अशा ठिकाणी शिल्लक असते. मायाला मिळविण्यात जे सुख होते तेवढेच सुख मायापासून दूर राहण्यात आहे असा निर्णय रमणला अखेर घ्यावा लागला आणि तेवढ्यासाठीच मायाला नको असलेली खुर्शीदची संगत, अधिक जवळ करण्यावाचून त्याला उपाय नव्हता. स्वाभिमानापोटी किंवा सन्मानापोटी मायाने आपल्या सौभाग्याला आणि जोडीदाराला दूर ठेवले होते. परंतु तिच्या हृदयात आता ममत्वाचा झरा उत्पन्न झाला होता आणि तो आपल्या बाजूला वळणार नाही यासाठी खुर्शीदचा आडोसा त्याला पुरेसा होता.

थोड्याशा विषण्ण मनाने रमण खुर्शीदच्या घरी जाण्यासाठी निघाला. रमण जेव्हा प्रथम येथे आला तेव्हा जे निसर्गाचे रूप होतं ते आता संपूर्ण पालटलं होतं. सर्वत्र हिरवंगार पठार पसरलेले होते. डोंगराचा काळेपणा लोपून त्यांना एक तांबूस करडेपणा आला होता. पाण्याच्या अनंत डबक्यात लाल गढूळ पाणी हिंदकळत होते. आकाश निरभ्र होतं आणि प्रकाशाची एक उतरती तिरीप फ्लडलाईटप्रमाणे जमिनीचा एक पट्टा उजळीत गेली होती. हिवाळ्यातील थंडीला नुकता कुठे प्रारंभ झाला होता. संध्याकाळच्या झुंझाट वाऱ्यात ती मुरून गेली होती. उत्साही माणसांचे जथ्थे संध्याकाळी हिंडायला निघालेले वाटेत भेटत होते. त्यांच्याकडे पाहताना रमणला वाटले हे असं स्वच्छंदी आयुष्य, ही अशी प्रफुल्लित जोडपी, हे निरागस आयुष्य, हे सारे आपल्यापेक्षाही हेवा करण्यासारखं नाही का? स्वादयुक्त भोजनाचे ताट समोर असावे, पण आपले हातपाय बांधलेले असल्यामुळे त्या स्वादाने मोहरून जाऊनसुद्धा आपण अभुक्त का राहावं? उडत गेला तो संयम! ती सुस्तनी प्रफुल्ला, ती सिंहकटी माया, ती मृदुलांगी खुर्शीद हे सारे माझ्या जीवनाचा एक अविभाज्य भाग असताना संयमाचे आसूड मी का झेलावेत? या विचाराने त्रस्त होऊन तो खुर्शीदच्या घरापाशी केव्हा पोहोचला ते त्याच्या ध्यानातच आले नाही. त्यामुळे नेहमीच्या लकबीप्रमाणे दरवानही बाहेर आला नाही, आणि खुर्शीदही डोकावली नाही, यामुळे तो अधिकच व्यग्र झाला. जिना चढून वर येताच दाराला कुलूप पाहून तर तो आश्चर्यचकित झाला. दरवानाचाही पत्ता नव्हता. त्याच्या मनात एक अनामिक भीती चमकून गेली. खुर्शीदचा थांग लागून तिला कुणी पळवून तर नेलं नसेल?

हा विचार त्याच्या डोक्यात आला मात्र आणि तो सर्वांगाने भयाने थरथरून निघाला. काय करावे तेच त्याला समजेना. खुर्शीदच्या अस्तित्वाचे सौख्य किती घनदाट होते याची क्षणार्धात त्याला कल्पना आली. खुर्शीदने ममतेने, सेवावृत्तीने आणि आत्मसमर्पणाने आपल्या जीविताचा कोपरान्‌कोपरा कसा व्यापून टाकला आहे या जाणिवेची कृतज्ञता त्याच्या डोळ्यांत जमा झाली. गेले चार-पाच महिने केवळ शरीरसुखापेक्षासुद्धा मैत्रीचे, सहचारित्वाचे हे अमूल्य सुख तिने आपल्या पदरात टाकले, त्याची किंमत आपण कशी करणार हेच त्याला समजेना. या आपल्या विचित्र, एकाकी जीवनात खुर्शीद नसती तर आपण काय केले असते बरे? असे जीव लावून केलेले प्रेम पैसे टाकून बाजारात विकत मिळते का? काय वाटेल ते करून खुर्शीदचा शोध लावला पाहिजे. वाऱ्याबरोबर, रस्ता चुकून उडत आलेलं एक कोवळे कोवळे पाखरू आपल्या खांद्यावर विसावले आहे, त्याच्या आधाराकरिता आपला खांदा तसाच ताठ राहिला पाहिजे.

खुर्शीदच्या काळजीने क्षणभर जरी तो हतबुद्ध झाला तरीसुद्धा त्याचे सारे चापल्य आणि विचारशक्ती क्षणभरात जागी झाली. धडाधड जिना उतरून तो खाली आला. गाडीत बसून गाडी सुरू होण्यापूर्वीच, टांग्यातून उतरणारी खुर्शीद आणि तिला उतरवून घेण्यासाठी हात पुढे करणारा दरवान त्याला दिसला. खुर्शीदला बाहेर पडताना आज त्याने प्रथमच पाहिले. तिचा चेहरा ओढलेला होता. वस्त्रेसुद्धा तिच्या नेहमीच्या सफाईला शोभेशी नव्हती. टांग्यातून उतरताना तिला कष्ट होत होते. अशा स्थितीत तिला उतरवून घेताना आपल्याला कुणी पाहील याविषयी कसलीही फिकीर न बाळगता रमण पुढे आला आणि तिचा विरोध सुरू होण्यापूर्वीच आपल्या समर्थ हातांनी त्याने तिला चक्क उचलून जमिनीवर उभी केली. भर रस्त्यावर त्यानं केलेल्या या कृत्यामुळे शरमून खुर्शीद खाली मान घालून उभी होती. दरवानाकडे पाच रुपयांची नोट भिरकावून खुर्शीदचा हात धरून त्याने माडी चढण्यास आरंभ केला. जिना चढतानाही तिला त्रास होत आहे हे पाहून पुन्हा तिला उचलण्याचा प्रयत्न केला तेव्हा मात्र सावध राहून आणि हसून तिने त्याला नकार दिला आणि त्याच्या आधाराने ती जिना चढून वर आली. तिच्या हातातील किल्ली घेऊन त्याने घराचे कुलूप उघडले आणि तिला अंथरुणावर नेऊन झोपवू लागला. ती हसली आणि म्हणाली, ''हे काय? इतकी काही मी आजारी नाही!''

''कुठे गेली होतीस तू आता? डॉक्टरकडे? काय होत होतं? हे बघ,

दाराला कुलूप पाहून मी किती घाबरलो होतो म्हणून सांगू?''

"इश्श! घाबरायला काय झालं त्यात? मला काय कोण पळवून नेत होतं का? आता मला मुळीच कसली भीती वाटत नाही.''

"तुला नसेल गं वाटत भीती! पण कधी नव्हे तो हे दार बंद असलेले पाहून मला काय वाटले असेल याचा विचार कर की जरा!''

"खरेच सांगा. मला जर कुणी नेले असते तर काय हो केले असते तुम्ही?

"त्रिखंड धुंडाळून तुला शोधून काढली असती.''

"आणि समजा मी आपण होऊनच निघून गेले असते तर?''

"तर मग---'' असे बोलता बोलताच रमणने खुर्शीदला सोडून दिले आणि तो किंचित मागे सरकला.

"मी तुम्हांला सोडू शकेन हे खरे तरी वाटते का? जसे झाड वेलीला तसे तुम्ही मला आहात. तुम्हांला केवळ सोडण्याची कल्पना जरी माझ्या मनात आली तर हा माझा देह कापरासारखा जळून जाईल.'' खुर्शीदचे डोळे एकदम भरून आले. मूळच्याच उदास आणि विषण्ण मुद्रेवर अधिकच अवकळा पसरली. तिच्या त्या चेहऱ्याकडे लक्ष जाताच रमणला एकदम वाईट वाटले. तिच्या आजाराची चौकशी करण्याऐवजी विषय भलतीकडेच नेऊन आपण तिचा अपराध केला अशी त्याला जाणीव झाली. त्यासरशी खुर्शीदला मिठीत घेत तो म्हणाला, "डॉक्टरकडे का गेली होतीस?''

"काही नाही. सहज.''

"कधी नव्हे ते मला न सांगतासवरता तू डॉक्टरकडे अकस्मात गेलीस ते काही कारण असल्याशिवाय? शक्य नाही. सांग बघू काय होतंय् तुला?''

"खरंच काही नाही हो.''

"हे पाहा, तू असे ऐकणार नाहीस. सांगतेस का नाही? का मी तुला गुदगुल्या करू?'' असे म्हणता म्हणताच खुर्शीदच्या अंगचटीला जाऊन गुदगुल्या करायला त्याने प्रारंभ केला. खुर्शीदला गुदगुल्या मुळीच सहन होत नसत. त्यामुळे 'नही नही' असे ती केविलवाणे आणि कामुकपणे किंचाळत होती. अखेर ती हरली आणि म्हणाली, "बताती हूं''

"जल्दी''

"ठेहरिये तो सही. इतनी जल्दी क्या है?''

"हे बघ तू चावटपणा करू नकोस. मुकाट्याने सांगतेस का नाही?''

"कमाल आहे बाई तुमची. मला जरा चक्कर येत होती, त्याचा केवढा शोर मचावता आहात."

"मग डॉक्टरकडे जायच्या आधी मला फोन का नाही केलास?"

"अहो, एवढ्याशा गोष्टीत तुम्हांला काय त्रास द्यायचा? इथे पलीकडे तर डॉक्टर जांभेकर आहेत. त्यांच्याकडे जायला तुम्हांला कशाला कळवायला हवे?"

तिच्या बोलण्याकडे संपूर्ण दुर्लक्ष करीत रमण फोनपाशी गेला आणि तो नंबर फिरवू लागलेला पाहताच खुर्शीद तशाही स्थितीत उठली आणि बोटाने तिने फोन बंद केला आणि ती म्हणाली, "डॉक्टरांना फोन करू नका."

"पण का?"

"माझं ऐकणार ना?"

"अगं, पण तुला काय झालेय ते मला कळायला नको का?"

"थोडं थांबले की ते कळेल." आणि ती गालातल्या गालात हसली. तिच्या हसण्याच्या काहीच बोध न झाल्यामुळे रमण आणखीनच गोंधळला. रमणला गोंधळलेला पाहून ती जोरजोरात हसू लागली. इतकी की अखेर ती अंथरुणावर आडवी पडून ती गडाबडा लोळू लागली. तिच्या हर्षोत्फुल्ल कामुक आकृतीकडे पाहून रमणच्या चेतना जाग्या झाल्या. त्याने तिला घट्ट जवळ घेतले आणि तिच्या अंगाचा कुसकरा करीत एक दीर्घ चुंबन घेतले. त्याच्या आक्रस्ताळेपणामुळे आणि श्वास कोंडल्यामुळे ती घाबरी झाली. त्यातून सावरताच ती म्हणाली, "एवढा त्रास आता मला झेपायचा नाही. एवढा दंगा आता तुम्ही करू नका."

"पण का?" या प्रश्नाबरोबरच तिच्या डोळ्यांत उमटणारा मिश्किल भाव त्याच्या ध्यानात आला आणि त्याच क्षणी तिच्या विकलांग परिस्थितीचे कारणही त्याच्या ध्यानात आले. एक अननुभूत विलक्षण आनंदाची कळ त्याच्या सर्वांगात उठली आणि तो आनंद व्यक्त करण्याचा कोणताच मार्ग न सापडल्यामुळे त्याने चक्क लहान मुलासारख्या उड्या मारल्या, "खरं सांगतेस!" असे म्हणत त्याने तिला जवळ घेतली आणि एक विलक्षण मृदू ममत्वाने तिच्या ओटीपोटावरून हात फिरवला. हा आनंदाचा भार सहन करणे खुर्शीदला अशक्य झालं आणि ती सुखातिशयाच्या भाराने रमणच्या मिठीत बेहोष झाली.

रमणच्या आयुष्याचा नवीन कालखंड सुरू झाला होता. खुर्शीदने दिलेल्या या वार्तेमुळे त्याच्या आयुष्याला एक आणखीनच लज्जत आली होती. एक वर्षाच्या या औट घटकेच्या राजेपणातली ही एक कोवळी खूण खचितच शिल्लक

राहणार. स्त्रीला आपण खरेखुरे सुख दिले याची ही पोचपावतीच होती. सारी सुखे सोडून गेली किंवा ती परत छिनावून घेतली गेली तरी हा सुखाचा अंकुर मात्र खुशीतच वाढणार होता. खुर्शीदबद्दल त्याला आकर्षण होतंच, पण त्यातील कामुक आकर्षणापेक्षाही तिथे आता कृतज्ञ अनुरक्ती उत्पन्न झाली होती. या सुखाची जात अगदी निराळी होती. हे सुख भोगलेल्या सर्व क्षणांना उंच नेणारे होते.

- ० -

क्षणाक्षणाने वाळूच्या घड्याळातील घटका कमी होत होत्या. सुखाचे हे क्षण झपाट्याने संपत जाणार होते. कारखान्याच्या यशाची कमान उंच होत होती. घेतलेले सर्व पवित्रे बरोबर ठरत होते. प्रफुल्लाचा संयम कोणत्याही क्षणी सुटण्याची शक्यता होती. मायाने साऱ्या ऑफिसचा कारभार आत्मसात केला होता आणि वेळप्रसंग आलाच असता तर थोड्याशा श्रमानिशी कारखान्याची जोखीम पत्करणे तिला कठीण गेले नसते. वैवाहिक संबंधाव्यतिरिक्त सर्व बाबतींत तिच्यात कमालीची मृदुता आणि सहिष्णुता आली होती. कामगारांनी काही नवेच नाते जोडून स्वत:बरोबर कारखान्याचाही अभ्युदय केला होता. घरात सुबत्ता, व्यवस्था आणि स्वास्थ्य होते. फक्त रमण घरात नव्हता आणि घरात फारसा ठरतही नव्हता, एवढीच काय ती तक्रार होती. तरी पण वागण्यातील सफाई, कारखान्याचा झालेला उत्कर्ष, साऱ्या घरादारात त्याने लावलेली शिस्त यामुळे खुर्शीदशी त्याचा असलेला संबंध ज्ञात असूनही आईने त्याचा कधीही उच्चार केला नाही. आईची अशी मूक संमती, प्रफुल्लाची अनुमती, त्याचा अधिकार आणि खुर्शीदशिवाय त्याच्याबद्दल बोलण्याजोगे काही नव्हते, यामुळे या दुर्वर्तनालाही दंतकथेचे स्वरूप आले होते. येऊन-जाऊन राहिली माया! तिच्या डोळ्यांतला असंतोष डोळ्यांवर झेलणे ही काही सोपी गोष्ट नव्हती. गेल्या काही महिन्यांच्या निकट सहवासामुळे, तो असंतोषही आता ओसरू लागला होता आणि एक दिवस तर असा आला की रमणला समोरासमोर या प्रश्नावर बोलण्यावाचून गत्यंतर उरलं नाही.

मार्चअखेर वार्षिक हिशेबाच्या वेळेस आठ आठ, नऊ नऊ वाजले तरी ऑफिस सोडता येत नव्हते. एके दिवशी अधिकच उशीर झाला. कामगारांच्या प्रॉव्हिडंट फंडाच्या हिशेबात कारकुनाने काही हातचलाखी केली असावी असा

जगदीशरावांचा संशय होता आणि त्याचे निराकरण ताबडतोब करणे भाग होते. हे सर्व काम संपवून उठायला दहा-साडेदहा वाजले. जगदीशरावांचे घर थोडे दूर असल्यामुळे त्यांना घरी पोहोचवणे भाग होते. ड्रायव्हर जाऊन बराच वेळ झाला होता. जगदीशरावांना घरी पोहोचविण्यासाठी रमणने गाडीचा दरवाजा उघडला. ते आत बसताच त्यांच्या मागोमाग मायाही गाडीत आली. जगदीशरावांना घरी सोडून मायासाठी गाडी घराकडे वळवितानाच मायाने त्याला विचारले,

"खुर्शीदकडेच जाणार ना?"

"हो. का?"

"मी पण येणार आहे."

"तू? या वेळेला? कुलीन स्त्रियांनी जायची जागा नाही ती."

"त्यात काय झाले? तुमच्यासारख्या पुरुषाला वर्षानुवर्षे झुलवीत ठेवणाऱ्या स्त्रीला एकदा भेटायला हवे. काही तरी अद्‌भुत लावण्य तिच्यापाशी असल्याशिवाय काही ते शक्य नाही."

रमण काही बोलला नाही. कोणता पवित्रा घ्यावा याचा तो मनाशी विचार करीत होता. खुर्शीदकडे मायाला नेणे म्हणजे आपणहून संकटाला निमंत्रण देण्यासारखे होते. खुर्शीद आता सहाव्या महिन्यात असल्यामुळे तिच्याकडे पहाताच मायाच्या अंत:करणात केवढा क्षोभ उसळेल याची त्याला कल्पना का नव्हती? बरं न न्यावे तर कोणत्या कारणास्तव तिची ही उत्सुकता पुरी करणं नाकारायचे? खुर्शीदला भेटण्याची इच्छा होणे या ठिकाणीच मायाने तडजोडीचा हात पुढे केला होता. पण जर या भेटीत काही वेडेवाकडे घडले तर खुर्शीदला भेटण्यात मायाला साधायचे तरी काय असावे?

खरे म्हणजे विचार करायला आता वेळही नव्हता आणि रमणच्या मनात शक्ती उरली नव्हती. रमणचे सामर्थ्य लंगडे होते असे मुळीच नव्हे. पण अपराधीपणाची एक विचित्र जाणीव त्याच्या अंतरंगात गुणगुणत होती आणि तिने त्याचा सारा ताठा आणि सामर्थ्य लवविले होते. न बोलताच त्याने गाडी चालू केली आणि गाडीने वेग घेतला. लोणावळा आले आणि मागेही पडले. तरी गाडी थांबली नाही. म्हणून आश्चर्याने मायाने विचारले, "इकडे कुठे? लोणावळ्याला रहाते ना खुर्शीद?" गाडीचा एकदम ब्रेक लावीत रमण म्हणाला, "विचारांच्या तंद्रीत माझ्या लक्षातच आले नाही." गाडी चांगलीच आता गावाबाहेर आली होती. रस्ते निर्मनुष्य झाले होते. लखलखणाऱ्या चांदण्यांचा तो पट आपल्यासाठीच कुणी उघडून ठेवला आहे इतका स्वच्छ दिसत होता. पहाडी वारे अंगात

शिरशिरी भरवीत होते. रात्रीच्या त्या गूढ अंधारात त्या दोघात एक नवे नाते उत्पन्न झाले होते. तेवढ्यात रमण म्हणाला, ''माया, तुझ्याशी मला काही बोलायचे आहे.'' माया काहीच बोलली नाही. किंचित खजील झालेल्या आवाजात रमण म्हणाला, ''माया, तुझे माझ्याबद्दल काय मत असेल हे मी जाणतो. तुझ्या-माझ्या जोडीसारखा आदर्श जोडा या संसारात एकमेकांपासून अनंत योजने दूर राहावा ही नियतीची क्रूर चेष्टा आहे. तू विसरायला तयार आहेस का?'' रमणने पुढे केलेल्या हाताला मायाने जबाब दिला नाही. ती तशीच गप्प राहिली. ''रागावलीस का माझ्यावर?''

''नाही.''

''मग बोलत का नाहीस?''

''काय बोलावे आणि कुठून सुरू करावे हेच मला कळत नाही. गेल्या सात-आठ महिन्यांत तुमच्यात इतका फरक पडला आहे की, तुमचे माझे भांडण का झाले तेच मुळी मला कळत नाही. तुमचा तो राक्षसी अहंपणा, एखाद्या हुकूमशहाची ऐट आणि दुसऱ्याची मानहानी करणारे कुत्सित मन हे एखाद्या अद्भुत स्पर्शाने नाहीसे झाले आहे. मला समजत नाही की ते तेच तुम्ही की आणि कुणी निराळे? कित्येकदा पश्चात्तापाने मन जाळीत रात्र रात्र मी जागी असते आणि मनाशी विचार करते. तुमच्यात एवढा बदल झाला असूनसुद्धा तुमच्यावर राग धरून मी तुमच्यापासून का दूर राहावे? तुम्हांला कदाचित गरज नसेल, पण मला आहे. कारखान्यात माझे मन रमले नसते तर माझ्यात सुखाची जाणीव उत्पन्नही झाली नसती. विलास, तुझ्याशिवाय माझ्या आयुष्याला काही शोभा आहे का? आपण केवळ नवरा-बायको या नात्याने बांधलो आहोत म्हणून काही मी तुमच्यावर ताबा सांगत नाही. मला जरी रस्त्यात तुम्ही भेटला असतात आणि तुमची माझी पहिली गाठभेट कुठेही पडली असती तरीही मला तुम्ही आवडला असता. कदाचित मी तुमच्या प्रेमातही पडले असते. मात्र मला तुमच्याकडून भीक नको आहे. अत्यंत सन्मानपूर्वक तुमची पत्नी नाही तरी निदान प्रेयसी तरी व्हायची माझी इच्छा आहे. तेवढ्यासाठी माझा प्रतिस्पर्धी तरी कोण आहे ते मला पाहिले पाहिजे. म्हणून मला खुर्शीदकडे न्या. खुर्शीदच्या सौंदर्याबद्दल मी खूप ऐकले आहे. तिच्यापासून जर तुम्हाला मला दूर करता आले नाही तर आयुष्याचे मी काहीतरी बरेवाईट करीन.''

मायाच्या शब्दांत एक विलक्षण धार होती, अगतिकता होती, आणि खोलवर जाऊन भिडणारी, जागी झालेली प्रणयाची हाक होती. मायापासून

स्वत:चा बचाव करून घेणे आता सोपे नव्हते. रमण क्षणभर बावचळला. तो म्हणाला, ''माया, झाले गेले ते आपण दोघेही विसरून जाऊ. जगातले टक्केटोणपे खाऊन आपण दोघेही शहाणे झालो आहोत. तुझ्या दृष्टीने सन्माननीय असे माझ्या पत्नीचे पवित्र नाते मी तुला अवश्य देईन आणि त्यासाठी तुला खुर्शीदकडे जायचीही आवश्यकता नाही. खुर्शीदचा तू राग करू नकोस. खुर्शीद एक अनाथ, विनम्र पाखरू आहे. त्याला एकटे रानावनांत सोडून देता येणार नाही. त्याचबरोबर खुर्शीदसकट माझा तू स्वीकार कर असे सांगण्याचा निर्लज्जपणाही मी करणार नाही. मी तुला तशी विनंती केली तर तू ती ऐकशील अशी माझी खात्री आहे. आठ-नऊ महिन्यांपूर्वी मला मुंबईत एक साधुपुरुष भेटले, आणि त्यांनी मला काही उपदेश करून माझ्यावर अनुग्रह केला आहे. माझ्यात जो तुला हा बदल दिसतो, तो केवळ त्यांचीच कृपा. त्याचप्रमाणे आपला झालेला भाग्योदय, तुझ्या माझ्या मनोवृत्तीत घडलेला फरक हीही त्यांचीच कृपा! त्यांच्याच आज्ञेने आपल्याला येत्या गुरुपौर्णिमेपर्यंत थांबले पाहिजे. तेवढ्या काळात खुर्शीदचीही काहीतरी व्यवस्था मी करू शकेन. परस्परांच्या स्नेहाच्या बळावर आणि पुढे वाढून ठेवलेल्या सुखराशीच्या आशेने ही दोन तीन महिन्यांची वाटचाल हसत हसत आपण करून जाऊ. माया.''

त्याने तिच्या खांद्यावर हात ठेवला. त्यासरशी ती त्याला बिलगली आणि ओक्साबोक्शी रडू लागली. मायाचे ते अकल्पित स्वरूप रणमला आश्चर्यकारक वाटले. पण ती सुखातिशयाने आणि आनंदभराने आपल्या खांद्यावर कलली आहे याची जाणीव त्याच्या गात्रागात्रांना झाली. तिच्या केशपाशाचा अनोखा परंतु अत्यंत सौम्य असा सुगंध त्याच्या अंतर्यामात दरवळला. तिचा तो पवित्र, सात्त्विक स्पर्श त्याच्या सर्व पापांना क्षमा करून गेला. त्याच्या अंगाशी ती अजूनही लगट करीत होती आणि तितक्याच आवेगाने हमसाहमशी रडत होती. त्याच्यात आणि तिच्यात जो दुरावा होता त्यावर तिने हुंदक्यांचा पूल बांधला आणि अनंत जन्मीचे हे प्रवासी हातात हात घालून नव्या प्रवासाला निघाले.

पण या प्रसंगामुळे रमणच्या आयुष्यात काही नवीनच कोडी उत्पन्न झाली. मायाने बघता बघता रमणच्या साऱ्या जीवनाचा कब्जा घेतला. प्रफुल्लाला ती रमणच्या जवळसुद्धा येऊ देईनाशी झाली आणि प्रफुल्लाला हा साराच प्रकार विलक्षण असह्य झाला. ती मत्सराने सारखी धुमसू लागली. वास्तविक मायाच्या स्वामित्वाची वस्तू तिने हासिल करून घेतली यात खरे पाहता प्रफुल्लाला रागवायला जागा कुठे होती? पण स्त्रीमनाची देखील गंमत आहे. स्वामित्वाच्या

व्याख्यासुद्धा हव्या तशा बनवून घ्यायच्या असतात. मायाला थोपविणे हे तर सर्वथा अशक्य होते. कारण मध्यंतरीच्या कालखंडातील सेवेची आणि संगतीची ती भरपाई करायला निघाली होती. शिवाय तिला टाळणार तरी कोणत्या सबबीवर? एक शरीरसुख सोडलं तर सारी सुखे ती मिळवू पाहत होती आणि ती नाकारण्याचे सामर्थ्य रमणमध्ये मुळीच उरले नव्हते.

प्रफुल्लाच्या आणि मायाच्या या धुसफुशीची अखेर काय होईल याचा अंदाज रमणला करता येत नव्हता. मायाने रमणचे वेळापत्रक असे काही आखून दिले होते की खुर्शीदकडे जायलासुद्धा त्याला वेळ सापडत नव्हता. माया मंजूर करीत होती ती तडजोड एका वियोगव्रताची सांगता म्हणून. तिच्या या वर्तणुकीत स्वामित्वाची जाणीव असली तरी अहंकाराचा दर्प मात्र कुठे येत नव्हता. तिच्या वागण्यात नाव ठेवायला कुठे कुठेसुद्धा जागा नव्हती. पण तरीसुद्धा तिच्या बंधनांचा काच रमणला जाणवत होता. प्रफुल्ला तर त्यात होरपळून निघत होती आणि खुर्शीद फार फार नाराज झाली होती. मायाला रस्त्यावर आणण्याचा हा प्रयोग आपल्याला फार महाग पडणार असे त्याच्या ध्यानात येऊन चुकले.

अद्यापही रमणची आणि मायाची शय्या पृथक होती, एवढेच नव्हे शेजारी शेजारी असल्या तरी त्यांच्या खोल्याही वेगवेगळ्या होत्या. खुर्शीदकडून रमण परत आला की माया आपली वाट पाहते हे रमणच्या ध्यानी आल्यापासून रमणला वेळेवर येण्यावाचून गत्यंतरच नव्हते. अत्यंत अप्रिय अशा वर्तनानंतरही रमणचे स्वागत करताना मायाचा चेहरा कधी अप्रसन्न वा त्रासिक दिसला नाही. इतकेच नव्हे, तर त्याचे स्वागत ती अत्यंत आपुलकीने आणि ममत्वाने करी. तिच्या डोळ्याला डोळा भिडवताना तो शरमेने चूर होऊन जाई. पण तिनं एक घवघवीत हास्य करून त्याचा हात हातात घेतला, की त्याला पापापासून मुक्ती मिळाल्याचा आनंद मिळे. तिच्या समवेत तिने मोठ्या अपूर्वाईने केलेली कॉफी घेताना, जगातली सारी सुखे आणि सौंदर्य त्याला ठेंगणी वाटू लागत. त्या रात्रीच्या संभाषणात तिच्या बुद्धीचे अनेक पैलू त्याच्या ध्यानात आले. तिचे वाचन, तिची रसिकता, तिचा नर्मविनोद हळूहळू त्याच्या मनातल्या आदर्श स्त्रीची आकृती घडवू लागला. त्याचा विरोध न जुमानता कधी ती त्याचे पाय चेपी तर कधी त्याचे कपडे नीट आवरून ठेवी.

एके दिवशी संध्याकाळी लोणावळ्याच्या थिएटरमध्ये चित्रपट पाहायला ती त्याला घेऊन गेली. उत्तमातली उत्तम वस्त्रं नेसून एकत्र फिरणारी ती आदर्श जोडी अनेकांच्या डोळ्यांचा विषय बनली. चित्रपट फार चांगला होता. तरुण

माणसाच्या मनावर वासनेची एक प्रचंड लाट झेपावत आणण्याइतका त्याच्या परिणाम जाणवत होता. रमणला बिलगून अंधारात चालणाऱ्या मायाच्या डोळ्यांतले भाव जरी रमणला वाचता आले नाहीत तरी मायाचा स्पर्श कामोत्सवाचे निमंत्रण देत होता. संयमाच्या शृंखलांनी बांधलेला मदन आता गोगलगाय झाला होता. नर आणि मादी या दोन नात्यांशिवाय कोणतेही नाते या जगात उरले नव्हते. गाडीत बसल्या बसल्याच माया रमणच्या कुशीत शिरली आणि भ्रमिष्ट होऊन, सारे संकेत विसरून रमणचे ओठ तिच्या ओठाला भिडले. सत्त्वाचे तेज आणि सुख किती निराळे असते याचा प्रत्यय रमणला आला. त्या मीलनात शारीरिक ओढीपेक्षाही अद्‌भुत अशी प्रबळ भावना होती. त्या भावनेचा गहिवर दोघांच्याही अंत:करणात साठला होता. आयुष्यातल्या अत्यंत पवित्र अशा सुखाचा तो प्रत्यय केवळ निराळाच नव्हता, केवळ अद्‌भुतही नव्हता तर सारे आयुष्य ज्याच्यावरून वेचून टाकावे असा तो क्षण होता. मायाला जवळ घेत रमण सद्‌गदित झाला. हे सुख मिळविण्याची आपली पात्रता नाही ही भावना आता पळून गेली आणि या अशा आपलेपणाला आजवर पारखा असलेला रमण अंतर्यामी गहिवरून गेला. एकाच स्त्रीच्या ठायी आईचा, सखीचा, मैत्रिणीचा स्पर्श जाणवावा याचे त्याला नवल वाटत होते. वर्षानुवर्षे वेदना सहन करणारी एक आर्त प्रणयिनी सुखाचा पहिला घोट घेत होती आणि त्याच आनंदाचा तो आविष्कार हाही दैवी होता.

काही क्षणांनंतर ती शहाणी मुलगी सावध झाली. भावनांचा अनावर पिसारा तिने संकोचून घेतला. हलक्या हाताने, खालच्या मानेने आपले ओठ पुसले, केस सारखे केले आणि टक लावून पाहत बसलेल्या रमणच्या डोळ्याला डोळा भिडवून रमणच्या ओठाला लागलेली लाली तिने आपल्या रुमालाने पुसली. आणि ती हलक्या आवाजात म्हणाली, "चला जाऊ या." तिच्या सौंदर्यात, मृदुतेत आकंठ बुडालेला रमण अजूनही तिच्याकडे पाहतच होता. त्याला हलवीत ती म्हणाली, "किती वेळ पाहत राहणार माझ्याकडे. चला पाहू आता. हा चव्हाटा आहे ना. चलणार ना?" दीर्घ काळ गुंगीतून रमण भानावर आला. त्याने काहीच उत्तर दिले नाही. स्त्रीसंगतीत सुद्धा गवसणार नाही अशा काही विलक्षण उंचावलेल्या सुखात तो गारठून गेला होता. सवयीने त्याने गाडीचा स्विच् दिला. गाडी चालू केली. लोणावळ्याच्या निरुंद बाजारातून गाडी बाहेर पडली तो माया त्याला हळूच म्हणाली, "विलास, रागावणार नसलात तर एक सांगू?"

"काय?"

"मला एकदा खुर्शीदला भेटायचे आहे. तिच्यावर मी रागावणार नाही. तुम्हांला त्रास होईल असेही काही वर्तन करणार नाही. मला कुणीतरी सांगितले खुर्शीद गर्भवती आहे म्हणे. तुम्हांला खरे वाटणार नाही; पण या बातमीने मला वास्तविक राग यायला हवा होता. त्याऐवजी कीवच वाटायला लागली. तिची, तुमची आणि माझीसुद्धा! काय विचित्र प्रसंग कित्येक वेळेला उपस्थित होतात नाही? तीन भिन्न भिन्न प्रवृत्तींची माणसे जवळ आली की परस्परांना विरोधी असे कितीतरी घोटाळे उत्पन्न होतात. विवाहसुखापासून इतकी वर्षे मी तुम्हांला दूर ठेवले, त्यामुळे तुम्ही कबूल केलेत तरीसुद्धा खुर्शीदला आता सोडू शकणार नाही. उघड्या डोळ्यांनी मीही सारे काही सहन करू शकेन अशी मला खात्री नाही. म्हणून म्हणते खुर्शीदला मला एकदा भेटू द्या. पुरुष म्हणून माझ्यापेक्षा तिचाच तुमच्यावर जास्त हक्क आहे. हट्टाने किंवा दुराग्रहाने तिचा त्याग करायला मी तुम्हांला भाग पाडू शकेन. पण त्यामुळे माझे मन मलाच कायमचे खात राहील. मी आजच–आत्ताच खुर्शीदला भेटणार आहे."

उत्तर देण्यासारखे काही शिल्लक नव्हतेच. गुंता व्हायचा तो झाला होताच. कोणतीही चतुराई तो सोडविण्यास असमर्थ होता. घडेल ते पाहण्यावाचून काही उपायही नव्हता. जे संकट टाळण्याची आपली मनीषा होती ते अगदी समोर येऊन ठाकले. मायाच्या औदार्याची, खुर्शीदच्या शहाणपणाची आणि नियतीच्या शहामतीची परीक्षाच घडणार होती. इतके सगळे मनासारखे आणि चांगले घडल्यानंतर थोडक्यासाठी आणि थोड्या अवधीसाठी आपण संकटात सापडलो आहोत याबद्दल रमणची खात्री झाली.

खुर्शीदच्या घराजवळ गाडी थांबली तेव्हा नेहमीप्रमाणे दरवान पुढे आला. पण मायाला पहाताच तो चपापून मागे फिरला. रमणच्या मागोमाग माया जिना चढून वर गेली. लोटलेले दार उघडून दोघं आत गेली. गळलेल्या स्थितीत वाट पाहून, थकून खुर्शीद दिवाणावर लवंडली होती आणि तिचा डोळा लागला होता. मेजावर खाण्याच्या पदार्थांनी भरलेली थाळी झाकून ठेवलेली होती. तिच्या अशा अवस्थेतही तिचे लावण्य, तिच्या खोलीची सजावट, विलासच्या फोटोची भव्य फ्रेम, हे सारे काही मायाने नजरेने टिपून घेतले आणि का कोणाला माहीत तिच्या चेहऱ्यावरील विवंचना लोपून तिथे टवटवी आली. पुढे होऊन खुर्शीदशेजारी दिवाणावर ती बसली आणि वात्सल्य अनावर होऊन तिच्या चेहऱ्यावरून तिने हात फिरवला. त्या स्पर्शाबरोबर खुर्शीद जागी झाली. रमणला पाहताच ती

चपापून उठायचा प्रयत्न करू लागली. परंतु अनोळखी स्पर्शाचा शोध घेत तिच्या भित्र्या डोळ्यांनी मायाचा वेध घेतला तेव्हा तिच्या सर्वांगावर भीतीचा थरथराट उभा राहिला. त्राणरहित देहाला उभे राहणे अशक्य आहे हे लक्षात घेऊन तिने आपले अंग मायाच्या पायांवर लोटून दिले. त्या तिच्या शरणार्थी वर्तनाने माया भांबावून गेली. परंतु क्षणार्धात खाली पडलेले ते चुरगळलेले फूल हात देऊन तिने छातीजवळ घेतले. तिच्या डोळ्यांतून पाझरणारे अश्रू तिने बोटाने टिपले आणि म्हणाली, "घाबरायला काय झालं खुळे? मी काय कुणी वाघ, सिंह आहे की काय? हे बघ, तू इथे सुरक्षित आहेस. घाबरू नकोस." तिचे बोलणे चालू असताना खुर्शीद तिला बिलगली. जिच्या आश्रयाने आपण आत्ता उभे आहोत ती आपली स्वामिनी आहे, हे ओळखण्याइतपत चातुर्य आणि वक्त समजण्याची बुद्धी त्या चतुर स्त्रीत खचित होती. अशी मुलाखत केव्हाना केव्हातरी होईल अशी तिला कल्पना होतीच. पण एवढ्या तडकाफडकीत अन् तेही रमणच्या समोर? एवढ्याच बाबतीत तिचा अंदाज थोडा चुकला. अशा प्रसंगात घ्यावयाचा पवित्रा तिने मनाशी योजला होता. खानदानी जीवन थोडे अळणी होते हे खरे; पण त्यातली सुरक्षितता अविवाद्य होती. दासी असूनही स्वामित्त्वाचा बडेजाव जाणवत नव्हता. बंधन असून स्वातंत्र्याचा अपहार नव्हता. वाट पाहावी अशा पुरुषोत्तमाचा संग मनमुराद घडत होता आणि हे सारे सुख सोडून जाणे खुर्शीदच्या प्रकृतीला मानवण्याजोगेही नव्हते. अक्षतांशिवाय संसार, अधिकाराशिवाय संतान आणि नात्याशिवाय अभिसार. खुर्शीद ज्या अंकुराला वाढवीत होती त्याचे भवितव्य या क्षणाला ठरणार आहे याची तिला जाणीव होती आणि म्हणून स्वत:पेक्षाही त्या अंकुराच्या सुरक्षिततेसाठी मायाच्या पायांवर तिने आपला देह झोकला होता. न्यायाने आपले नसलेले सुख भीक मागून मिळवावे लागते किंवा चोरावे लागते. चोरी आता उघडकीस आली होती म्हणून मायाचे औदार्य एवढाच दिलासा उरला होता.

- ० -

हा प्रसंग इतक्या सुखाने पार पडेल असे रमणला कदापिही वाटले नव्हते. रमणचा हा सारा अपराध मोठ्या मनाने मायाने पचविला. खुर्शीदवर तिने मायेची सावली धरली. धाकट्या बहिणीची उणीव खुर्शीदने भरून काढल्यासारखी मायाने वागणूक ठेवली. कारखान्यातले काम आटोपताच रोज संध्याकाळी दोघेही

खुर्शीदकडे येत. हास्यविनोदात वेळ घालवीत आणि रमणला मागे सोडून माया परत जाई. खुर्शीदच्या भाबडेपणावर माया भाळून गेली. इतकी की, रमणवरून तिची चेष्टासुद्धा करू लागली.

एका स्त्रीने दुसऱ्या स्त्रीबद्दल एवढी औदार्याची भूमिका घेणे रमणला पटण्याजोगे नव्हते. त्यातही ज्या तऱ्हेने खुर्शीद त्याच्या आयुष्यात आली आणि अधिकार घेऊन बसली ती तऱ्हा कोणाही स्वाभिमानी स्त्रीला रुचली नसती. तिच्या उदार वागणुकीमुळे रमण सुखी व्हायच्याऐवजी खजील मात्र झाला. खुर्शीदच्या तावडीत त्याला एकदा सोडून माया जेव्हा घरी परत जाई तेव्हा शरमेने त्याला काय बोलावे हेच कळत नसे. एके काळी कठोर, निर्दय भासणाऱ्या मायाचे हे परिवर्तन कशामुळे झाले याचा तो अनेक वेळा विचार करीत बसे.

दिवस झपाट्याने चालले होते. प्रफुल्लाला त्याने दूर ठेवली होती. मायाच्या व्रताची सांगता झालेली नव्हती आणि खुर्शीद आनंदाला साथ देण्याच्या अवस्थेत नव्हती. कामसुखाला चटावलेल्या त्याच्या जिव्हा भुकेने सळसळत होत्या. सारी सुखे त्याच्यापुढे हात जोडून उभी असताना त्या वांच्छा काबूत कशा ठेवायच्या या प्रश्नाशी त्याचे मन मुकाबला करीत होते. रोजचे दिवस मोजत असताना क्षणाक्षणांनी आपल्या आयुष्यात आलेली संधी आपण वृथा घालवीत आहोत याची जाणीव त्याला होत होती. स्वत: उत्पन्न केलेल्या सापळ्यात तो स्वत:च अडकला होता.

होता होता हे औट घटकेचे राज्य संपण्याची वेळ येऊन पोहोचली. आता अवघे तीस दिवस उरले. हे वैभव, ही सत्ता, कर्तृत्वाची संधी, यशाची मिळालेली पावती हे सारे सोडून पुन्हा आपल्या भंगड आणि निरर्थक आयुष्यात प्रवेश करावयाच्या भीतीने रमण बेचैन झाला. विलासचा त्याला हेवा वाटला. अत्यंत सुस्थितीत आणलेले त्याचे आयुष्य त्याला परत करताना मनात जरी अभिमान असला तरी असूयाही तेवढीच तीव्र होती. विलासचे अकस्मात काही बरेवाईट झाले आणि या अमर्याद सत्तेचा हक्कदार नष्ट झाला तर आपण उभे केलेले हे शांतीचे साम्राज्य अबाधित राहील, एरवी तो मूर्ख आपल्या अविवेकी वर्तनामुळे ते नष्ट करील. हा केवळ माझ्या एकट्याच्या सुखाचा प्रश्न नाही; तर या एकाहून एक सुंदर अशा तीन दुर्मीळ स्त्रियांच्या जीवनाशी खेळ आहे. एवढंच कशाला, भरभराटीच्या दिशेने झपाट्याने निघालेले पोतदार कुटुंबाचे भाग्य त्याच्या अपवित्र स्पर्शाने उलटण्याचीही शक्यता आहे. या सुंदर, सुखपूर्ण आणि यत्नसाध्य जीवनक्रमावर त्याचा काय बरे अधिकार आहे?

या विचाराच्या चक्राबरोबर संयमाच्या बांधावरून रमणच्या जीवनाचा कलश लवंडण्याची भीती उत्पन्न झाली. सुतासारखे सरळ चाललेले आयुष्य आता टोचू लागले. दुसऱ्याच्या मालकीच्या वस्तूचे आपण अपहरण करतो आहोत ही जाणीव आता बोचेनाशी झाली. मायाच्या सुखद संगतीत रमलेले मन कधी कधी चेकाळू लागले. आसक्तीने चिंब झालेले डोळे मायाची उत्तमांगे धुंडाळू लागले. सुटका होईल तेव्हा हल्ला करायचा अशा सापळ्यात अडकलेल्या हिंस्र पशूचा खुनशीपणा हृदयात चवढव करू लागला. दिवसरात्र हे विचार मनात घिरट्या घालू लागले. रमणचे डोळे फिकट दिसू लागले. अन् एक दिवस तर त्याने अंथरूण धरले.

आपल्या मनाचा तोल जाऊ नये यासाठी रमण आटोकात यत्न करीत होता. या संपत्तीचा, सौंदर्याचा आणि अधिकाराचा मोह आपल्या मनाची शांतता बिघडवू शकतो याचा त्याला विलक्षण संताप येऊ लागला. मात्र या कोड्यातून बाहेर पडून आपली गेलेली शांती परत कशी मिळवायची याबद्दल त्याला काही मार्ग सुचत नव्हता. दोन दिवस अंथरुणावर पडून राहिल्यामुळे खुर्शीदचीही गाठभेट त्याला घेता आली नाही. त्याची बेचैनी ओळखून मायाने खुर्शीदला घेऊन येऊ का असे विचारले, तेव्हा कृतज्ञतेने आणि आश्चर्यचकित होऊन तो म्हणाला, "नको. इतकी चांगली तू होऊ नकोस. असे काहीतरी तू अपूर्व औदार्याने वागायला लागलीस की तुझ्यापुढं मला माझी फार क्षुद्रता जाणवायला लागते."

त्याच दिवशी संध्याकाळच्या डाकेने रमणच्या हातात एक पत्रं आलं. वास्तविक मायाच्या हातात ते पत्र जाऊनही तिने ते न फोडता रमणच्या स्वाधीन केले. ते पत्र उघडून रमण वाचू लागता. त्यावर एकच वाक्य लिहिले होते आणि खाली सही पण नव्हती.

"आजपासून एक महिन्याने...."

त्या एका वाक्याबरोबर रमणच्या अंत:करणात चाललेला कल्लोळ संपला. मोहाचा गदारोळ शांत झाला. आपण या स्थानी उपरे आहोत ही जाणीव जागी झाली. 'ग्रोव्हर' हॉटेलमध्ये ओठाच्या कोपऱ्यातून पाइपमधून मोठ्या तुच्छतेने धूर सोडणारा तो भेदक नजरेचा, ताठ मानेचा विलास त्याच्यापुढे उभा राहिला. त्या समर्थ आणि उंच स्थानी उभ्या असलेल्या त्याच्या दर्शनाने आपल्या क्षुद्रत्वाची बोच त्याच्या अंत:करणात उठली. आपले हे औट घटकेचे राज्य ही त्या समर्थ माणसाच्या मनाची एक लहर. हे सुख, हे स्वास्थ्य ज्याच्या कृपेमुळे थोड्या

समयासाठी का होईना आपल्याला लाभले त्याच्या अहिताची इच्छा करण्याइतके आपण नादान झालो आहोत. त्याच्या मालकीच्या कोणत्याही वस्तूचा वापर करताना आपले क्षुद्रत्व आपल्या ध्यानी यायला हवे.....

एरवी हा एक महिना सुखाने जायला हरकत नव्हती. पण प्रफुल्लेच्या रोषाने एक ऊग्र रूप धारण केले. विलासने लिहिल्याप्रमाणे प्रफुल्ला हा साक्षात अग्नी होता. तिची कामप्रेरणा विलक्षण प्रखर असावी. वैवाहिक जीवनात उपासमार झाल्यामुळे ती या आडवाटेला शिरली होती आणि ही आडवाटही आता बंद झाली. मानवी मन हे विक्षिप्त असते. कारण त्याच्या चलनवलनाला कित्येकदा अर्थ नसतो, तर्क नसतो. नचपेक्षा आपल्या लाडक्या विलासची उपासमार होऊ नये म्हणून त्याला खुर्शीदकडे जा असे आग्रहाने सुचविणारी प्रफुल्ला आता एवढी का बिघडली? तिच्या शरिराला आणि मनाला न परवडणारी उपासमार तिच्या नशिबी आली होती. तिच्या तेजस्वी, प्रफुल्लीत, गुबगुबीत देहाची शोभा ओसरत होती. चेतनेची कुठेतरी हरवाहरव झाली होती. आयुष्यातला रस आटून जावा असे काही तरी विपरीत घडल्याचे तिच्याकडे पाहताच जाणवत होते. तिचा उदास, ओढलेला, अप्रसन्न, कठोर आणि क्षुब्ध चेहरा पाहिला की रमणला आपले काही चुकतेय् असे वाटे. तिला जबरदस्तीने पाळायला लावलेला हा संयम, हा सदाचार अनैसर्गिक आहे, असे त्याला वाटू लागले.

प्रफुल्लेच्या वागण्यात दिवसेंदिवस बदल होत चाललाच होता. रमणच्या अवतीभोवती राहण्यात, त्याचा एखाद दुसरा स्पर्श मिळविण्यात ती आपले दु:ख विसरत होती. मायाच्या वाढत्या आक्रमणामुळे तिच्या वाट्याला दृष्टिसुखसुद्धा येईना. माया जरी घरधनीण असली तरी विलासशी तिचे वर्तन ठीक होत नव्हते आणि त्याच्या दुर्वर्तनाला तीच कारणीभूत होय असा तिने ग्रह करून घेतला आणि तो राग आणि चीड तिच्या अंत:करणात तेव्हाच उत्पन्न झाली असली पाहिजे. परंतु आता माया सुधारली. आपल्या नवऱ्यावर केलेल्या अन्यायाचे ती आता परिमार्जन करीत आहे व ज्याच्या सुखात आपण सुखसर्वस्व मानले तो विलास आता सुखी झाला आहे या कल्पनेने वास्तविक तिला बरे वाटायला पाहिजे. पण त्याउलट मायाने आपला प्रियकर हिरावून घेतला याबद्दल तिच्या मनात द्वेष उत्पन्न झाला. परंतु हा द्वेष अनीतीच्या पायावर उभा आहे याची जाणीव त्या सालस मुलीच्या अंत:करणात सलत असली पाहिजे. त्यामुळे त्या द्वेषाला प्रकट होण्याची संधी कधी मिळाली नाही. मनावर त्याचा ताण वाढत जाऊन तिला फिट्स येऊ लागल्या आणि घराला तो एक उपद्रवच होऊन

बसला.

रमणचे या साऱ्या गोष्टींकडे काळजीपूर्वक लक्ष होते. पण त्याचेही हात बांधलेले होते. तिची शक्य तेवढी काळजी त्याने घेतली होती. आपली आस्था तिच्या आरोग्यात केवढी गुंतलेली आहे हे त्याने अनेकदा तिच्या लक्षात आणून दिले. तिची तब्येत बघण्याच्या मिषाने तो तिच्या कपाळावर हात ठेवी, तिचा हात हातात घेई त्या वेळेला तिच्या डोळ्यांत अपार करुणा दाटून येई आणि ती रडू लागे. जवळपास कुणी नसते तर तो हलकेच तिच्या ओठांवर ओठ टेकी. त्यासरशी तिच्या तोंडावर विलक्षण तजेला येई. इतका की, रमणच्या ध्यानात आले की बाह्य औषधोपचारापेक्षा तिचे औषध निराळे आहे. तिचा धन्वंन्तरी अन्य कुणी नसून आपणच आहोत. नीती-अनीती, पाप-पुण्य या सापळ्यात अडकवून घेण्यापेक्षा निसर्गाच्या हाकेला 'ओ' देऊन या भुकेल्या मादीला तृप्त करणे हे नर म्हणून आपले कर्तव्य आहे. त्याकामी आपण उणे पडणे हा निसर्गाचा पराभव आहे. पण त्याचबरोबर त्याच्या हेही ध्यानी येई की अद्याप अग्नी आटोक्यात आहे तेच ठीक आहे. नचपेक्षा हा अग्नी काबूबाहेर गेला की सर्वनाशाशिवाय पर्याय नाही. संयमाच्या कोंडीत पकडल्यामुळे तो धगधगतो आहे, चेकाळतो आहे, पण त्या दाहक ज्वाला आज नाशक नाहीत. त्यांना एकदा का मुक्त केले की साऱ्या आयुष्याची राखरांगोळी व्हायला वेळ लागणार नाही. आक्रमक प्रफुल्लेला दूर ठेवणे हे निर्धाराने आणि भयाने शक्य होते; पण करुणामयी प्रफुल्लेकडे पाहून त्याचे मन तिळतिळ तुटत होते.

मायाचे आणि त्याचे सहजीवन सुरू झाले तिथेच प्रफुल्ला दु:खी झाली. त्यांच्या सहजीवनाला प्रीतीची फुले फुलली, त्यांनी तर तिच्या शोकाला पारावारच उरला नाही, आणि मायाचे आणि रमणचे अलीकडे झालेले एकरूपत्व पाहून तर प्रफुल्लाने ठावच सोडला. प्रफुल्लेच्या मनात एक विकृती उत्पन्न झाली आणि ज्या कारणास्तव ती एके काळी मायावर रागावलेली होती, नेमक्या त्याच्या विरुद्ध कारणास्तव तिचा मायावरील रोष उत्पन्न झाला. तिच्या मनावर पडलेले भिन्न भिन्न ताण परस्परांचा छेद करू लागले आणि ती एक रुग्णाईत स्त्री होऊन बसली.

एक दिवस दुपारच्या वेळेस काही नाही ते निमित्त होऊन तिच्या फिट्सचे स्वरूप इतके धोकादायक ठरले की, दुसऱ्या मजल्यावरच्या खिडकीतून ती खाली पडली. ती फिट्सच्या भरात तोल जाऊन पडली की तिने आत्महत्येचा प्रयत्न केला हे कळायला काही मार्गच नव्हता. पण रमणला मात्र वाटले की उडी

घेऊन विहिरीत आत्महत्या करण्याचा तिचा प्रयत्न होता. पण तिचा अंदाज चुकला. ती विहिरीत पडण्याऐवजी जाईच्या मांडवावर पडली. अनेकदा विचारूनही प्रत्यक्ष काय घडले हे तिने कुणालाच सांगितले नाही. तेव्हापासून ती जी अंथरुणाला खिळली ती बरी होऊनसुद्धा हिंडूफिरू लागली नाही. प्रफुल्लेचे दुखणे त्या घराच्या व्यवस्थेत एरवी फारच जाणवले असते. पण मायाने हलके हलके बऱ्याच गोष्टींचा ताबा घेतलेला असल्यामुळे तशी म्हणण्याजोगी अडचण झाली नव्हती.

प्रफुल्लेच्या त्या आततायी प्रसंगापासून रमणला एक धसका बसला. या घरातले आपले अस्तित्व सुखावह व्हायला हवे असेल तर असले हे अप्रिय प्रसंग पुन्हा घडू देता कामा नयेत. पाप-पुण्यापेक्षाही एक फार श्रेष्ठ गोष्ट आहे. ती म्हणजे माणुसकी! तिचे पालन आपण नीट न केल्यामळे प्रफुल्लेच्या दु:खाला आपण कारणीभूत झालो आहोत. साऱ्या सुखमय जीवनात दैवाने हा मिठाचा खडा मुद्दाम तर टाकला नसेल? कारखान्याच्या भरभराटीतील यशाचा तुरा, खुर्शीदची लोभसवाणी संगती, मायाची चतुर मैत्री अशा साऱ्या या संपन्न आयुष्यात एकट्या प्रफुल्लानेच दु:खी राहावे हे त्याला बरे वाटले नाही.

होता होता भाग्याची घटिका भरत आली आणि सारे काही संपविण्याची सूचनाही आली. विलासच्या त्या पत्रात त्याने अनेक गोष्टी लिहिल्या होत्या. आपण महाराष्ट्रात येत असून लवकरच घरी पोहोचू आणि झालेल्या करारानुसार बरोबर एक वर्ष संपताच म्हणजे अवघ्या आठ दिवसांनी-सोमवारी-रात्री नऊ वाजता 'ग्रोव्हर' हॉटेलात त्याने आले पाहिजे. येता न आल्यास विलासची जागा खाली करून त्याप्रमाणे फोनवरून कळविले पाहिजे. आपण सारा देशभर कसा मुक्तपणाने प्रवास केला, नाना तऱ्हेचे उपभोग घेतले आणि जबाबदारीचा कसलाही धोषा मागे नसल्या कारणाने सुखात कसे दिवस काढले याविषयी तपशीलवार आणि मनोरंजक हकीकती त्याने त्या पत्रात लिहिल्या होत्या. मात्र अखेरीस त्याने लिहिले होते, ''माझ्या प्रिय मित्रा, तुझ्यामुळे मला हे भाग्य मिळाले. आपले सारे मोठेपण आणि जबाबदाऱ्या विसरण्याजोगे अन्य भाग्य नाही. ते मिळवून दिल्याबद्दल मी तुझा आभारी आहे. माझी अशी खात्री आहे की तूही तेच म्हणत असशील. तुला हवी होती ती कर्तबगारीची सारी क्षेत्रे तुला उपलब्ध आहेत. अर्थात थोड्याच अवधीत तुझ्या ध्यानात येईल की, या कर्तबगारीच्या मागे जबाबदारीच्या जळवा माणसाचे सुख हिरावून घेतात. मी एक अयशस्वी माणूस होतो आणि म्हणूनच कदाचित असेल; दु:खीपण होतो आणि जगणे म्हणजे तरी काय? असणे आणि

नसणे यामधली एक क्षुल्लक अवस्था. माझे आजचे आयुष्य सुखाचे आहे असे मी म्हणतो याचे कारण माझ्याकडून कुणाच्याच काही अपेक्षा नाहीत. त्या अपेक्षाभंगाचे दु:खही नाही. मला अनेकदा गमतीने वाटते की या जगापेक्षा आणखी एखादे सुंदर जग असलेच पाहिजे, आणि या जगातले आणि त्या जगातले मिळून आयुष्य आपल्याला दिसले असले पाहिजे. जितकी जास्त वर्षे आपण या जगात काढू तितकी आपली त्या जगातील सुखाची वर्षे कमी होणार.

येत्या सोमवारी रात्री नऊ वाजता 'ग्रोव्हर' हॉटेल.''

- ० -

आपल्या आयुष्यातील भाग्याचा असा हा अगदी शेवटचा दिवस. या शेवटच्या चोवीस तासांत आपल्याला अनेक गोष्टी संपवल्या पाहिजेत. आपल्या सर्व चिरपरिचित व्यक्तींचा निरोप घेतला पाहिजे. मायाच्या प्राप्तीचा नेमका क्षण आपल्याला चुकवायचा आहे. खुर्शीदच्या उदरात वाढणारा आपला अंकुर कायमचा विसरायचा आहे. आपल्या स्पर्शाला वंचित झाल्यामुळे खुळावलेल्या प्रफुल्लेला अशाच रुग्णावस्थेत आपल्याला सोडून जायचे आहे. हे चोवीस तास म्हणजे गेल्या वर्षातील सुखाची जणू किंमतच आहे. उद्या संध्याकाळी सहाच्या गाडीने मुंबईला आपण परतू त्या वेळेस ती चुरगाळलेली पाच रुपयांची नोट पुन्हा आपल्या खिशात असेल. आपली इच्छा असेल तर वर्षापूर्वीच्या रात्रीप्रमाणे आपण 'ग्रोव्हर' हॉटेलात जाऊ, नचपेक्षा विलासने कळविल्याप्रमाणे त्याला फोनने कळवू. एक वर्षापूर्वी आत्महत्या करणे आपल्याला संकटाचे वाटत नव्हते. पण आता सुखाला चटावलेले हे आयुष्य संपवताना आपला निर्धार टिकेल काय? पण आयुष्यात आत्महत्येचा प्रसंग कशासाठी यावा? माणसाच्या आयुष्याचा उपयोग कितीतरी तऱ्हांनी करता येण्यासारखा असतो. प्रफुल्लेच्या हिशेबी एक नर, खुर्शीदच्या आयुष्यात एक प्रियकर, आणि मायाच्या जीवनात एक सहचर या नात्याने आपल्या या नरदेहाचा उपयोग होताच की नाही? काही झाले तरी 'पोतदार ग्लास वर्क्स' चा हा प्रचंड पसारा, यात काम करणारे हे हजारो कामगार, या साऱ्यांचा उद्धार करण्यासाठी आपली सामान्य बुद्धी उपयुक्त ठरली आहे की नाही? काही जरी झाले तरी परत पूर्वीच्या आयुष्यात जाऊन आपल्याला जगले पाहिजेच. समोरच्या कागदावर रेघोट्या मारत असताना रमणच्या मनात असे कितीतरी विचार येऊन गेले. कारखान्याची सहाची पाळी सुटल्याचा

भोंगा ऐकताच रमण विचारातून जागा झाला. या नव्या आयुष्यातील प्रत्येक गोष्टीशी प्रथम मुकाबला करतानासुद्धा रमण भ्यायला नव्हता एवढा तो आता निरोप घ्यायला भीत होता. गेले वर्षभर इथल्या प्रत्येक व्यक्तीशी आणि वस्तूशी त्याने जीव लावून नाते जोडले होते आणि या चोवीस तासांनंतर त्यांच्या जीवनात काहीही घडण्याची शक्यता होती. विलासने परत जागा घेतली की सर्व सुखी विश्वात उलथापालथ घडणार होती. केबिनचे दार उघडून माया येताना दिसताच रमण आपले सारे विचार सावरून तयार झाला. माया म्हणाली, ''चला आता निघू या. मला घरी सोडा आणि तुम्ही बाईकडे जा. उद्या आपल्याकडे सत्यनारायण आहे. तेव्हा मला घरी जायला हवे. तुम्हीसुद्धा बाईकडून लवकर या.'' आवंढा गिळून रमण म्हणाला, ''माया, जरा थांब. बैस इथे. गेले वर्षभर आपले दिवस मोठे छान गेले. मुंबईला साधुपुरुषाने केलेल्या अनुग्रहामुळे माझ्या वृत्तीत पालट झाला. तुझ्यातही झाला. त्या दिलेल्या व्रताची उद्या सांगता होईल. पण माझी वृत्ती जर बदलली, आणि माझ्यात पूर्वीसारखाच काही बदल घडला तर तू मला सांभाळून घेतले पाहिजेस. कारखान्याचा व्याप जगदीशरावांच्या मदतीने तुला खचित सांभाळता येईल. चिंता वाटते आहे ती माझी मलाच. उद्या काही माझे बरेवाईट झाले...''

''हे काय खुळ्यासारखे बोलता आहात तुम्ही? आणि ही वेळ आहे का ते बोलायची? तुम्ही कसेही असलात तरी आता माझेच राहणार आहात. उद्या रात्री तुमच्या मनातल्या साऱ्या शंका तुमच्या कुशीत शिरून मी फेडून टाकीन.'' बोलता बोलता ती जवळ आली. त्याच्या केसांतून तिने बोटे फिरवली आणि त्याचे मस्तक आपल्या पोटावर घट्ट दाबलं. मायाचा तो मधाळ स्पर्श रमणला अगतिक करीत होता. खुर्चीवर बसल्याबसल्या त्याने मान वळविली आणि तकतकीत ओटीपोटाचा मुका घेतला. त्यासरशी लाजेने कोळ होऊन मायाने सारा देह आकसून घेतला, आणि ती म्हणाली, ''आता थोड्यासाठी घाई कशाला ही? आता फक्त चोवीस तास राहिले आहेत. त्यानंतर आपले जे नाते अजून घडलेच नाही, ते सुरू होईल. चला उठा पाहू. जा आता लवकर.'' त्याच्या गालावर हलक्या हाताने चापटी मारत लाडिकपणे ती म्हणाली आणि तिनं ओढून त्याला केबिनबाहेर काढले आणि गाडीत आणून बसविले.

रमण खुर्शीदकडे पोहोचला तेव्हा खुर्शीद खिडकीत उभी होती. तिच्या प्रसन्न प्रतीक्षेने त्याचा सारा शीण आणि चिंता दूर झाल्या होत्या. एका लहान मुलाच्या अधीरपणाने तो जिना चढून गेला आणि दरवाजातच येऊन उभ्या

राहिलेल्या खुर्शीदला त्याने घट्ट मिठीत आवळले. त्याच्या आडदांडपणामुळे दुखावलेल्या खुर्शीदच्या तोंडून काही चीत्कार बाहेर पडले. ती रागाने ओरडली, "असा दंगा करून चालणार नाही हं आता. किती वेळा सांगायचे तुम्हांला बरे? आता सहन होत नाही हो." तिचा राग अनाठायी नव्हता. गर्भारपणाचा तिला मुळात त्रास होत होताच आणि रमणच्या प्रत्येक गाठीभेटीत तो तिच्या इतक्या अंगचटीला जाई की ती शेवटी अबोला धरी. मग तिची समजूत काढता काढता आणि तिला खुशीत आणता आणता रमणची पुरेवाट होई. ती फुरंगटून बसलेली पाहताच रमण तिच्याजवळ आला आणि म्हणाला, "चुकलं माझं. तुला पाहिलं की भानच राहत नाही. चुकलं म्हणतो ना." जरा लांब जाऊन तो उभा राहिला. डोळ्याच्या कोपऱ्यातून खुर्शीद त्याच्याकडे चोरून पाहत होती. त्याचा चेहरा जरा ओढलेला पाहताच तिचा राग संपला. पुन्हा जेव्हा रमण अनुनय करील तेव्हा त्याच्या मिठीत चटकन शिरायचे असे तिने ठरवून टाकले. पण रमण तसाच खिडकीजवळ जाऊन उभा राहिला. एक दोन मिनिटे वाट पाहून रमण जवळ येत नाही असे दिसताच खुर्शीदच पुढे झाली, आणि त्याच्या पाठीमागे घट्ट त्याला चिकटून उभी राहिली. आपल्या पुष्ट स्तनांनी त्याला दिलेला धक्का तिच्या सर्वांगाला जाणवला, पण रमण मात्र तरीही अबोलच राहिला. हे पाहून मात्र ती रडवेली झाली. त्याचा बाहुटा पकडून "असे का हो करता? तुमच्यासाठी मी इथे वाट पाहते आणि तुम्ही मात्र येऊन घुमेपणाने न बोलता तसेच उभे रहाता." रमणने पाठ फिरवूनच तिच्या डोळ्याला डोळे दिले. तिच्या दृष्टीतली व्याकुळता त्याच्या हृदयाला बोचताच तोही गहिवरला. तो म्हणाला, "खुर्शीद, मी तुझा अपराधी आहे. तुझ्यावर मी मोठा अन्याय केलाय."

"तो कसला बाई?"

"हे बघ, असे हसण्यावारी नेऊ नकोस. मी तुला असे काही सांगणार आहे की त्यामुळे तू थक्क होशील. माझ्या सबंध आयुष्यात कुणी दिले नाही एवढे सुख तू मला दिलेस. त्याबद्दल मी तुझा खूप खूप कृतज्ञ आहे. तू नसतीस तर हे वैराण आयुष्य व्यर्थ होते. जगातली सारी सुखे केवळ तुझ्या प्राप्तीसाठी तुच्छ मानावीत असे तुझे रूप आहे, तुझा स्वभाव आणि तुझे गुण आहेत. खुर्शीद, तुझ्यासारख्या स्त्रीशी मी प्रतारणा करायला नको होती. पण तुझ्या रूपाचा लोभ कुणालाही पडला असता..."

"हे असे तुम्ही काय खुळ्यासारखे बोलता आहात. तुम्ही माझ्यासाठी काय कमी केलं आहे. बायकोला मिळावीत अशी सारी सुखं तुम्ही मला दिलीत.

एका पितळेच्या तुकड्याला सोन्याचं कंकण केलंत. माझे लाडके विलास मला कसे प्रिय असणार नाहीत?

"थांब, थांब खुर्शीद. मी विलास नाही. विलाससारखा दिसणाराच दुसरा एक पुरुष आहे. रमण माझे नाव. तुला कदाचित खोटे वाटेल, पण गेले वर्षभर विलासच्या इच्छेने विलासचे नाव घेऊन मी इथे वावरतोय. मला क्षमा कर. स्त्रीला ही प्रतारणा सहन होणे शक्य नाही. तुझ्याशिवाय मी कोणत्याही स्त्रीला स्पर्श केलेला नाही. तुझ्या सावलीत साऱ्या सुखांची संगत मला मिळाली. पण पहिल्याच क्षणी मी तुला सारे सांगून टाकायला हवे होते. एक वर्षापुरते उसने मिळालेले राज्य सोडून देऊन उद्या मी येथून जाणार आहे. जे काही बरेवाईट मी वागलो असेन त्याबद्दल मला क्षमा कर..."

खुर्शीद काही बोलत नव्हती. अज्ञाताकडे नजर खेळवीत भ्रमिष्टपणाने ती काहीतरी आणि कुठेतरी पाहत होती. तिचे काही तरी हरवले होते. ते शोधण्याच्या नादात ती गोंधळली होती. तिचा म्लान चेहरा, गर्भभाराने आलेला दुबळेपणा आणि अवचित प्रहार व्हावा म्हणजे जी वेदना उठावी, ती खुर्शीदच्या चेहऱ्यावर प्रकट झाली. तिनं काहीतरी बोलावे, रागवावे, चिडावे, आपला धि:कार करावा अशी रमणला इच्छा झाली. पण यांपैकी काहीच न करता ती बावरून खिडकीतून बाहेर पाहत उभी राहिली. तिच्याजवळ जाऊन रमणने तिला हलविली आणि तो व्याकूळ आवाजात म्हणाला, "माझ्याशी बोलणारसुद्धा नाहीस का? निरोपाच्या वेळी तुझं एखादं हास्यसुद्धा माझ्या सोबतीला देणार नाहीस का? अगं मी एक चुकलेला वाटसरू. चुकत चुकत या रस्त्याला आलो आणि देवाने तुझी आणि माझी गाठ घालून दिली. या त्याच्या कृत्याबद्दल माझ्या मनात अपार कृतज्ञता आहे. कोणत्याही सुखाच्या मोबदल्यात तुझ्या संगतीतले हे सुंदर क्षण मी परमेश्वराला परत करणार नाही."... खुर्शीद अजूनही निर्विकार होती. त्याचं हे बोलणं तिला मुळी समजलंच नव्हतं. तिचे ते चेतनाशून्य वर्तन रमणला पहाणे शक्य नव्हते. ममतेचे बंध तोडायला कठीण असतात हे तर खरेच; पण दुर्दैवाने आपल्या जीवितातल्या या सुखद स्मृतीत एक प्रकारची वंचना दडलेली आहे आणि त्यामुळे उंच मानेने निरोपाचा स्वीकार होणार नाही. तरीही हे कर्तव्य अटळ आहे. आपल्यालाच हा क्षण निभावून नेला पाहिजे. या तीनही स्त्रियांच्या आयुष्यात आपण जी उलथापालथ केली ती जशीच्या तशी परत करून ठेवणे शक्य नाही. परंतु होणारा बदल त्यांना धक्का देणार नाही, इतपत त्यांना जागे करणे आवश्यक आहे, या विचारासरशी रमण पुढे झाला. त्याने खुर्शीदच्या

खांद्यावर हात ठेवून तिचे मस्तक आपल्याकडे फिरविले आणि तिच्या डोळ्याला डोळा देत तो म्हणाला,

"वेडे, आता माझ्याजवळ वेळ फार थोडा आहे. मला तू क्षमा केली आहेस असा दिलासा मिळाला नाही तर उरलेले माझे सारे आयुष्य फुकट जाईल. मी विलास नाही, परपुरुष आहे या कल्पनेने तुला जो धक्का बसला आहे त्यातून अजून तू सावरली नाहीस का? खुर्शीद, बोल ना. रागावू नकोस. काहीतरी बोल."

खुर्शीदच्या डोळ्यांत पुन्हा पूर्वीचे मनोहर निर्व्याज तेज आले. कोमेजलेले फूल पुन्हा टवटवीत झाले. कसल्यातरी अद्‌भुत कल्पनेने तिच्या अंतरंगातून कसली तरी चेतना तिला मिळालेली रमणला जाणवली. त्याच्या मनावरचा भार थोडा कमी झाला. तिच्या ओठाजवळ येत तो म्हणाला, "थँक यू. प्रत्यक्ष शब्दांत मला क्षमा करायला नको."

पण हे त्याचे बोलणेच तुटले. खुर्शीदचे ओठ पुढे सरकले आणि त्या शब्दांचा रस्ता बंद झाला. कधीही अनुभविली नाही अशी दाहक आतुरता रमणच्या ओठांना जाणवली. वर्षांनुवर्षे तहानलेल्या जीवाने पात्रातील सारा ओलावा शोषून घेण्याचा यत्न करावा तसा यत्नही त्याच्या ओठांना जाणवला. त्या सुखद आक्रमणाने त्याच्या साऱ्या दु:खांचा परिहार झाला. या सुखाला अंत नव्हता.

खुर्शीदच्या डोळ्यांना जेव्हा त्याचे डोळे पुन्हा भिडले तेव्हा तिथं एक मिश्किल भाव उभा होता. त्याचा अर्थ मात्र रमणला कळेना. खुर्शीदला मिठीत घट्ट धरीत रमण म्हणाला, "काय झाले?"

"कुठे काय?"

"मग हसतीयशी?"

"काही नाही. सूरतच तशी. त्याला मी काय करू?"

"भाग्यवान आहेस. ज्याच्या सोबतीला नेहमी हे हसू तो भाग्यवान नाही तर काय? पण खरं सांग खुर्शीद, मी विलास नाही असे तुला सांगितले तेव्हा तुला धक्का बसला की नाही?"

"मुळीच नाही."

"ए असं नाही हं. खरे सांग पाहू."

"खरेच! तुम्ही विलास नाही हे मला पहिल्याच दिवशी कळलेय."

"काय म्हणतेस? कसे?"

"तुम्ही खुळे आहात रमण. दोन पुरुषांचा चेहरा सारखा असू शकतो.

लकबीसुद्धा पुष्कळदा सारख्या असतात किंवा अभिनयाने सारख्या करता येतात. हस्ताक्षराची नक्कल करता येते, आवाज हुबेहूब काढता येतो, सारे काही करता येते. पण एका गोष्टीची नक्कल करता येत नाही. स्त्रीजवळ जेव्हा पुरुष जातो तेव्हा धुंद होण्याची प्रत्येक शरीराची वृत्ती निराळी असते. त्याचप्रमाणे तो अभिनय करायचंही तेव्हा विसरून जातो. तृप्तीच्या त्या अद्भुत क्षणी तर प्रत्येक पुरुष निराळा ठरलाच पाहिजे. प्रथम जेव्हा तुम्ही आलात तेव्हा मीही फसले. पण जेव्हा वासनेच्या वारूवर आपण स्वार झालो, तेव्हा माझा साथीदार विलास नाही हे कुणी सांगावे लागले का? क्षणभर वाटले की एकदम ही वंचना थांबवावी. पण रमण, ते माझ्या हातात राहिले नाही. अशा काही एका सुखद मखमली रस्त्यावरून आपण चाललो होतो की तेथून परतावे असे मला वाटले नाही, आणि त्याहीपेक्षा आयुष्यात कधीही गवसली नाही ती प्रत्येक स्त्रीची जोडीदार मिळविण्याची आकांक्षा तुम्ही पुरी केली. आजवर उसाच्या चोयट्याप्रमाणे माझे आयुष्य होते. चोखावे आणि फेकून द्यावे. विलासच्या लेखीसुद्धा मी एक दासीच होते. माझ्या सुखासाठी, स्त्रीत्वाच्या जागृतीसाठी, आपल्या उंच अहंकारी स्थानापासून क्षणभरही खाली जायला ते तयार झाले नाहीत. पुरुष काय किंवा स्त्री काय, कोणीही कितीही श्रेष्ठ असले तरी रतिसुख दोघांनी मिळवून देत-घेत अनुभवायचे असते. विलासने मला सुख दिले, आधार दिला त्याबद्दल मी ऋणी राहिले पाहिजे आणि ऋणी आहेच. पण दानाने कुणाला श्रीमंत करता येत नाही. तुझा स्पर्श होईपर्यंत माझ्या मनाचे हे दरिद्रीपण कधी विटलं नाही. तुझा स्पर्श अनोळखी होता, पण सुंदर होता. कल्पांतापर्यंत साथ करावी असे काहीतरी अद्भुत निमंत्रण त्या स्पर्शाने दिले. म्हणून असेल कदाचित. तुझ्या स्पर्शाला अंकुर फुटला. ज्या क्षणी या अंकुराची चाहूल मला पहिल्यांदा लागली, त्या क्षणी आयुष्यातला सर्वोच्च आनंद मला समजला. आता मी तुला कधीकाळी सोडीन किंवा कोणत्याही परिस्थितीला किंवा संकटाला भिऊन तुझ्यापासून पळ काढीन ही तू आशाच ठेऊ नकोस.''

"नाही, नाही खुर्शीद. असे काही तरी वेडेवाकडे बोलू नकोस. मी एक रस्त्यावरचा सामान्य मुसाफिर. तुझ्यासारखं लावण्य सांभाळायची माझी लायकी नाही. दुःखाच्या वाटेवर मी तुला घेऊन जाणार नाही. तुझे हे सुखाचे सुंदर आयुष्य सोडून द्यायला मी सांगणार नाही तुला.''

खुर्शीद खूप मोठमोठ्यांदा हसली. हसता हसता ती म्हणाली, ''तुम्ही सारे पुरुष एकाच माळेचे मणी का रे? तुम्हांला वाटते, पिंजरा सोन्याचा असला,

खायला डाळिंब असलं आणि अधूनमधून धनी कुरवाळीत असला म्हणजेच प्रत्येक मैना सुखात राहते. तुमचे सारे शहाणपण स्त्रीच्या मोजमापात कसे चुकते रे? आम्हांला दासीपणात सुख वाटते. पण ते आम्ही खुशीने पत्करले असले तर! पायाला काटे लागून पाय रक्तबंबाळ झाले तरी आमचे हसू मावळत नाही, पण हव्या त्या साथीदाराचीच साथ असेल तर! स्त्रीचे सुख फार क्षुल्लक गोष्टींत अडकलेले असते आणि ज्या पुरुषाला स्त्रीचे ते मर्म माहीत असते तोच तिला सुखी करू शकतो. अवघ्या एका वर्षात आपला सारा संसार पुरा झाला आहे. अल्लाच्या मेहेरबानीने तुझा जो अंश माझ्या उदरात वाढतो आहे त्याला जन्म घातला की तू म्हणशील तर तुझ्याबरोबर मरायलासुद्धा मी तयार आहे. माझ्यापासून दूर जायची भाषाच तुला करता यायची नाही. हरगीज नही.''

खुर्शीदची समजूत पटणे शक्य नव्हते. ती पटलीही नाही. तिला बरोबर न्यावे असा मोहसुद्धा रमणच्या मनात क्षणभर उत्पन्न झाला. पण अखेरीस खुर्शीदला उद्याचा खोटा वायदा देऊन अत्यंत कष्टी मनाने तो घरी जायला निघाला. पुन्हा खुर्शीद आपल्याला भेटणार नाही या जाणिवेने त्याच्या डोळ्यांत अश्रू जमा झाले होते, ते मोठ्या परिश्रमाने त्याने आवरले. खुर्शीदच्या ओठांचा तो अखेरचा स्पर्श, तिचा तो सुगंधी श्वास आणि आवेगाने मिठी मारताना ओठावर घडलेला दंतव्रण हे मोठ्या इतमामाने डोळ्यांच्या पालखीत सांभाळीत अखेर त्याला जावे लागले... नव्या दाहक वियोगासाठी.

- ० -

रमण घरी आला तेव्हा बारा वाजून गेले होते. आपल्याला मायाने लवकर घरी यायला सांगितले होते याची त्याला आठवण झाली आणि त्या प्रमादामुळे मायाला सामोरे जाणे त्याला अडचणीचे झाले. पण एखाद्या यांत्रिक हालचालीप्रमाणे तो घरापाशी पोहोचला तेव्हा घर प्रकाशाने उजळलेले होते. सारे घर कसल्यातरी आनंदाने बेहोष झाले होते. त्याचाच इन्तजार त्याला बोचू लागला. गाडीचा आवाज ऐकताच माया पुढे आली. सणासुदीला वापरावयाचे कपडे ती ल्याली होती. तिला एक नवीनच रूप लाभले होते. उशीर झाल्याबद्दल कोणतीही रुष्टता तिच्या मुद्रेवर नव्हती. उलटपक्षी एखाद्या विजयी वीराचा सत्कार करण्याचा रुबाब तिच्या प्रतीक्षेत होता. रमणला त्याचा अर्थच कळेना. आज कुणी पाहुणे येणार असल्यामुळे हा आनंदोत्सव आहे का एक वर्षाचे विरहगीत संपत आले

म्हणून आनंद आहे?

रमणजवळ येताच माया हळूच कुजबुजली, “बाबा आलेत. सिनेमाला गेलो होतो म्हणून सांगा हं बाबांना. तुमच्या हस्ते कसलासा बक्षीस समारंभ होता म्हणून सांगितलय मी त्यांना. प्लीज.” रमण हसला. तिच्या खांद्यावर हात ठेवीत तो म्हणाला, “खुशीत दिसते स्वारी!”

“नाही बाई.”

“नाही कसे? कुणाचे तरी हसू तर चोरून आणले नाहीस? घराचा लखलखाट काय, तुझे कपडे काय, उशीर झाला तरी न रागावता, न रुसता सुहास्य स्वागत काय? काही कळत नाही बुवा. बाप आला म्हणजे मुलीला आनंद होतो हे आम्ही ऐकून आहोत. पण एवढा आनंद? काहीतरी निराळे कारण असले पाहिजे.”

“ते आमचे गुपित आहे. उद्या सकाळी सांगू ते आम्ही.”

“सकाळी का रात्री?”

“इश्श!”

“इश्श काय? तुझा संयम पाहिला की माझी मला लाज वाटते. वाटते की, तुझी पूजा करावी. तुझ्या आज्ञेत राहावे. तुझ्या सुखासाठी काय वाटेल ते करावे. अशा सुरेख, सुशील, उदार बायकोची मला पारख होऊ शकली नाही...”

“नाही कशी? आता झाली आहे ना?”

“आता फार उशीर झाला आणि शिवाय ही माझी बुद्धी कायम राहील असे तरी कुणी सांगावे?”

त्याच्या तोंडावर हात ठेवून ती म्हणाली, “असले काही अशुभ यापुढे बोलायचे नाही. झाले गेले गंगेला मिळाले. आपल्या आयुष्यातली वर्ष दोन वर्षे वाया गेली म्हणून एवढे खजील होण्यात काय अर्थ आहे. चला बघू आता. सारी दुःखे उद्यासाठी राखून ठेवू. तुमच्यासाठी मी जेवायची थांबले आहे. आईसुद्धा इतक्या वेळ थांबल्या होत्या. पण मीच त्यांना आग्रह कर करून जेवू घातले आणि त्यांना झोपवलंय. बाबा मात्र दमले होते. ते आल्या आल्याच झोपले. चला...”

जेवणघरात फक्त दोघांचीच पाने मांडलेली होती. रमणने चटकन बूट काढले आणि तो पानावर येऊन बसला. साऱ्या घरात बहुतांशी निजानीज झाली असावी. ती दोघेच आता जेवणार होती. जेवणाचा सारा सरंजाम अत्यंत दक्षतेने टेबलावर मांडलेला होता. गरम पाण्याच्या ट्रेमध्ये झाकून ठेवलेले पदार्थ झाकणे

उघडताच आपल्या सुगंधित स्वादाने रमणला अस्वस्थ करू लागले. जेवणाला सुरुवात झाली तरी रमण फारसा बोलत नव्हता. मायाची चिवचिव सारखी चालू होती. ती आनंदाने भारून जाऊन तृप्त मनाने जेवत होती आणि रमणला वाढत होती. गृहनिपुणदक्ष खानदानी पत्नीचे हे स्वरूप, त्यातला आर्जवीपणा, तिथे निर्माण झालेले एक भावमुग्ध वातावरण याने रमण बावचळला होता. अगदी निरोपाच्या वेळेला ममतेचे हे अडसर कशाला? मायाच्या स्वरातली स्निग्धता रमणला पुन्हा त्या अद्‌भुत स्वप्नात गुंगवू पाहत होती. त्याला वाटले एकदम सांगून टाकावे. अगदी ओरडून सांगावे, की तुझ्या या भक्तीचा स्वामी उद्या इथे येईल. ही मधाळ संगत माझ्या मालकीची नाही, ही उबदार सोबत माझ्यासाठी खर्चू नकोस. पण खुळा रमण या मायापाशापासून दूर जाण्याऐवजी तिथे अधिकच गुरफटत होता.

अवचितपणाने तो पुन्हा भानावर आला. मायाने आपल्या पानातला एक घास त्याच्या ओठापुढे आणला होता. आणि ती म्हणत होती, ''तुमचे जेवणाकडे कसे लक्ष नाही हो? नाही तर मी भरविते तुम्हांला.'' तोपावेतो रमणने तो घास ओठात स्वीकारलाही होता. साऱ्या जगातील स्वाद एकत्र करून आणणारा तो घास कोणत्याही मिष्टान्नाला लाजवू शकला असता. त्याच्या डोळ्यांत हसू फुटलं आणि तो म्हणाला, ''लग्नातली हौस अजून पुरली नाही का?''

''ते का? तसे माझे लग्न तरी कुठे झाले आहे आणि माझी कोणती हौस पुरली आहे?''

''आता साऱ्या हौसा, मौजा पुऱ्या होतील. तुझ्या साऱ्या गात्रांना आणि इंद्रियांना मी कृतार्थ करीन.''

''पण तोपर्यंत काय? आता तर मला फार भूक लागली आहे बाई.''

''अरे हो विसरलोच की मी.'' असे म्हणत रमणने तिच्या ओठांनाही अभुक्त ठेवले नाही. दोघांची जेवणे एकमेकांची मस्करी करीत करीत रंगत चालली होती. तोच घड्याळाचा टोला वाजला त्याबरोबर चमकून रमणने घड्याळाकडे पाहिले. त्याच्या डोळ्यांतले ते भय मायाने टिपले. आणि ती म्हणाली, ''काय झाले?'' ...तोल सावरीत रमण म्हणाला, ''कुठे काय? काही नाही.'' जेवण आटोपताच माया भांडी आवरेपर्यंत रमण तिथेच घुटमळत राहिला. माया केसांवरून फणी फिरवीत होती आणि पातळ सारखे करीत होती. तेवढ्यात तो आपल्या खोलीत आला आणि खिडकीबाहेर बघत उभा राहिला. खिडकीबाहेर काळोख दाटला होता. कारखान्याच्या बाजूकडून परावर्तित होणारा प्रकाश सोडला, तर

आसमंत घनदाट काळोखाने व्यापले होते. अशा काळोखात आपण मिसळून गेलो तर किती बरे होईल असा विचार रमणच्या मनात आला. तो विचार त्याला इतका आकर्षक वाटला की त्याच्या देहात चैतन्य असते तर तो त्या अंधाराला भेटण्यासाठी खुशाल चालू लागला असता. रानफुलांचा एक उग्र दर्प त्या थंडगार जड हवेत मिसळून गेला होता. रमणला स्पर्शाची जाणीव झाली, तेव्हा त्याने वळून पाहिले तो घवघवीत हास्य करीत आणखी एक निराळे रूप ल्यालेली माया त्याच्या दृष्टीस पडली. तिने स्लीवलेस पोलके पेहेरले होते त्यामुळे तिचे गौरवर्ण बाहुगोल ठसठशीतपणे वासनेचे मोहोळ उठवीत होते. तिने पेहेरलेला ब्लाऊजसुद्धा आतली काचोळी स्वच्छपणे उघडी करीत होता. तिच्या अंगाला एक अनोखा सुगंध सुटला होता; त्यातला काही फ्रेंच सेंटच असेल, पण बराचसा तिच्या उमललेल्या यौवनपुष्पाचा होता. तो धुंद सुगंध रमणच्या सर्वांगातून फिरला, मात्र आजवर बाळगलेले सारे विवेक, सारी तटबंदी क्षणार्धात कोसळून पडली आणि एका मुजोर आक्रमकतेने त्याने तिला जवळ खेचली आणि तिच्या ओठांत ओठ भिडविले. तप्त ज्वालांचा अंगार त्या दोन्ही देहांना जाणवला. हा अग्नी थांबणारा नव्हता आणि विझणाराही नव्हता. खांडववनाच्या दाहात जसा तक्षक राहिला तसा तो सूक्ष्म विवेक सावधानतेसाठी शिल्लक राहिला.

पहिली झेप दोघांना उंच उंच घेऊन गेली. त्यामागोमाग येणारी झेप रमणने चुकविली. तो हलकेच म्हणाला, ''माया, थोडी थांब.''

''आता धीर धरवत नाही रे. एक क्षणसुद्धा. अजून तू मला परका वाटतोस. तू अन् मी एकत्र आलो, एकरूप झालो म्हणजे माझे एकटेपण संपेल. माझ्यावरचा अधिकार तू बजावल्याशिवाय या माझ्या देहाचे सार्थक काय?''

''थांब माया, थांब. एक क्षणभर थांब.'' वस्त्र मुक्त करण्याच्या गडबडीत वेगळ्या झालेल्या मायाला रमण केविलवाणेपणाने म्हणाला, ''या रंगाचा भंग करणे षंढत्वाचे लक्षण आहे. पण माया या पापापासून मला तू वाचविले पाहिजेस. इतके दिवस सांभाळून ठेवलेले तुझे शील आणि माझे चारित्र्य या दोघांचीही एका क्षणासाठी आहुती देऊ नकोस. माया, मी तुझा कुणी नाही आणि तू माझी नाहीस. माया, मी विलास नाही. मी कोण आहे ठाऊक आहे?''

''ठाऊक नसायला काय झाले? तुम्ही विलास नाही ते मला नक्कीच ठाऊक आहे. तुम्ही कुणीही असलात तरी आता माझेच आहात. देवा-ब्राह्मणांसमोर लग्न होऊनसुद्धा मी विवाहित नाही हे तुम्हांला माहीत आहे. माझ्या आयुष्यात

प्रीतीचे रोपटे तुम्ही लावलेत आणि स्त्रीचे सार्थक कशात आहे, याचीही शिकवण दिलीत. तुम्ही माझे मित्र झालात, मग प्रियकर झालात आणि मला जिंकून आपलीशी केलीत. तुमचा सारा खेळ मी पाहिला. तुमचा संयम फार थोड्या जणांना साधेल. किंबहुना तुमच्या तपश्चर्येला आज फळ आले आहे. जगातली कोणतीही शक्ती आपल्याला दूर करू शकणार नाही....''

रमण विरघळून गेला. आपले नाटक यशस्वी झाले या भ्रमात तो किती सुखात होता. खुर्शीद म्हणाली तिलाही हे रहस्य कळले होते. माया म्हणते, तिलाही कळलेले आहे. मग ही सारी माणसे इतके दिवस गप्प का बसली? माझे औट घटकेचे राज्य त्यांनी उलथून का नाही लावले? सर्वस्वी परपुरुषाला इतक्या जवळ त्यांनी कसे येऊ दिले? मायाने तरी निदान असे करायला नको होते. निश्चित करायला नको होते.

मायाची समजूत घालणे हे महाबिकट काम होते. आसक्तीने बुडून गेलेली माया त्याच्याशी बोलायलाच तयार नव्हती. तिला फक्त स्पर्शाची भाषा जाणवत होती आणि तो दाहक स्पर्श रमणची गात्रे जाळीत होता. हा मोह टाळला पाहिजे असे आक्रंदून सांगणारे त्याचे मन आणि असा सुंदर क्षण पुन्हा येणार नाही असा हट्ट धरणारा मायाचा घवघवीत, व्याकुळ, पेटलेला देह यांच्या युद्धात कोण यशस्वी होणार हेच कळत नव्हते. एक वर्षाची ही तपश्चर्या फुकट घालवायची का सुखाच्या या क्षणात बुडून जायचे एवढाच प्रश्न होता.

चोवीस तासांच्या या भावनाकल्लोळाच्या आयुष्यात रमणला साऱ्या आयुष्याचा अर्थ समजला. दोन माणसांचे नाते केवळ अक्षता किंवा मंत्र यांनी सिद्ध होत नाही. दोन आसुसलेले देह आणि आसुसलेली मने यांनीच संसार सिद्ध होतो. ममतेचे पाश विलक्षण नाजूक पण तेवढेच बळकट असतात. स्पर्शाने, शब्दाने शांत झालेली माया त्याला बिलगून कुशीत झोपली होती. परंतु रमण मात्र मनात जळतच होता. हा मोह टाळण्याचे सामर्थ्य आपल्या अंगात कुठून आले याचा तो शोध घेत होता. आपल्या आयुष्याचा जोडीदार आपल्या मिठीत आहे आणि त्याच्या आणि आपल्या दरम्यानच्या सर्व भिंती तोडून टाकण्यात आपण यशस्वी झालो आहोत, या विश्वासाने विसावलेली माया सर्वांगाने फुलली होती. झोपेतसुद्धा तिला पडणारी स्वप्ने तिच्या श्वासोच्छ्श्वासांतून जाणवत होती. उत्तररात्रीच्या त्या थंड एकांतात अशी उबदार सोबत टाळण्याचे करंटेपण आपल्या नशिबात यावे याबद्दल रमण आपल्या दुर्दैवाला दोष लावीत होता.

दुसऱ्या दिवशी सकाळी तो जागा झाला तेव्हा सकाळ चांगलीच उजाडली होती. खोली आवरलेली, स्वच्छ केलेली पाहून मायाला उठून बराच वेळ झाला असावा असे रमणला वाटले. उशाशी नुकताच भरलेला फ्लॉवरपॉट ठेवला होता. या सगळ्या उल्हसित वातावरणामुळे रमणला थोडे बरे वाटले. अंथरुणावर असेच लोळत पडावे, कानांवर ऐकू येत असलेले सुरेल गीताचे सूर अनंत काळ ऐकत पडावे, असले शिथिल विचार त्याच्या डोक्यात घोळू लागले. पण आता विश्रांतीला जागा कुठे होती? अजून कारखान्यात जायला हवे. गेल्या संबंध वर्षातला ताळेबंद तयार करायला हवा आणि विलासला उलगडता येईल अशा तऱ्हेने सारा कारभार समजावून ठेवावयास हवा. आयुष्यात ही मिळालेली संधी जर विलासने घालविली तर मात्र त्याचे सारे आयुष्य उद्ध्वस्त झालेच म्हटले पाहिजे. या त्याच्या विश्वातला पुन्हा घडणार असलेला फरक कुणाला जाणवता कामा नये.

दुपारी माया कारखान्यात आली आहे असे पाहून रमण घरी आला. गेली कित्येक दिवस प्रफुल्ला आजारीच होती. आत्महत्येचा तो प्रयत्न फसल्यापासून तिचा सारा आनंद हरपला. स्त्रीमध्ये भावनाक्षोभाची तीव्रता वेगवेगळी असणे स्वाभाविक असले तरी प्रफुल्लेचा हा आवेग, क्षोभ, आसक्ती सारे काही जगावेगळे होते. तिची समजूत घालताना आणखी कोणत्या दिव्यातून बाहेर पडावे लागेल याची रमणला कल्पना येईना. रमण घरी आला. सारे नोकरचाकर विश्रांती घेत होते आणि आईसाहेब वामकुक्षी घेत होत्या. त्यामुळे प्रफुल्लेच्या खोलीत रमण गेला हे कुणाच्या लक्षातही आले नाही. प्रफुल्लासुद्धा गाढ झोपली होती. तिला जागे करावे किंवा नाही याचा विचार त्याच्या मनात येतो तेवढ्यात ती जागी झाली आणि रमणला पाहून थक्कच झाली. रमण पुढे झाला आणि तिच्या कपाळावर हात ठेवत तो म्हणाला, "कशी आहे तब्येत?"

"ठीक आहे की."

"तू सारा आनंद कशासाठी हरवला आहेस? कसले दुःख तुला होतंय प्रफुल्ला?"

"माझे दुःख तुम्हांला कसे सांगू? आणि तुम्हांला कळत नाही. तुम्ही जाणूनबुजून माझ्याकडे दुर्लक्ष करता आहात. तुमचे आणि ताईंचे जमल्यापासून मी तुम्हांला नकोशी झाली आहे. माझ्या आयुष्याला आता मुळी काही अर्थच उरलेला नाही. तुमच्यासाठी मी एक वर्षच काय पण एक कल्पांतसुद्धा थांबले असते. पण आता तुम्ही माझे राहिला नाही. तुमचा आणि ताईंचा संसार सुखाचा

होऊ दे. पण मला मरायला परवानगी द्या.''

''मरणाच्या गोष्टी कसल्या बोलतेस खुळे तू? तुझे काय वय झालंय्? का तुझे रूप ओसरलेय्.''

''काय उपयोग आहे माझ्या रूपाचा? आणि तारुण्य तरी कशाला हवंय मला? या सगळ्याचे चीज आजवर तुम्ही केलेत. माझ्या तारुण्याचा आता कुणाला उपयोग आहे? तुम्ही माझे मन आणि देह फुलविलात, भुका जाग्या केल्यात आणि आता मधेच अधांतरी सोडून दिलेत. विलास, तुमच्याशिवाय या देहाला कुणाचाही स्पर्श घडला नाही आणि मी घडू देणार नाही.''

''होय ना. म्हणूनच मी तुला जवळ घेतली नाही. तुझी इच्छा पुरी केली नाही.'' रमण तिच्याजवळ सरकला. तिचे हात हातात घेत तो म्हणाला, ''मला नीट समजून घे प्रफुल्ला. गेल्या वर्षभरात तुझ्या या सुंदर देहापासून दूर राहाताना मला किती संयम करावा लागला असेल याचा विचार कर. पण तरीही मी तुला टाळले. कारण विलासवरचे तुझे प्रेम मला माहीत होते. विलासच्या स्पर्शाची तुझी भूक मला समजली होती. पण म्हणूनच तुझा स्वीकार मी करू शकत नव्हतो. प्रफुल्ला, मी विलास नाही! देवाच्या लहरीने निर्माण झालेली विलासचीच मी प्रतिकृती आहे. त्याच्या इच्छेनेच त्याची जागा मी घेतली. परंतु त्याचे सर्वस्व मी लुबाडू शकत नाही...''

''तुम्ही विलास नाही?...''

''खरेच नाही. माझे नाव रमण. एक वर्षभरापूर्वी त्याची माझी मुंबईत गाठ पडली आणि माझ्या अंगावर ही भलतीच जबाबदारी टाकून आयुष्याला पाठ दाखवून तो पळून गेला. आज-उद्या तो परत येईल. त्या वेळेस त्याची सर्व जायदाद, वास्तू आणि तूसुद्धा स्वाधीन करून घेईल. प्रफुल्ला, इतकी थांबलीस तशी आणि थोडी थांब. विलास येईल आणि तुझा स्पर्श, तुझा आनंद, तुझा प्रियकर तुला भेटेल.''

''खरेच आहे का हे तुम्ही म्हणता ते? खरेच तुम्ही विलास नाही? पण तुम्ही विलास असणारही नाही. तुम्ही जर विलास असता तर या हृदयात पेटलेल्या अग्नीवर ममतेचे सिंचन केले असते. माझा पेटलेला देह थंड केला असता. माझी आसुसलेली गात्रे तृप्त केली असती. विलास, तुम्ही केव्हा याल हो?'' डोळे मिटून ती विलासच्या चिंतनात गुंग आहे असे पाहताच हलक्या पावलांनी रमण बाहेर जाऊ लागला. तेवढ्यात भानावर आलेली प्रफुल्ला म्हणाली, ''थांबा जरा. जाऊ नका. तुमची मी फार फार ऋणी आहे. कुणालाही टाळता

आला नसता असा मोह तुम्ही टाळू शकलात आणि माझ्या हातून माझ्या विलासशी प्रतारणा घडू दिली नाहीत हे तुमचे मोठेपण मी कशी विसरू? मी तुमची कशी उतराई होऊ? रमण, मी तुमच्याशी अत्यंत वाईट वागले. तुम्हांला समजू शकले नाही, ओळखू शकले नाही. क्षमा कराल ना मला? पण खरेच विलास येतील का हो? आणि आले तर माझा स्वीकार करतील का? तुमच्याबरोबर एक वर्ष राहिल्यामुळे माझ्या चारित्र्याची ते शंका तर घेणार नाहीत? तुम्ही समजूत घालू शकाल का त्यांची? ते येईतोपर्यंत तुम्ही जाऊ नका. माझ्यासाठी जाऊ नका.''

तो सारा दिवस त्याच्यावर लक्ष डोळे पहारा करीत होते असे त्याला वाटत होते. आज संध्याकाळी सहा वाजताच्या एक्स्प्रेसने मुंबईला जायचे असे त्याने अगोदरच ठरविले होते. खरे म्हणजे गाडी घेऊन जाणे त्याला जास्त सोईचे होते. पण त्याला वाच्यता नको होती. जगदीशरावांचा त्याने निरोप घेतला. अर्थात त्यांना त्याच्या आयुष्याचे रहस्य सांगण्याची गरज वाटली नाही. कारखान्याची देखभाल करण्यासाठी त्याने केलेली नवीन व्यवस्था जगदीशरावांना समजावून सांगितली. मायाला मॅनेजिंग डायरेक्टर म्हणून त्याने नियुक्त केले होते. त्यासाठी आवश्यक ते सर्व कायदेशीर कागदपत्रे तयार झाली होती. त्या कागदांवर सह्या झाल्यानंतर जगदीशरावांनी विचारले, ''अगदी निरवानिरव झाल्यासारखे काय करता हे छोटे साहेब? एवढी काय घाई होती? अजून त्यांना पुष्कळ गोष्टी शिकायच्या आहेत.''

''तुम्ही असल्यानंतर कसली चिंता आहे हो जगदीशराव? सारे काही शिकवाल तिला तुम्ही.''

''ते खरे आहे हो. पण तरी मला वाटते थोडी घाईच केली तुम्ही. तुमचा कुठे फॉरेनला जायचा विचार आहे का?'' त्यावर रमण काहीच बोलला नाही. बोलण्याजोगे काही नव्हतेही. बोलता बोलता आपण काहीतरी जास्त बोलून जाऊ या भयाने त्याने विषय पालटला. घड्याळ्यात पाच वाजले तसे त्याने आपले टेबल आवरले. एका लखोट्यात कागदपत्रे नीट बंद करून विलासच्या नावाने लिहिलेले पत्रही बंद केले. त्या पत्रात खुर्शीदच्या बाबतीत आपल्या हातून घडलेल अपराध त्याने विस्ताराने लिहिला. त्याचबरोबर मायाची आणि प्रफुल्लाची प्रशंसा करताना त्यांच्याशी नीट वागण्याचा सल्ला दिला. सात्त्विक आणि तामसी अशा प्रीतीचे ते दोन फवारे ज्याच्या उद्यानात उडतात तिथे सुखाचा दरवळ सतत वास करेल अशीही त्याने आशा व्यक्त केली. या हेवा करण्याजोग्या आयुष्याचा

अधिक जबाबदारीने त्याने उपयोग केला पाहिजे याबद्दल त्याने त्याची कानउघाडणी केली. होता होता गाडीची वेळ जवळ येत चालली. खुर्शीदकडे जाऊन येतो असे सांगून तो कंपनीच्या गाडीत बसला. स्टेशनच्या जवळपास आल्यावर त्याने गाडी खुर्शीदच्या घरापाशी नेऊन उभी करायला सांगितली. गाडी वळून दिसेनाशी झाल्यावर तो चालत स्टेशनवर आला. स्टेशनवर अजून गाडी आलेली नव्हती. कुणाच्या दृष्टीस पडायला नको म्हणून चटकन तो फर्स्ट क्लासच्या 'वेटिंग रूम'मध्ये शिरला. वेटिंग रूममध्ये त्याला आश्चर्याचा धक्का बसावा असेच दृश्य होते. खुर्शीद आणि माया तो दिसताच उठून उभ्या राहिल्या आणि त्याच्या दोन्ही अंगाला येत एखाद्या माणसाचे रहस्य पकडावे असा त्यांनी आविर्भाव केला. आश्चर्यचकित होऊन तो म्हणाला, ''इथे कुठे बयांनो तुम्ही?''

माया हसत म्हणाली, ''जिथे तुम्ही तिथेच आम्ही.''

''पण तुम्हाला कसे कळले की मी कुठं जाणार आहे म्हणून.''

''आम्हांलासुद्धा डोके दिले आहे देवाने. काल तुमच्याशी संभाषण झाल्यानंतर तुम्ही असे काहीतरी कराल याची जाणीव होती आम्हांला. सारा दिवसभर मी तुमच्यावर पहारा केला. काल रात्री तुम्हांला झोप लागल्यानंतर तुमच्या खिशातले विलासचे आलेले पत्र काढून वाचले आणि मी लगेच खुर्शीदला फोन केला. खुर्शीदने तिच्या घरात झालेला सगळा प्रकार सांगितला. त्यावरून आज संध्याकाळी शेवटच्या गाडीने तुम्ही आम्हांला फसवून पळणार हे आम्ही ओळखले. एकतर आम्हांला दोघींना घेऊन तुम्हांला गेले पाहिजे किंवा काय व्हायचे असेल ते होईल, इथेच राहिले पाहिजे.''

''काय वेडी आहेस का तू माया? कसे शक्य आहे. उद्या समोरासमोर विलासची इथे गाठ पडली तर काय अनवस्था प्रसंग ओढवेल याची जाणीव आहे का तुला? नाही. नाही. मला एकट्यालाच गेले पाहिजे. मला जाऊ दे. प्लीज मला अडवू नका.''

स्टेशनात गाडी येऊन दाखल झाली होती. आता निर्णयाला वेळही राहिला नव्हता. रमणला काय करावे तेच कळेना. रमण त्यांची हकनाक समजूत घालीत होता आणि कसलाही तमाशा न होता त्याला तेथून जाणे अशक्य झाले. डोळ्यांसमोरून गाडी निघून गेली तेव्हा हताश होऊन रमण म्हणाला, ''तुमच्या खुळेपणाला मर्यादा नाही. विलास तिथे माझ्या फोनची वाट पाहत असेल आणि मी जर गेलो नाही तर तो आकाशपाताळ एक करील. तुम्ही माझी गाडी चुकविलीत खरी. पण माझे नशीब कसे चुकविणार?''

पण तरीही बोलण्यात काही अर्थ उरला नाही. दोघींच्या बरोबर तो प्लॅटफॉर्मवर आला तेवढ्यात लोणावळा भागाचे पोलीस इन्स्पेक्टर मलकानी त्याच्यासमोर येऊन उभे राहिले. त्यांनी रमणला नमस्कार केला व शेकहॅण्डसाठी हात पुढे केला. ते म्हणाले, ''तुम्हांलाच शोधत होतो साहेब. कारखान्यावर फोन केला तेव्हा कळले तुम्ही गावात आला आहात. म्हणून बाईंच्या घरी कॉन्स्टेबल पाठविला. तिथे ड्रायव्हरने सांगितले तुम्ही इकडे कुठे तरी आला आहात. म्हटले गाडीवर पोहोचवायला आला असाल कुणाला, तिथेच गाठावे. तुमच्याकडे थोडे काम आहे साहेब.''

''काय मलकानी, कसले काम काढले?''

''जरा खासगी होते साहेब. तुम्ही पोलीस स्टेशनवर आलात तर बरे होईल.''

खुर्शीदकडे वळून रमण म्हणाला, ''तुम्ही थांबा घरी. मी आलोच पंधरा मिनिटांत.''

''नाही नाही. आम्ही नाही तुम्हांला सोडणार.''

''असे काय करतेस माया. महत्त्वाचे काम असल्याशिवाय मलकानी मला स्टेशनवर बोलवायचे नाहीत. खरे की नाही?'' मलकानीकडे वळत रमण म्हणाला.

माया हसली आणि मलकानींकडे पाहून म्हणाली, ''तुम्ही साहेबांना बाईंच्या घरी आणून सोडण्याची हमी घेत असाल तर आम्ही करू तुमच्या स्वाधीन यांना. आहे का कबूल?''

संमतिदर्शक मान हलवीत मलकानी आणि रमण दिसेनासे झाले. असे कोणते गुप्त काम असावे की आपल्याकडून इन्स्पेक्टरने यांना दूर नेले या विचाराने माया चिंताग्रस्त झाली.

पोलीस स्टेशनवर गेल्यावर मलकानीने चहाची ऑर्डर दिली आणि दरवाजाशी असलेल्या कॉन्स्टेबलला आत कुणाला सोडू नको म्हणून सांगितले. खुर्चीवर स्थानापन्न झाल्यावर तो म्हणाला, ''तुम्हांला त्रास देतो म्हणून क्षमा करा. पण अगदी इलाजच नव्हता म्हणून तुम्हांला बोलावले. आज सकाळी एक्स्प्रेसखाली सापडून एक माणूस मेला. प्रेताचा चेहरा विद्रूप झालेला होता. त्यामुळे त्याची ओळख पटण्यासारखी नव्हती. त्याच्या खिशात कागदपत्र नव्हते. किंवा ओळख असण्याची शक्यताही नाही. त्याने कदाचित तुमचे कपडे चोरले असतील आणि त्यातले लायसेन्स त्याच्या हाती लागले असेल. आपण जाऊन पाहू या प्रेत. जर

तुम्ही ओळखलेत तर उत्तमच. पण नाहीपेक्षा पंचनाम्यात ते लायन्सेस मी घालतच नाही. नसते सव्य-अपसव्य तुमच्यामागे नको लागायला उगाच.''

एका काच कारखान्याचा मालक त्या सामान्य पोलीस इन्स्पेक्टरशी बोलत होता. त्यामुळे आपल्या इभ्रतीला साजेल असेच आपल्याला वागले पाहिजे याची जाणीव रमणने ठेवली. त्याच ऐटीत तो प्रेत पाहायला निघाला. प्रेत पाहताच एका क्षणार्धात त्याच्या लक्षात आले की हा विलासच असला पाहिजे. काय पवित्रा घ्यावा या विचाराने तो अगदी निमिषभर गोंधळात पडला. पण लगेच काळजीपूर्वक पाहणी केल्याचा आविर्भाव करून त्याने शक्य तितका अलिप्तपणा दाखविला. पंचनामा लिहून तयारच होता. ड्रायव्हिंग लायसेन्स मलकानीने रमणला परत देऊन टाकले. मलकानी म्हणाले, ''अशी बेवारस माणसे रोज सापडतात रेल्वेखाली. कुठे कुठे म्हणून त्यांचा पत्ता शोधणार?''

दोन-पाच मिनिटांत रमण बाहेर आला. इन्स्पेक्टरचे समाधान होईल असे उत्तर आपण देऊ शकलो याबद्दल त्याला अभिमान वाटला. मृताचे पोस्टमॉर्टेम झाल्यावर त्याचा यथान्याय अंत्यविधी करण्यासाठी रमणने पैसे देऊ केले. पण मृताच्या नातेवाइकांचा पत्ता लागल्याखेरीज आणि पुण्याच्या पोलीस अधिकाऱ्यांच्या परवानगीखेरीज आपण काही करू शकत नाही याबद्दल त्याने नम्रतापूर्वक दिलगिरी व्यक्त केली. मृत माणसाचा ठावठिकाणा कळू शकत असेल तर पुढे हालचाल करता येईल, या माहितीवर रमणजवळ उत्तर नव्हते. अधिक खोलात शिरणे सोईचे नाही हे ध्यानी येताच इन्स्पेक्टरचे आभार आणि नकार व्यक्त करून त्याने पोलीस स्टेशन सोडले.

उघड्या हवेत आल्यानंतर त्याने क्षणभर नि:श्वास सोडला. पोलीस इन्स्पेक्टरच्या मनात ड्रायव्हिंग लायसेन्सबद्दल कसलीही शंका आली नाही याबद्दल त्याने परमेश्वराचे आभार मानले. ही दुष्ट शंका उत्पन्न न झाली त्यामुळे सारे विश्व अबाधित राहिले. नचपेक्षा पोलिसांच्या चक्रात काय बाहेर पडले असते आणि काय नाही या विचाराने त्याच्या अंगावर शहारे आले.

आपण पुढे काय करायचे? विलास मृत्यू पावला. तो अपघाताने की आत्मघाताने? आणि तो मेला हा भ्रम तर नसेल? त्यापेक्षा काही काळ दूर जाऊन निदान मुंबईला जाऊन वाट पाहावी हे चांगलं नाही का?

पण हे सारे विचार डोक्यात चालू असताना त्याची पावले मात्र घराकडे वळली होती. खिडकीत ते परिचित चेहरे त्याला दिसले मात्र तेव्हा नवा हुरूप आला. काय घडणार असेल ते घडू दे. त्याच्याशी मुकाबला काही आपल्याला

एकट्याला करायचा नाही. जास्तीतजास्त काय होईल? तो विलास नसेल तर खरा केव्हातरी प्रकट होईल आणि तो प्रकट झाला म्हणजे काय घडायचे ते समोरासमोर घडेल. त्या दिवसाची आज चिंता कशाला?

पण हे उसने अवसान फार वेळ टिकले नाही. एक छिन्नविच्छिन्न प्रेत पाहिल्यामुळे असेल किंवा रहस्यभेदाच्या भयामुळे असेल तो जिना चढता चढताच कोसळला. माडीवरून धावून सावरण्यासाठी येईतोपर्यंत त्याचा होष गेला.

किती वेळ आपली शुद्ध गेली हे त्याला जागे झाल्यानंतरही कळले नाही. कारण रात्र बरीच झाली असावी. त्याच्या शेजारी डोळा लागलेली माया आणि पलंगाला डोके ठेवून विसावलेली खुर्शीद त्याच्या दृष्टीस पडली. काय घडले याचा त्याला बराच वेळ बोध होत नव्हता. सुसाट वाऱ्यामुळे त्याचे अंग थरथरले आणि त्यानं पांघरूण जरा नीट ओढून घेण्याचा यत्न केला. त्यासरशी प्रथम खुर्शीद जागी झाली आणि मग मायाही जागी झाली. रमणच्या त्या अगदी जवळ आल्या. इतक्या जवळ की, रमणला वाटले उरलेले अंतरसुद्धा भेदून जाऊन त्यांनी आपल्या देहात विलीन होऊन जावे. त्यांची चिंतातुर मुद्रा पाहून त्याचे मन गलबलून आले. काय काय घडले असेल याबद्दल त्याचे मन विचार करू लागलं. पण त्याला काही सुचेना. त्याबरोबर कसलीतरी उद्विग्नता त्याच्या चेहऱ्यावर चमकून गेल्यासारखी वाटली. मायाचा आवाज तेवढा त्याच्या कानी आला, ''बरं वाटतंय ना आता?''

''हो''

''काय झालं तुम्हांला?''

''काय झालं कुणास ठाऊक? मला वाटतं माझ्या मनावर गेले काही दिवस विलक्षण ताण पडला त्यामुळे असं काहीतरी घडलं असावं.''

''आता बरं आहे ना?''

''हं. किती वाजले आहेत ग?''

''पहाटेचे तीन वाजले असतील.''

''इतका वेळ मी बेशुद्ध होतो?''

''डॉक्टरांनी औषध दिलं होतं.''

''डॉक्टरांना कशाला बोलवलंत?''

''वा! आम्ही खूप यत्न केले तरी तुम्ही शुद्धीवर येईनातच. मग काय करायचं? केवढ्या काळजीत पडलो होतो आम्ही माहीत आहे? डॉक्टर आले,

त्यांनी एक इंजेक्शन दिलं आणि तपासून सांगितलं, काळजीचं काही कारण नाही. तेव्हा जरा बरं वाटलं...''

एक क्षणभर रमण काहीच बोलला नाही. त्याच्या पायावर खुर्शीदचे हात होते. अकस्मात त्या हातांची पकड त्याला जाणवली आणि तिच्याकडे त्याचे लक्ष गेले. तिची ती गळलेली मुद्रा पाहून तो घाबरला. ''काय होतंय तुला खुर्शीद?'' खुर्शीद काहीच बोलली नाही. तिच्या चेहऱ्यावर कसल्यातरी वेदना मात्र स्पष्ट दिसत होत्या. मायाचे तिच्याकडे लक्ष जाताच माया चटकन उठली आणि तिने खुर्शीदला जवळ घेतले आणि ती म्हणाली, ''आई व्हायचं काही इतकं सोपं नाही.'' खुर्शीद त्यावर क्षीणपणाने हसली. पण ते हसणे इतके केविलवाणे होते की माया लगेच कळवळली. ''सहन करवेनासं झालं की सांग म्हणजे मी तुला हॉस्पिटलकडे नेते. मी मघाशीच फोन केलाय डॉक्टरांना. ते म्हणाले, पहिलटकरीण आहे. लवकरच घेऊन या हॉस्पिटलमध्ये.'' रमणला त्याचा फारसा बोध झालेला त्याच्या डोळ्यांत दिसेना. तेव्हा माया मिश्किलपणे हसून म्हणाली, ''तुमचे प्रताप हं महाराज हे!'' खुर्शीद त्याही स्थितीत हसली. अन् म्हणाली, ''तुम्हांलासुद्धा भोगावेच लागणार आहेत ते.'' हास्याच्या खळखळाटात दु:खाचा परिहास झाला आणि कोंबड्याची बांग नवा प्रकाश घेऊन आली. माया उठली आणि खुर्शीदला म्हणाली, ''तू जरा थोडी पड आता. मी गरम कॉफी करते म्हणजे बरं वाटेल.'' खुर्शीद उठण्याचा प्रयत्न करू लागली. मायाने तिला उठू दिले नाही. उलट तिला हात देऊन रमणच्या शेजारी झोपायला लावले. पांघरून उचलून तिने दोघांच्या अंगावर टाकले. शरमेनं लाजलेली खुर्शीद अंग चोरून, अंगाचे मुटकुळे करून रमणपासून दूर सरत होती. तेव्हा माया म्हणाली, ''अगं खुळे, आता सारं जगजाहीर व्हायचंय. तेव्हा लाजून काय उपयोग?'' आणि ती स्वयंपाकघरात गेली.

रमणने हलकेच खुर्शीदला जवळ ओढली. त्याच्या अद्भुत स्पर्शाने तिचा सारा संकोच हरवला आण ती त्याच्या कुशीत शिरली. तिच्या केसांची झुलपे त्याच्या नाकाला गुदगुल्या करू लागली. तिचा तो अवघडलेला देह रमणच्या देहाशी गुजगोष्टी करू लागला. हलकेच मान उंचावून त्याच्या तोंडाजवळ तोंड नेत खुर्शीद म्हणाली, ''त्रास नाही ना हो फार होणार? माझ्या पोटात फार दुखायला लागलंय. मला भीती वाटते आहे. फार भीती वाटते आहे.'' रमणनं त्या तिच्या केविलवाण्या उद्गारासरशी तिला घट्ट जवळ घेतली. तिच्या ओठांवर ओठ टेकविले. तिच्या पोटावरून त्याने हलकेच हात फिरवला आणि तो एवढेच

म्हणाला, "खुर्शीद आता सारं काही ठीक होईल आणि हे बघ, तुला मुलगी होणार हं. अगदी तुझ्यासारखी नाजूक, प्राजक्ताच्या देठासारखे ओठ असलेली, पण काय गं? ती पाहुणी घरात आल्यावर मला नाही ना विसरणार?" त्याच्या गालावर गाल घाशीत खुर्शीद म्हणाली, "असं कुणी विसरतात का? आणि विसरलं तर आणखी दुसरी पाहुणी कशी घरात येईल?"

- ० -

सकाळचे चांगले आठ-साडेआठ वाजले असतील तेव्हा रमणची झोप संपली. शेजारी खुर्शीद असेल म्हणून त्याने हाताने चाचपले तेव्हा तिथे कुणीच नव्हते. घरातही कुणी नव्हते. बहुतेक खुर्शीद हॉस्पिटलमध्ये गेली असेल आणि मायाही तिथेच थांबली असेल या कल्पनेने तो उठला आणि बाथरूममध्ये जाणार तोच टेलिफोनची घंटा वाजली. धावत जाऊन त्याने टेलिफोन उचलला आणि मायाचा आवाज ऐकू येताच साऱ्या गात्रांची शक्ती एकवटून ऐकत राहिला. मायाचा आवाजच सांगत होता की बातमी आनंदाची आहे. "तुम्ही बाप झालात बाप!" माया ओरडली, "आधी बर्फी घेऊन या."

"येतोच मी दहा मिनिटांत."

"नको, नको. इतक्यात येऊन काही फायदा होणार नाही. अजून तासभर तरी खुर्शीदची गाठ पडणार नाही. आत्ताच उठला असाल तर सगळं आटोपूनच एकदम या. का मी येऊ तिकडं?"

"येतेस? खरंच ये. मी इथे एकटा बसून काय करू?"

"खुर्शीदला सांगून आलेच मी."

मायाची वाट पाहत तो बसला होता एवढ्यात दार वाजले आणि पोस्टमन समोर दिसला. खुर्शीदच्या पत्त्यावर पत्र कुणाचे या विचारातच त्याने ते पत्र घेतले आणि दार लावून घेऊन ताबडतोब फोडले. पत्रावरचं अक्षर पाहून त्याला दरदरून घाम फुटला. ते परिचित अक्षर दुसऱ्या कोणाचे नसून विलासचेच होते.

"प्रिय रमण,
हे पत्र तुझ्या हातात येईल तेव्हा माझं आयुष्य मी संपविलेलं असेल. दोन दिवसांपूर्वी जेव्हा मी इथे आलो. तेव्हा परत माझ्या आयुष्यात शिरण्यापूर्वी काय घडलंय् ते समजून घेण्याच्या जिज्ञासेनं मी आतुर

झालो होतो. खुर्शीदला मी प्रथम पाहिली तेव्हा माझ्या डोळ्यांत संताप मावेनासा झाला. माझ्या गैरहजेरीत असं काही होईल याची मी मनात कल्पनासुद्धा केली नव्हती. खुर्शीदचं बदललेलं स्वरूप पाहून मला इतक्या यातना झाल्या की माझं आयुष्य स्वीकारूनसुद्धा खुर्शीदला मी स्वीकारू शकलो नसतो. तीच गोष्ट मायाची. या दोघींवर तुझं प्रभुत्व पाहिलं, आणि लक्षात आलं की आयुष्याची अशी अदलाबदल अशक्य आहे. कारखान्याचा विस्तार, कामगारांचं तुझ्यावरचं प्रेम हे सारं पाहून मला असं वाटायला लागलं की मी एक क्षुद्र जंतू होतो. आयुष्याचा इतका अद्भुत उपयोग करता येतो याची मला जाणीव नव्हती. मायासारख्या अहंमन्य स्त्रीलासुद्धा तू नमवू शकलास हा तुझा पराक्रमच समजला पाहिजे. माझं आयुष्य सरळ, सुंदर, कर्तृत्वशाली करून तू मला परत देतो आहेस. पण ते आता डागाळलेलंही आहे. अशा आयुष्यात मला कधी सुख लागणार नाही. जेव्हा जेव्हा यांपैकी कोणत्याही स्त्रीच्या मी जवळ जाईन तेव्हा अन्य एका पुरुषाच्या स्पर्शानं त्या मोहरून गेल्या होत्या ही जाणीव मी विसरू शकणार नाही. कदाचित असंही असेल, या आपल्या रहस्याचा भेद त्या तिघींजवळही तू केला असशील आणि मनात त्या मला हसल्याही असतील. खरं सांगू, हे मानहानीचं आयुष्य माझ्याच्याने पत्करवणार नाही. त्यापेक्षा हे आयुष्य संपविणं अधिक अभिमानाचं आहे.

कारखान्यातून हिंडताना माझ्या नावाचा गौरव सतत कानी पडत होता. त्याला मात्र मी कधीच पात्र नव्हतो याची जाणीव माझ्या अंत:करणात आहे. तू तुझ्या बाजूने करार पाळलास. पण गड्या, हा तुझा मित्र नालायक निघाला. भित्रा निघाला. आयुष्याला पाठ दाखवून तो परत फिरतो आहे. त्यासाठी सुस्कारा सोडू नकोस. अश्रू ढाळू नकोस. हे सारं आयुष्य तुझं तूच उत्पन्न केलं आहेस आणि त्या सुखावर तुझाच हक्क आहे. खुर्शीद, माया आणि प्रफुल्ला यांना सांग, शक्य झालं तर मला क्षमा करा. बाकीच्या विश्वासाठी विलास जिवंत आहेच.

तुझा अभागी मित्र,

विलास

हे त्याचे पत्र वाचून होण्यापूर्वीच रमणच्या डोळ्यांतून अश्रू पाझरू लागले होते. हे काय घडले आहे याचा पूर्ण बोध त्याच्या डोक्यात शिरेना. तो ते पत्र हातात घेऊन बसलेला असतानाच दार वाजलं आणि माया आली. त्याच्या डोळ्यांत अश्रू पाहून ती चरकली आणि म्हणाली, ''काय झालं रे?'' न बोलता त्याने हातातले पत्र तिच्या स्वाधीन केले. पत्र वाचून झाले तेव्हा तिच्या चेह‍र्‍यावरचे मार्दव जरा कमी झालेले त्याला दिसले. तीही काही बोलली नाही. पत्राची घडी करून तिने ते ठेवून दिले. रमणच्या पाठीमागे येऊन ती उभी राहिली आणि त्याच्या खांद्यावर हात ठेवून त्याला निकट सरकवीत त्याला म्हणाली, ''तुमच्या मनातलं दु:ख समजू शकते मी. पण आता तुम्हांला दु:खसुद्धा करायला मोकळीक नाही. तुमच्यावर केवढं अवलंबून आहे. किती माणसांचं सुखदु:ख तुमच्या जीवनात अडकलेलं आहे. हे लक्षात घेऊन तुम्हांला खूप विवेक करावा लागेल. या घटकेला रमणचं अस्तित्व संपलं. चला पाहू. कपडे करा. आपण आज देवाला जाऊ. आपल्या आयुष्याचा हा पहिला दिवस. आपल्या घरी आज एक नवीन छोटा पाहुणा आला आहे. त्याचं आपल्याला स्वागत करायला हवं. चलणार नां?''

''हं.''

''असं उदासपणानं भरलेलं तुमचं आयुष्य काय कामाचं? आता तुम्हांला काय कमी आहे? तुम्ही काही कुणाचं धन लाटलं नाहीत. कुणावर अत्याचार केले नाहीत. कुणाचं वाईट चिंतलं नाहीत. उलट तुमच्या जागी कुणीही पुरुष असता तर त्याला निभला नसता असा लोकोत्तर संयम तुम्ही दाखवलात. सारी सुखं तुमच्या हातात असताना ती स्वामी म्हणून भोगण्याऐवजी रक्षक म्हणून त्याची काळजी वाहिलीत. माझी गाठ एका लोकोत्तर पुरुषाशी पडली आहे याबद्दल मला धन्यता वाटते. तुमच्या साऱ्या चिंतांचा भार तुम्ही माझ्यावर सोपवा विलास. हे सारं नियतीनंच योजलं आहे त्याला तू आणि मी तरी काय करणार? बुद्धिबळाच्या पटावरची आपण प्यादी आहोत. आपल्या हातांत काय बरं असणार? कोणीतरी अदृश्य हातानं ही प्यादी पुढंमागं सरकवतो. चल ऊठ. नव्या आयुष्याचं हसतमुखानं स्वागत कर. कदाचित असंही का समजत नाहीस की मूळचा तूच विलास होतास आणि काही योगायोगानं तुमची अदलाबदल झाली होती. ती चूक आज पुरी निस्तरली.''

यातले रमणला काही पटत होते. काहींशी तो सहमत नव्हता. पण आपल्या भावनांना शब्दरूप देणे त्याच्या हातात राहिलं नव्हतं. नवं आयुष्य

कुठल्या तरी विनाशाच्या चौथऱ्यावर उभं आहे यामुळे तो भयचकित झाला होता. हे सुखाचे आयुष्य आपल्या हाती येण्यासाठी कुणीतरी बळी गेला आहे या जाणिवेने त्याचा उत्साह ओसरला होता. मायाच्या सांगण्याबरहुकूम तो उठला. खुर्शीदकडे गेला. आपल्या अंकुराला त्याने न्याहाळलं. त्या नवजात मखमाली स्पर्शाने त्याचा दु:खाचा भार थोडा हलका झाला. तो आणि माया कारखान्यात पोहोचली. तेव्हा सारे कामगार जणू त्यांची वाटच पहात होते. त्यांच्या डोळ्यांतल्या आनंदाचे कारण रमणला उमगेना. ठेवलेल्या 'बाई'पासून मूल झालं यासाठी ही खुशी व्यक्त होणे शक्य नव्हते. कारखान्यावर तोरणंपताका लावलेली होती. एकंदर सारे उत्साहाचे वातावरण पाहून रमण मनात गोंधळला होता. पण मायाच्या चेहऱ्यावर मात्र एक मिश्किल हास्य होते. गाडी थांबताच कामगारांतील ज्येष्ठ कामगार पुढे आले. मग मोठे अवजड असे फुलांचे हार एका मागोमाग त्यांनी त्याच्या गळ्यात घातले. त्या कृतज्ञ डोळ्यांना डोळे भिडवताना रमण आपली उत्सुकता पदोपदी दाबत होता. हे चाललंय तरी काय? असे त्याने प्रश्नार्थक नजरेनं मायाकडे पाहून विचारले. ती जरी नाही म्हणाली तरी तिला कारण माहीत असले पाहिजे याबद्दल रमणच्या मनात मुळीच शंका नव्हती. हारांचं ओझे गळ्यात वागवीत रमणचे दोन्ही हात धरून कामगारांनी त्याला कारखान्यात नेले. कारखान्याची मुख्य शेड स्वच्छ करून ठेवलेली होती. सत्यनारायणाची पूजा नुकतीच आटोपलेली असावी. हा सगळा बनाव आपल्यापासून गुप्त कसा राहिला याबद्दल रमण मनातल्या मनात रागावला होता. तेवढ्यात जगदीशराव पुढे आले. जगदीशरावांनी पूजा केली असली पाहिजे. ते येताच त्यांनी छोट्या मालकांना कडकडून मिठी मारली. का कुणास ठाऊक, संस्कारामुळे असेल किंवा या समारंभामुळे भारावून गेल्यामुळे असेल; रमणनं जगदीशरावांना वाकून नमस्कार केला. विद्युत गतीनं मायानंही वाकून नमस्कार केला. त्या दोघांना दोन्ही बाजूंनी जवळ घेऊन जगदीशराव गदगदल्या आवाजात म्हणाले, "दीर्घायुष्यी व्हा मुलांनो. आणि बरं का छोटे मालक, नव्या कारभाराचा हा पहिला वाढदिवस साजरा करण्याची कल्पना बाईंची हं. वास्तविक पूजा तुमच्या दोघांच्याच हातूनच व्हायची होती. परंतु सकाळी बाईंनी फोन करून अडचण सांगितली म्हणून मी केली पूजा. पण आताच्या पुढच्या कार्यक्रमाला मात्र माझा उपयोग नाही हं. चला."

एका कोपऱ्यात उभ्या केलेल्या एका छोट्या स्टेजच्या दिशेने ते मालकाला आणि मालकिणीला घेऊन गेले. सर्व कामगारांनी रमण आणि माया स्थानापन्न

होताच जयजयकार केला. त्या आनंददर्शक स्वरांनी रमणच्या अंगावर रोमांच उठले. या कामगारांसाठी आपण काही करू शकलो आणि त्यांचे प्रेम संपादन करू शकलो याबद्दल त्याला कृतकृत्य वाटले. कामगारांकडून कौतुक करून घेण्याचा प्रसंग या कारखान्याच्या मालकावर कधीकाळी येईल याची एक वर्षापूर्वी कुणाला शंकासुद्धा आली नसती. तेच कामगार एका नव्या चैतन्यानं प्रेरित होऊन मालकाच्या कर्तृत्वाचे पोवाडे आज गात होते. कामगार पुढाऱ्यांची भाषणे ऐकताना 'ग्रोव्हर' हॉटेलमधल्या पहिल्या मुलाखतीपासून ते काल विलासचे प्रेत डोळ्यांनं पाहीपर्यंतचे सर्व प्रसंग त्याला आठवले आणि मघाशी माया जे म्हणाली त्याचा अर्थही समजला. कामगारांची भाषणे संपल्यानंतर जगदीशरावांनी आपल्या भाषणात कामगारांना त्यांच्या हिश्श्याचे सुमारे तीन लक्ष रुपये मिळणार असल्याचे सांगितले. सरकारची अनुमती मिळताच त्याचे वाटपे करण्याची पद्धती ठरविण्यात येईल अशी अखेर माहिती दिली.

रमण आपल्या भाषणात काय बोलला हे त्याचे त्यालासुद्धा नंतर आठवता आले नसते. कामगारांविषयी अपार कृतज्ञता ठायी ठायी त्याने व्यक्त केली. मिळालं ते सारे यश कामगारांच्या जिद्दीचं आहे हे त्याने पुन:पुन्हा सद्‌गदित होऊन सांगितलं. श्रमाचं श्रेष्ठत्व, व्यवस्थापकांची दूरदृष्टी आणि ठेवीदारांचं औदार्य यावाचून एवढ्या थोड्या काळात असे यश लाभणे शक्य नाही असे सांगून तो शेवटी म्हणाला, "कामगारांच्या आणि व्यवस्थापकांच्या नात्यात आता बदल अटळ आहे. हा बदल व्यवस्थापकांनी आपखुशीनं मान्य केलेला आहे. तसाच तो कामगारांनी मानलेला आहे. कामगार हे व्यवसायात भागीदार असतात अशी मी भूमिका पत्करली. त्या भूमिकेला एवढं घवघवीत यश तुम्ही मिळवून द्याल अशी मात्र मला कल्पना नव्हती. पण हीही जाणीव मी विसरलो नाही की, तुमच्यासारखाच या कारखान्याचा मी एक इमानदार सेवक आहे. आपलं नवं नातं यशाच्या आणखी पायऱ्या चढत जाईल आणि या कारखान्याचं नाव आपल्या देशात उंच स्थानी जाऊन बसेल अशी मला आशा आहे. पोटाच्या भुकेप्रमाणेच अंत:करणाच्या अन्यही काही भुका आहेत. इमानदारी, नीती, कारागिरीतील कसब, नवे नवे प्रयोग या साऱ्या गोष्टींचं मोल रुपये आणि पैसे यात करता येणार नाही. माझ्या कारखान्यातील कामगारांनी केवळ पोटार्थी कामगार होऊ नये अशी माझी इच्छा आहे. त्याचप्रमाणे जेवढा मोदबला तेवढंच काम अशी चुकीची मागणी करण्याऐवजी जेवढं आणि ज्या दर्जाचं काम तेवढा मोबदला अशी महत्त्वाकांक्षी मागणी सतत करीत राहिले पाहिजे. तुम्ही दिलेल्या

सहकार्याबद्दल, आपले लाडके व्यवस्थापक जगदीशराव, कामगारांचे आणि मालकांचे संबंध सुधारण्याच्या आपल्या पी. आर. ओ. सौ. माया पोतदार या सर्वांचा मी मन:पूर्वक आभारी आहे.''

आणि बराच वेळ केवळ टाळ्यांचा कडकडाट ऐकू येत होता. मायाला राहवलं नाही. ती उठली. टेबलावरचं एक फूल तिनं घेतलं आणि रमणच्या हातात ठेवीत ती म्हणाली, ''.......'' पण तिच्या तोंडून काही शब्दच बाहेर पडले नाहीत. तिच्या डोळ्यांतून आनंदाश्रू निथळत होते आणि ते दृश्य पाहून जगदीशरावांनी मान वळवून आपल्या डोळ्यांच्या कडा टिपल्या.

ही सारी गडबड आटोपून घरी यायला खूप वेळ झाला. आई कंटाळून व्हरांड्यातच ठाण मांडून बसल्या होत्या. गाडीचा हॉर्न वाजताच त्या लगबगीनं उठल्या आणि वाकून नमस्कार करणाऱ्या मुलाला त्यांनी जवळ घेतले. तेवढ्यात आतून प्रफुल्ला ताम्हण आणि निरांजन घेऊन बाहेर आली. प्रफुल्लाच्या डोळ्याला डोळा भिडताच तो मनात चमकला. प्रफुल्लेचा आजार कुठल्याकुठे पळून गेला होता. ती वाळली असली तरी तिचे प्रसन्न हास्य तिला परत गवसले होते. तिच्या डोळ्यांत तिचे पूर्वीचे तेज, तिच्या लावण्यात तोच घवघवीतपणा रमणला परत दिसला आणि मग विलास वागला असता असेच तोही वागला. मात्र तसे वागताना डोळ्यांच्या कोपऱ्यातून त्याने मायाकडे पाहिले. तिने तोंड दाबून हसू आवरण्याचा प्रयत्न केला होता. मायाकडून ओवाळून घेत असताना प्रफुल्लाचा चेहरा तसाच प्रफुल्लित राहिलेला पाहून तो आणखी एकदा चकित् झाला. मत्सराचा तिथं मागमूससुद्धा नव्हता. माया ही काही देवता तर नाही ना असे रमणच्या मनात येऊन गेले. तिला हे सारे जमले तरी कसे? तिच्या ठायी खरोखरच कसली तरी अद्भुत शक्ती असली पाहिजे. प्रफुल्लेची समजूत तिने कशी काढली आहे याचा रमणला मुळी उलगडाच होईना. पण त्याच्या विचारशक्तीवर एवढे आघात क्षणाक्षणाला होत होते की, त्याने विचार करायचे सोडूनच दिले. तो माडीवर गेला तेव्हा त्याला फार अस्वस्थ वाटत होते. दगदगीमुळे, जबाबदारीमुळे, मनस्तापामुळे. त्यामुळे जमले तर त्याला लवकर झोपायचे होते. पण आजच्या मंगल दिवशी ते कठीणच होते. मायाचा उत्साह, ते अनोखे अप्राप्य सौंदर्य, मनस्तापाची अखेर करणारी मीलनघटका, पण हे नकोसे वाटणारे औदासीन्य रमणवर ताबा मिळवू लागलं होतं.

त्या औदासिन्याचे कारण त्याला समजत नव्हते. एका भल्या गृहस्थाच्या मृत्यूशी या सर्व आनंदाचा, सत्तेचा, सुखाचा संबंध आहे ही जाणीव आता जमा

होऊ लागली होती. अपरिहार्य असली तरी ती बोचरी वेदना बोलकी होऊ पाहत होती; त्या वेदनेला उतारा नव्हताच. डोळ्यांत जमा होणाऱ्या अश्रूंची वाट आता कायमची अडली आणि त्यामुळेच आयुष्य बेचव होणार होते. 'तिळा उघड' म्हणताच सुखाचा दरवाजा उघडावा आणि वैभवाचं भांडार हाती यावं असा हा सरळ मामला त्याला पटतच नव्हता.

तेवढ्यात दार वाजले. साऱ्या विवंचना आत्मसात करतील असे ते सुखाचे किरण आत प्रकटले. नऊवारी गडद निळ्या रंगाच्या पातळामुळे आणखीनच निराळी दिसणारी माया हलकेच आत आली. तिच्या डोळ्यांत एक अद्‌भुत आनंद ओसंडत होता. एका वेगळ्याच डौलदार चालण्यानं तिच्या अंत:करणातला हर्ष शालीनतेनं तिनं बांधून ठेवला होता. ती आली. हलकेच हसली. पाठ न वळवता तिनं दार बंद केलं. रमणकडे एका स्निग्ध दृष्टीनं पाहत ती त्याच्याजवळ आली. पलंगाच्या कडेला टेकून बसली आणि म्हणाली, "कसला विचार चाललाय?"

"कसला नाही."

ती एक खुशबूदार हसली आणि म्हणाली, "तुमच्या मनात गोंधळ नक्कीच चाललेला आहे. पण ही गोंधळण्याची वेळ नाही. तुमच्या आयुष्यात आणि खरे म्हणजे माझ्याही आयुष्यात हा एक अद्‌भुत प्रसंग आहे. ज्याच्यासाठी आपण जन्मलो, वाढलो आणि एकत्र येऊनही वाट पाहिली तो हा प्रसंग. आता आपल्याला नवीन आयुष्यात जायचं आहे. तुमची तयारी आहे ना?" असं म्हणत ती उठली आणि त्याचे हात आपल्या हातात घेतले आणि चंद्राला शोधीत ती दोघंही बाल्कनीत आली. थंडगार वारा अंगात शिरशिरी आणत होता. उबेच्या शोधासाठी दोघांचे देह आपोआपच जवळ आले. चांदण्यानं निळावलेली दुनिया, पांढुरलेली झाडंझुडपं यामुळे सारी सृष्टीच रोमांचित झाली होती. काही बोलावं, काही सांगावं यापेक्षा अंगाला लगटून परस्परांचा शरीरगंध घेत चांदण्यात विरघळत इथेच उभं राहावं असं दोघांच्याही मनात आलं. पाठीवर टाकलेला रमणचा हात आणि कमरेवर टेकलेली मायाची बोटं यांनी देहाच्या मीलनाला पहिला हुंकार दिला. तेवढ्यात खाली पोर्चमध्ये गाडीचा आवाज ऐकू आला आणि बघता बघता पोर्चमधून गाडी निघून फाटकातून बाहेर गेली. आश्चर्यचकित होऊन रमणनं विचारलं, "एवढ्या अपरात्री गाडीतून कोण गेलं?"

माया म्हणाली, "प्रफुल्ला आणि जगन यांना स्टेशनवर सोडण्यासाठी गाडी गेली."

''प्रफुल्ला कुठं गेली?''

''ती दोघं आता आपल्याला कायमची सोडून गेली आहेत. ती कोकणातल्या आपल्या खेडेगावात यापुढे राहणार आहेत.''

''पण का?'' त्याच्या आवाजात थोडी चीड आली. कमरेवरची बोटं थोडी घट्ट दाबीत माया म्हणाली, ''असं चिडायचं नाही हं. प्रफुल्लानं केलं तेच बरोबर आहे.''

प्रफुल्लाचा आणि त्याचा झालेला संवाद त्याला आठवला. ज्या विलासवर तिचे प्रेम होते तो आता कधीही परत येणार नाही हे जेव्हा तिला कळले असेल तेव्हाची झालेली तिची व्याकूळ मुद्राही त्याला दिसू लागली. त्याच्या तोंडून एक सुस्कारा उमटला.

त्याला सामोरी होत माया म्हणाली, ''प्रफुल्ला इथे राहिली असती तर तुम्हांला निश्चित दु:ख झालं असतं आणि प्रफुल्लेलाही इथं राहवलं नसतं. प्रफुल्लेसारखी कष्टाळू आणि प्रेमळ मुलगी हजारांतसुद्धा मिळणार नाही. तुमच्याबद्दल ती फार गौरवाने बोलत होती. वास्तविक तिच्याबाबत तुम्ही जो संयम दाखविलात त्याबद्दल ती पुन:पुन्हा तुमचे आभार मानीत होती. जायच्या वेळेला तुमचा निरोप घ्यायची तिची फार फार इच्छा होती. पण मीच तो मोहाचा प्रसंग टाळला.''

एक दोन क्षण तसेच स्तब्धतेत गेले आणि मग रमण विचित्रपणे हसला आणि म्हणाला, ''दैव ही काय विचित्र गोष्ट आहे नाही? आपल्याला वाटत असते की आपण यंव करू, त्यंव करू. आपले काही हिशोबी पवित्रे असतात. पण दैव मात्र एखाद्या फुंकरीसरशी सुखदु:खांची गल्लत करून टाकतं. तू, मी आणि खुर्शीदनं सुखी व्हावं आणि प्रफुल्लानं दु:खी व्हावं यात काय बरं दैवानं हिशेब केला असेल? माया, मी मात्र आता थकलो. विचारानं, संयमानं, सुखदु:खाच्या वाटणीनं, जबाबदारीच्या ओझ्यानं...'' आणि असं म्हणता म्हणता त्यानं आपलं मस्तक मायाच्या खांद्यावर विसावलं. मायानं त्याचा चेहरा आपल्या ओंजळीत घेतला. ''आपल्या आयुष्यातली पहिली रात्र अशी रडत का साजरी करणार? बारीकसारीक चिंता, दु:खं याचा आता मागमूससुद्धा उरता कामा नये. माझ्याकडे पाहा.'' रमणनं आपल्या डोळ्यांनी तिच्या टपोऱ्या डोळ्यांत उडी घेतली. भावनेनं आकंठ भरलेला तो देह किंचित डुचमळला. त्यातलं तेज, निष्ठा, सचोटी जशी त्याच्या ध्यानात आली तशीच तारुण्याची हाकही त्याच्या कानात गुणगुणली, आणि त्या हाकेला 'ओ' देण्यासाठी त्याचंही अंग थरथरून आलं. चुरडविण्यासाठी उत्सुक असणारे तिचे उत्तमांग त्याच्या पोलादी वक्षावर आदळले.

ओठाला ओठ भिडले. मिठीच्या वेलांट्याची सरमिसळ झाली आणि आयुष्यातल्या रंगदार नाटकाचा पहिला प्रवेश सुरू होण्यासाठी घंटा वाजू लागली. आणि मखमाली पडदा हळूहळू सरकू लागला.

-०-०-०-

अंकुर

सुखाची परमावधी असे ज्याला म्हणता येईल अशा तऱ्हेचा आयुष्यक्रम मी उपभोगीत होतो. सुंदर बायको, गोड मुले, उत्तम पगाराची व बिनत्रासाची नोकरी, चांगली प्रशस्त राहायला जागा - खरे म्हणजे वैवाहिक आयुष्याची सफलता याहून ती काय व्हायची? पण सुखसुद्धा बोचते. आपली आपल्याच सुखाला दृष्ट लागते की काय कुणास ठाऊक? पौर्णिमेच्या चंद्रालासुद्धा तृप्ती वाटत नाही. नाही म्हणायला एका मागोमाग एक दोन मुलीच झाल्या रागिणीला. मला आणि रागिणीलाही मुलाची फार अपेक्षा होती. दोनही वेळेला ती फलद्रूप होऊ शकली नाही. एवढेच काय ते शल्य. पण तेसुद्धा केवढे -गुलाबाच्या काट्यासारखे -

असे असूनसुद्धा माझ्यासारख्या माणसाने हे असे वागावे याचे समर्थन कसे करावे. 'हे असे' या शब्दांनी बोध होणार नाही आणि याहून मला चटकन चांगला शब्दप्रयोग सुचत नाही. बायको माहेरपणासाठी आठ दिवस बाहेरगावी गेली. तेवढ्या विरहात लिलीसारख्या छचोर-भडक-स्वस्त अशा स्त्रीच्या मी आहारी गेलो तरी कसा!

खरोखरच मी काय करतो आहे याची मला कल्पनाच नव्हती. सायंकाळी घरी आलो तो घर भकास - सुनेसुने. स्वैपाकी स्वयंपाक करून सुट्टीवर गेलेला. मन बेचैन झाले. कसेतरी चार घास तोंडात टाकले. रेडिओवरची कर्णकर्कश भजने ऐकण्याचा यत्न केला. पण पांढरेशुभ्र बेडशीट्स घातलेल्या डबलबेडवर एकटे झोपण्याचा विचार असह्य वाटला.

मी विवाहपूर्व आयुष्यात ज्या ज्या बऱ्यावाईट गोष्टी केल्या त्या साऱ्या माझ्यापुढे उभ्या राहिल्या. वीसबावीस वर्षांचे वय, तारुण्याची मस्ती, गाठी असलेला पैसा, उमदे रूप आणि तरुण मुलींच्यातली ओळख. तेव्हा थोडीफार गंमत केली तर साहजिकच होते. नव्हे अपेक्षित होते. म्हणजे लोक धरूनच चालायचे की हा रंगढंग करायचाच. आगीची धग लागायचीच-त्याचे आश्चर्य काय?

मोहना भावे, चंचला रांगणेकर, रूपसहेली बक्षी, उषा पेंडसे, वासंती पंत— नावेसुद्धा सगळी माझ्या ध्यानात नाहीत. पण त्या वेळी एखाद्या कटाक्षासाठी, एखाद्या चोरट्या स्पर्शासाठी,

एखाद्या लाडीक संबोधनासाठी पाचपन्नास रुपये खर्च करायला मी मागेपुढे पाहिले नाही. पण हे सारे लग्न होईपर्यंत. लग्नाची साखळी एकदा गळ्यात अडकवून घेतल्यावर एखाद्या कुलुंगी कुत्र्याप्रमाणे मी रागिणीची साथ कधी सोडली नाही - सोडाविशी वाटली नाही. माझ्या साऱ्या शय्यासखींचा ढंग एकट्या रागिणीत होता. पुरुषाला आपल्या आवाक्यात ठेवावे कसे यावर अधिकारवाणीने बोलणाऱ्या बायकांत रागिणी अग्रस्थानी बसली असती.

रागिणी ही अगदी एखाद्या चविष्ट मद्यासारखी होती. दोन मुले झाली पण तिचा ताजेपणा नुकताच उमललेल्या सोनचाफ्यासारखा होता. १० वर्षांच्या संसाराचा कळकटपणा तर तिच्या चेहऱ्यावर सुतरामसुद्धा नव्हता. उलट संगमोत्सुक प्रेयसीची आतुरता, आग्रह आणि चतुराई तिच्याजवळ होती. आपल्यावरून आपल्या नवऱ्याचे लक्ष कधीही उडता कामा नये हे तिचे ध्येयवाक्य होते.

मी तर तिच्यावर खरोखर फिदा होतो. मला तिच्या कच्छपी लागल्याबद्दल कधीही खेद झाला नव्हता. तिने मला तिच्याहूनही देखण्या दोन मुली दिल्या होत्या, आणि आज ना उद्या तिच्यासारखा सुंदर वारस ती मला बहाल करणार होती.

अर्थात तिच्याबद्दल विलक्षण प्रीती आणि आकर्षण मला वाटावे यात आश्चर्य ते काय? पुरुषाची आतुरता वाढवणारी सर्व विलोभने तिच्या ठायी असल्यामुळे माझी वासना प्रज्वलित होती. दहाबारा वर्षांच्या संसाराने त्यावर जळमटे चढली नव्हती. वापरलेल्या पण धार लावलेल्या सुरीप्रमाणे सतत घाव घालण्यासाठी ती वखवखलेली असे.

रागिणी जशी सुंदर, रसिक तशीच विलक्षण मानिनी होती. शब्दाचा तर राहोच पण साध्या मुद्रेचा किंवा चर्येचा मतभेद तिला खपला नसता. ती वावगे वागतच नव्हती. दुसऱ्याला आपले वर्तन असह्य व्हावे असा तिच्या कृतीत कधीच कुणाला भास होण्यासारखा नव्हता. पण आपला नवरा, मुले, घर, घराण्याची इभ्रत, इष्टमित्रांतले वजन या साऱ्यांच्या अभिमानाचा एक विलक्षण दर्प आणि जोर तिच्या कृतीत असे. त्या सर्वांच्या जपणुकीच्या वेळी ती कुणाचा मुलाहिजा ठेवण्यासारखी नव्हती.

एकच प्रबळ आठवण माझ्या अंत:करणात आहे. बेबी-थोरली मुलगी शाळेत जाऊ लागली त्यानंतर थोड्याच दिवसांची गोष्ट. शाळेतल्या कोण्या अन्य मैत्रिणींचे चित्राचे पुस्तक चोरल्यावरून शाळेच्या बाईने एक मोठे पत्र लिहून घरी पाठवले व ते पत्र घेऊन बेबीची रवानगी शाळेच्या गड्याबरोबर केली.

ते पत्र वाचताच जो अंगार रागिणीच्या डोळ्यांत फुललेला मी पाहिला तो मी कधीच विसरलो नाही. कोणतीही चौकशी न करता प्रथम तिने बेबीला इतके बदडून काढले की मी जर मध्ये पडलो नसतो तर कदाचित बेबी कायमची पंगू झाली असती. बरे, येवढे करून तिने गप्प बसावे की नाही! शाळेत जाऊन, आपल्या मुलीचा असा अपमान केल्याबद्दल आणि तिच्या अपराधांची पुरी चौकशी न करता तिला दोषी ठरविल्याबद्दल वर्गशिक्षिका आणि हेडमिस्ट्रेस यांची जी खरडपट्टी काढली तिला तर तोडच नाही. समाजातले वजन आणि अहित करू शकण्याचे सामर्थ्य यांचा विचार करून शाळेने बेबीची आणि तिच्या आईची माफी मागिली. तरीदेखील त्याच दिवशी त्या शाळेतून बेबीचे नाव काढून कॉन्व्हेंटमध्ये तिची रवानगी रागिणीने केली व तिच्या दिनक्रमावर रागिणी अधिकाधिक लक्ष ठेवू लागली.

या प्रसंगानंतर ती घराच्या प्रतिष्ठेबाबत फारच जागरूक राहिली होती. तिच्या प्रेमळपणातच एक प्रकारचा करारीपणा होता. वस्तुत: माझ्या घरातील स्थानाला अपमान वाटावा असे वर्तन तिच्या हातून कधी होण्याजोगे नव्हतेच पण मी मात्र मनातून अगदी घाबरत असे.

मला वाटते या मनावरील दडपणामुळेच की काय मुले आणि रागिणी बाहेरगावी जाताच माझ्या हातून तो प्रसंग घडला.

चांदणी रात्र - गुलाबी थंडी आणि नाताळचे वातावरण यामुळे मी अगदी संगमोत्सुक होतो. घरातून खाली उतरलो, पान खाल्ले आणि कुठल्यातरी सिनेमाला जावे म्हणून रीगलकडे जाणाऱ्या बसमधून बाहेर पडलो.

मन हे खरोखरीच सागराप्रमाणे बेफाट, अवचित, अनावर आणि अथांग असते. माझ्या मनात त्या वेळेला काय विचार आले असतील ते सांगता येत नाही. सर्वच चांगल्या गोष्टी पुन:पुन्हा नजरेसमोर येऊ लागल्या. मनात भरू लागल्या. सुखावू लागल्या. चांगल्या चेहऱ्यामोहऱ्याची अंगाने भरलेली स्त्री रस्त्यातून दिसली की नजर वळू लागली. बसमध्ये पाठमोऱ्या दिसणाऱ्या स्त्रिया काही निराळ्याच दिसू लागल्या. अनंगाला फक्त अनंगच विझवू शकतो.

ते सारे दिवस माझ्यासमोर उभे राहिले. स्त्रीचा पहिला स्पर्श, पहिला एकांत, पहिली मिठी आणि पहिले मीलन. तेव्हाची भीती, उत्सुकता, योजकता साऱ्या या येवढ्याशा प्रकाशात आता माझ्या चित्तात येऊन गेल्या. आपण जे जे सारे अनुभवले ते बरे असो वाईट असो, आपल्या आयुष्यावर परिणाम करून

जाते हेच खरे. बाणाने छेद करून तो आरपार निघूनही गेला तरी त्याची खूण कायम राहते. स्त्रीच्या संगमाची निशाणी जे तिचे बाळ ते जरी नष्ट झाले तरी ती कुमारी काही परत होत नाही. मी तरी पुन्हा बावळा, निष्पाप असा थोडाच होणार होतो. घडलेल्या प्रत्येक गोष्टीने माझ्या जीवनावर परिणाम केला होता.

सर्वांत परिणाम केला होता मुकुल हेमाडीने. मुकुल हे मी हुंगलेले पहिले फूल किंवा खरे पाहता त्या फुलानेच भृंग बनून माझे निसर्गदत्त अज्ञान-उभारी चाखली होती. तीही मोठ्या सराईतपणे आणि चव घेत घेत. त्यात भय नव्हते. लज्जा नव्हती किंवा पाप नव्हते. तो एक अगदी मनमोकळा खेळ केला तिने. त्यात विषयांधता नव्हती किंवा वाहवणारा बेफाट वारा नव्हता. एखाद्या पुरुषाची शिकार करण्यासाठी गळाला लावलेले ते आमिष नव्हते. तर अगदी तारुण्यसुलभ नैसर्गिक क्रीडा होती. वयात येणाऱ्या सिंहाच्या बछड्याने केवळ लीला म्हणून एखाद्या रानगव्यावर धडक हाणावी त्यातलाच तोही एक प्रकार.

मुकुल हेमाडीने मला स्त्री ही काय चीज आहे याची ओळख करून दिली. तो एक गुळगुळीत मांसाचा गोळा नव्हे, ती एक पराची गादी नव्हे, ते एक पुरुषाच्या सुखासाठी निर्मिलेले खेळणेही नव्हे. कामक्रीडेसाठी आतुर झालेली स्त्री, रत झालेली स्त्री आणि तृप्त झालेली स्त्री अशा वेगवेगळ्या स्वरूपांत तिने मला दर्शन दिले. ती माझ्यापेक्षा अनुभवी होती. पण असे असूनही तिचा लज्जेचा अनभिज्ञतेचा, अपरिचयाचा अभिनय मला तेवढ्यापुरता अगदी सत्य वाटला.

मुकुल हेमाडीचे पुढे लग्न झाले. लग्नाला बोलविण्यासाठी म्हणून आली तेव्हा ती बोलता बोलता म्हणाली, ''लग्न हे केव्हातरी करायलाच हवे, त्यात सुरक्षितता-सुस्थिरता आहे आणि दुसरे हे की आता अनिर्बंधतेचाही कंटाळा आलाय.''

मी हसून म्हणालो, ''पण लग्न म्हणजे लगाम - तुला चालेल तो? अन् मग तुझे दोस्त, पिकनिक्स — त्याचे काय?''

''ते संपले. अगदी प्रामाणिकपणे.''

''मला नाही खरे वाटत.''

''नाही वाटणार पण मी सांगेन त्यावर विश्वास ठेव. तारुण्याच्या पहिल्या ऊर्मीला नाही लगाम सोसवत पण एकदा का त्या ऊर्मी निवाल्या की मग या बेलगाम आयुष्यापेक्षा लगाम अगदी अंगाला थोडाफार काचणारा लगामसुद्धा बरा वाटतो.''

"मग तुझी माझी दोस्ती संपली म्हणायची."

"अर्थातच. आता जो खेळ खेळायचाय तो अगदी प्रामाणिकपणाने, निदान अशी ईर्षा तरी बाळगते आहे. उद्याचे काय ते कसे सांगू? आणि त्यातूनही येवढ्या सुखाच्या आठवणी आहेत की केवळ त्यांच्या आठवणींनीसुद्धा मी सुखी राहीन."

"तुझे सारे स्वैर अनुभव ठाऊक असून तुझ्याशी लग्न करणारा कोण हा महाभाग."

"अरे तूसुद्धा माझ्याशी लग्न करायला हुरळून येशील. मी खरे पाहता सुंदर नाही. म्हणजे सौंदर्यशास्त्रात सौंदर्याची जी मापे सांगितली आहेत, छाती अमुक, कंबर अमुक ती कदाचित माझी भरणार नाहीत. नाकडोळे आणि रंगरूप ही सुद्धा अगदी आदर्श नाहीत. पण तरीसुद्धा मी लोकांना आवडते. सामान्य तरुणांना नव्हे तर चांगल्या पगारदार पोझिशनच्या कर्तबगार पुरुषांनासुद्धा आवडते. त्यांच्यापैकी कोणीही अगदी तुझ्यासकट, माझ्याशी लग्नाला तयार आहेत. तू आणि मी एकत्र आलो त्या वेळची माझी आठवण तुला या क्षणी होत असेल! माझा अवयव अन् अवयव साकार होऊन तुझ्यापुढे उभा असेल नि म्हणत असेल मी सुंदर आहे. होय की नाही ते सांग. होय ना, होय ना?"

मी शरमून म्हणालो, "होय."

"हेच ते. वरवर दिसते त्याने जाऊ नकोस. थोडे सेक्सी पण मर्यादा सांभाळणारे विनोदप्रचुर असे संभाषणचातुर्य, रंगसंगतीची आणि रुचीची संपन्नता दाखविणारी वेषभूषा अन् रसिकता, पुरुषाला बरोबरीची वाटणारी आपली सहचारिणी, आक्रमक व्यक्तिमत्त्व, उच्च रुची, क्रिकेट, संगीत, बॉक्सिंग, मद्यपान या पुरुषी खेळांत ती क्रीडा मानून रममाण होण्याजोगी मनोवृत्ता— असे असले की पुरुष भक्ष्य न व्हायला काय झाले. थोडे रूप कमी असले, देह प्रमाणबद्ध नसला तरीदेखील तो मान्य करतो आणि हे सर्व नसूनही केवळ देह समर्पण करण्याची कला त्या स्त्रीला ज्ञात असेल तरीसुद्धा मी मी म्हणणारे कर्तृत्ववान श्रीमान देखणे पुरुष त्या स्त्रीच्या अगदी अंकित होऊन राहतात."

मी सारे लक्ष देऊन ऐकत होतो. ती येवढ्या स्पष्टपणे का बोलत होती ते मला समजत होते. तिचे आणि माझे गेले कित्येक दिवस निकटचे नाते जडले होते. मुंबईच्या सर्व नामांकित हॉटेलात आम्ही राहिलो होतो आणि जेवढे म्हणून परस्परांना देता येणे शक्य होते, तेवढ्या तारुण्याची आमची देवघेव केली होती.

ती पुढे म्हणाली, "माझ्या आयुष्यात जे काही थोडेफार मित्र आले

त्यापैकीच कोणाची तरी निवड करणे भाग होते. मला कह्यात ठेवू शकेल अशा श्रीमंत कर्तृत्ववान देखण्या पुरुषापेक्षा पुरेसा श्रीमंत, बरा दिसणारा आणि माझ्या सौंदर्याची छाप ज्याच्या मनोवृत्तीवर पुरेपूर आहे असाच पुरुष मी निवडला आहे. याहून अधिक लायक पुरुष निवडणे वैवाहिक सौख्याच्या दृष्टीने मला सोईचे नाही. प्रपंच म्हणजे काही रस्सीखेच नव्हे. एकाचेच तिथे बहुतांशी चालावे आणि मला माझ्या संसारात माझे चालवायचे आहे.''

मुकुल हसली. ती बोलत होती, मध्येच थांबत होती. सुचकतेने दृष्टी टाकून अबोल उत्तरे स्वीकारीत होती.

''त्याच्याशिवाय अन्य कोणाही पुरुषाला नजीक येऊच द्यावयाचे नाही असा मी निश्चय मी केला आहे. मी केले ते सारे होऊन गेले, आता नवे आयुष्य मोठ्या इतमामाने आणि निष्ठेने घालविणार आहे मी. त्यात लबाडी, स्वैराचार याला अगदी थारा नाही आणि त्यामुळे परस्परांच्या मनात शंका उत्पन्न व्हावी असे वर्तनही नाही. येवढ्यासाठी तुझा अखेरचा निरोप घ्यायला आले आहे.''

''निरोप कसा घेणार आहेस.''

''तुला पाहिजे तसा.''

''म्हणजे.''

''हे बघ मला तू आवडतोस खूप आवडतोस. विवाहसंस्था हा आपणहून केलेला निर्बंध, त्यामुळे एकापेक्षा अधिक पुरुषांना त्यात स्थान नाही. त्यातल्यात्यात सोईस्कर पुरुषापुरताच प्रीतीचा झरा खुला ठेवला पाहिजे. अन्य पुरुष अर्थातच टाळले पाहिजेत. तुला सांगितलेच की ते मी करणार आहे. अगदी निष्ठेने. विवाहात अयशस्वी झाले तरीसुद्धा. तू मला फार आवडतोस हे मला आज इथे येऊन सांगावेसे वाटले ते येवढ्यासाठीच. परपुरुषाबद्दल अभिलाषा हे वैवाहिक जीवनातील दु:खाचे महत्तम बीज. ते पुढे मला करायचे नाही आणि अभिलाषा तर अंत:करणात आग ओकत आहे, तेव्हा ती अभिलाषा, ती आसक्ती अखेरची निपटून टाकण्यापूर्वी अगदी अखेरची ती तुला सांगावीशी वाटली म्हणून मी आले.''

या तिच्या शब्दांत आतुरता, आसक्ती नुसती ओरडत होती.

तिने मला घट्ट मिठी मारली. माझ्या छातीवर डोके विसावून ती दीर्घकालपर्यंत उभी होती. थोडा वेळ गेल्यावर ती म्हणाली, ''मी जाऊ आता?''

''नाही.''

''का''

"तुला माझ्याबद्दल अभिलाषा होती हे तू सांगितलेस. मी तुझ्या आयुष्यात पहिला पुरुष नसेन. त्यामुळे त्या अभिलाषेला तेवढी तीव्रता नसेल. पण मुकुल, तू माझ्या आयुष्यातली पहिली स्त्री! सबंध स्त्रीजातीकडे मी तुझ्या डोळ्यांतून पाहायला शिकलो आहे. तुझ्याबद्दल मला काय वाटते हे मला सांगता येणार नाही. मला तू हवी आहेस. अगदी पुरी."

त्या आमच्या भेटीनंतर मुकुल निघून गेली. आणि थोड्याच दिवसांत तिचे लग्न झाले. तिच्या म्हणण्याप्रमाणे तिने केले. विवाहपूर्व संबंधाना तिने पुढील आयुष्यात कधीही थारा दिला नाही. एक सोज्ज्वळ गृहिणी, उत्तम आई असा लौकिक फारच थोड्या दिवसांत मिळवून तिने मला चकित करून सोडले.

मुकुल हेमाडी निघून गेली. तिची जागा उषा पेंडसेंने भरून काढण्याचा यत्न केला. एका मागोमाग कितीतरी मुली थोडावेळ माझ्या आयुष्यात मुक्काम करून गेल्या. त्या प्रत्येकीची काहीतरी वेगवेगळी चव होती. त्या क्षणभर येत होत्या पण आयुष्यभर उरेल असा परिणाम करून जात होत्या. कोणाही मैत्रिणीबद्दल लोभ असा वाटणे शक्य नव्हते. कारण मुकुल हेमाडीची आठवण बुजावी अशी त्यात कोणीच नव्हती.

एक दिवस रागिणीने माझ्या आयुष्यात प्रवेश केला आणि जळमटे झाडून टाकावीत त्याप्रमाणे या साऱ्या मैत्रिणी आणि त्यांच्या आठवणी यांना तिने झाडून टाकले. विलक्षण आक्रमक व्यक्तिमत्त्व, अभिजात रसिकता आणि अनंतकाळ टिकणाऱ्या जातीचे अद्भुत सौंदर्य यांच्या जोरावर तिने मला जखडबंध केले आणि कधीही सापडावयाचा नाही तो मी विवाहाच्या पिंजऱ्यात जखडलो. तिने ज्या झपाट्याने माझी शिकार केली त्यातली गती मला झेपली नाही. एक दिवस मी विवाहबद्ध झालो.

विवाहवेदीवर पाऊल ठेवल्यावर रागिणीने उभारलेल्या सापळ्याचा मला संताप आला. समोर मुकुल हेमाडी, उषा पेंडसे, वासंती पंत, रूपसहेली उभ्या राहिल्या. वाटले, का या पाशात सापडत आहोत? ही चूक तर नव्हे ना?

विवाहानंतरच्या अवघ्या आठच दिवसांत रागिणीने माझ्या मनाचा, देहाचा, संसाराचा सर्वस्वी ताबा घेऊन टाकला, आणि मी केले ती चूक नव्हे हे अनुभवाला आणले. तिचा राग आणि तोही क्वचितच नि सकारण सोडला तर तिच्या व्यक्तिमत्त्वात खुपण्याजोगे काही नव्हते.

रागिणीच्या संसारात माझे आयुष्य अगदी नियमित झाले. त्याला दिशा आली. हेतू आला, वजनही आले सुखाचे बुंद कणाकणांतून फुटत होते, तक्रारीला जागाच नव्हती.

सामान्य मनुष्याला आपण सुखी आहोत असे म्हणण्यापेक्षा आपल्यावर दुर्दैवाचा वर्षाव होतो आहे, आपल्यावर अन्याय होतो आहे, परमेश्वराने केलेल्या सुखदुःखाच्या वाटणीत आपल्याला दुःख जास्त मिळाले आहे, असे वारंवार बोलून दाखविण्यात सुख वाटते.

पण आमच्या दोघांच्या मनोवृत्ती तसल्या नव्हत्या. आयुष्य थोडे आहे ते भोगावे अशी मनोवृत्ती घेऊन आम्ही जगत होतो. त्याहीपेक्षा खरे सांगायचे तर तिच्या कोशात मी स्वस्थ पहुडलो होतो. त्या कोशाची ऊब, तलमपणा आणि निवारा माझ्या सुखाच्या दृष्टीने आदर्श होता.

एक दोन वर्ष नव्हे, आठदहा वर्षे अशीच गेली आणि आता एवढ्या अवधीनंतर धरण फुटावे तशी माझी सभ्यता, मर्यादा आणि तारुण्य सारी काही बंध फोडून उठली.

आणि म्हणूनच मला वाटते प्रेम, निष्ठा, हे सारे खोटेच की काय? जरा संधी मिळताच दुधातुपात तोंड खुपसणाऱ्या मांजरासारखीच काय ही माणसांची जात. कशासाठी त्या आणाशपथा? कशासाठी ते विवाहमंत्र आणि कसले ते लज्जाहोम? लज्जाहोमाचा अर्थ असा तर नव्हे की या स्त्रीच्या समोर तुझी उरलीसुरली लज्जाही सोडून ठेव, माझेच चुकत होते की सर्वांचेच चुकते आहे? माझ्यासारखीच सारी पुरुष जात हरामखोर आहे. निमकहराम आहे? माझ्या लाडक्या रागिणीच्या सौंदर्याची, कर्तृत्वाची, निष्ठेची, कशाचीही मला भीती वाटली नाही! त्या माझ्या दोन बछड्यांची मला आठवण आली नाही! माझे सुंदर घर-त्या घराच्या दालनादालनातून भरलेला सुसंस्कृतपणा, त्यातली सुरक्षितता यांपैकी मला कोणीच मला आवरले नाही! दहा वर्षांच्या सतत वापरामुळे माझे यौवन जराही बोथटले नाही! आणि काय हा चमत्कार. माझी ही विवेकशक्ती कोठे गेली आणि एवढ्या स्त्रिया भोगून, गेली दहा वर्षे अगदी मनसोक्त विवाहसौख्य अनुभवून अद्यापि माझी स्त्रीची भूक शमली नव्हती!

दुर्दैवाने नव्हती. ती शमली असती तर मला आवडली असती. नव्हे शमायलाच हवी होती. रागिणीसाठी, माझ्या देखण्या प्रेमळ मुलीच्यासाठी कदाचित माझ्या सुरक्षित अशा या घराच्या किल्ल्याचा विध्वंस होईल येवढ्यासाठी हा मोह

मी टाळायला हवा होता. पण नाही. माझी खात्री होती पुरुषांनी असा खेळ केला तर तो क्षणापुरता असतो. कुणाला पत्ता लागत नाही, बायकोला नाही, मुलांना नाही आणि घराच्या सुरक्षितपणाला तर मुळीच धक्का लागत नाही. कुणाला कळणार आहे माझे हे पतन? कोण येणार आहे त्या अंधारातल्या खोलीतला मदनाचा खेळ पाहायला? जरा बाजारू, थोड्या भडक, थोड्या चविष्ट अशा एखाद्या पाखराशी केलेला तात्पुरता खेळ काय बिघडवणार आहे माझे आयुष्य?

खरोखरीच काही बिघडवत नाही. कितीतरी सभ्य समजले जाणारे, निष्ठांवत मानले जाणारे गृहस्थ हे खेळ वारंवार खेळतात. कपडे झटकतात, खिसा आणि वासना स्त्रीजवळ देऊन टाकतात आणि मोठ्या हसतमुखाने सात्त्विक चेहरा करून घरोघर परततात.

मीही तोच विचार केला होता. शेवटी मीही एक घरंदाज गृहस्थ होतो. मलाही जे माझे आहे ते सांभाळायचे होते. कुठेही मन न गुंतवता थोडा वेळ करमणूक हवी होती. ह्या करमणुकीची किंमत मी फार तर पैशाने आणि फक्त पैशानेच मोजायला तयार होतो.

रीगलच्या वाटेने मी चालायला लागलो याचे कारण की सायंकाळी दहा-नंतर मध्यरात्रीपर्यंत हव्या त्या वयाच्या-जातीच्या, रंगाच्या आणि दराच्या बायका धंदेवाईक आणि अर्धधंदेवाईक तिथे आणि फोर्टमधल्या काही विशिष्ट गल्ल्यांत मिळू शकतात.

प्रथमत: माझ्या पूर्वाश्रमातल्या माझ्या पंखाच्या पक्ष्याची मला आठवण झाली. माल चांगला, निवडक, निरोगी हवा असला तर गुलशन इराणीसारखा मनुष्य नाही. त्याची एक डान्स शिकविण्याची शाळा होती नावाला. खरे म्हणजे त्याचा धंदा होता दलालाचा आणि त्याचे गिऱ्हाईक जसे चोखंदळ तसा मालही निवडक.

त्याची आठवण करावी आणि सैतान उभा या इंग्रजी म्हणीप्रमाणे गुलशन रीगलच्या बाहेर काही तरी टेहळत होता. टेहळत होता तो माल की गिऱ्हाईक हे कळण्याजोगे नव्हते. पण मालाला त्याची उतारपेठ चांगली, दरही चांगला, त्यामुळे त्याला मालाची कधीच ददात पडली नव्हती. ददात होती ती खूप पैसे देणारे, रंगेल आणि तितकेच सुसंस्कृत गिऱ्हाईक मिळविण्याची, कारण इंग्रज गेल्यापासून उंची मालाचे गिऱ्हाईकच तुटत चालले होते. चांगल्या रीतीभातींसाठी, निर्मळतेसाठी, आणि खानदानी रुबाबासाठी पैसे खर्चावे लागतात हेच या

ढेरपोट्या गुजराथ्यांना आणि रुपया-आणे-पैशांत मोल करणाऱ्या मारवाड्यांना कळत नाही. चांगल्या दर्जेदार दुकानातला माल तोच पण तो जरा नीट मांडलेला, नीट पॅक केलेला आणि वाईट निघाल्यास पैसे परत या खात्रीपात्र असलेला असतो. आणि म्हणूनच त्याची किंमत जादा हे कळायला माणसाला रुची लागते. सुसंस्कृतपणा लागतो आणि पैसाही लागतो. सांगायचा मतलब असा की गुलशनजवळचा माल चोख असूनही दहापाच रुपयांसाठीं घासाघीस करणारी गिऱ्हाईकेच त्याच्या वाट्याला येऊ लागली होती.

गुलशनची माझी ओळख झाली त्याला दहा वर्षे झाली. तसा मला तो अधूनमधून भेटत असे. कधीकाळी साहेबासाठी बाटलीची गरज लागली की त्याचा आश्रय घ्यावा लागे. कारण त्याच्याजवळ सर्व नामांकित मद्यांचा राखीव साठा असे. मुंबईत मद्यबंदी आहे म्हणतात पण गुलशनच्या स्नेह्यांना मात्र तिचा काच कधीच नव्हता.

असो, तर असा हा गुलशन! मनात त्याचा विचार येताच तो दिसला त्यावरूनच मी मनाशी ओळखले की योगायोग-चांगलाच योगायोग म्हणायला पाहिजे.

त्याच्या नेहमीच्या स्वभावानुसार त्याने मला ओळखून हाक दिली.

"तू इकडे कसा, या वेळी एकटा."

"आलो असाच."

"शक्य नाही यार."

"अरे, बायको माहेरी गेली आहे. म्हटले सिनेमाला जावे म्हणून इकडे आलो येवढेच."

"सिनेमाला कसला जातोस. दुसऱ्यानी केलेले प्रेम पाहण्यात काय अर्थ आहे. दुसऱ्या पुरुषांनी एखाद्या बाईचा मुका घेतलेला पाहण्याचा आंबटशौक करणाऱ्या जातीचा तू नाहीस. म्हणून म्हणतो माझ्याबरोबर चल."

"कुठे?"

"कुठे काय-तात्या आहेस साल्या. वाजले आहेत नऊ आणि गुलशन सांगून राहिलाय, चल. तुला काही आग्यारीत नाहीतर देवळात नाही नेत. तुला नाही वाटत थोडी मजा करावीशी? थोडक्या पैशात चांगला माल."

"तुझ्या बाजारी थाटात बोलू नकोस बुवा! मी त्यातला नाही हे ठाऊक आहे ना तुला."

"अरे जा बे! मोठ्या गप्पा सांगतोय मला. आता हे खरंच की स्त्रीच्या

देहाची एवढी बाजारी वर्णने तुला खपायची नाहीत. ते असू दे, चल पाहू.''

मी कुठे ते विचारलं नाही. माझी तयारी होती. गुलशन बरोबर आहे म्हणजे अगदीच फोरास रोड-डंकन रोडला आपण जात नाही किंवा एखाद्या बाजारबसवीकडे जात नाही हे उघड होते. त्याचप्रमाणे गुलशनचा माल मुळातच माल असेल हे मला ठाऊक होते.

गुलशन आणि मी टॅक्सीत बसलो आणि कुलाब्याच्या एका जुनाट इमारतीच्या दाराशी थांबलो. सराइताच्या ऐटीने मीही गुलशनच्या मागे चालत होतो. दोनतीन मजले चढल्यानंतर एका दारावरील घंटा वाजवली.

दार उघडले आणि एका बाईचा चेहरा दृष्टीस पडला. मी बऱ्याच वेळा पाहिलेला - गोरा वर्ण कदाचित रंगवलेला, पण बहुतांशी खरा.

दार उघडले नि आम्ही दोघे आत गेलो. घर सामान्य होते. पण घरातले फोटो, मांडणी आणि मालकीण, घरातल्या हालचालींची ताबडतोब ओळख देत होती.

थोड्याच वेळात बाटल्या आल्या. निराळी ओळख करून घ्यावी लागली नाही. ते बोलून चालून जास्वंदीचे फूल होते. स्वस्त, भडक आणि मला घ्या असे सारखे विचारणारे. वासना तर डोक्यापासून पायापर्यंत नुसती ओसंडत होती. सारा देह उत्तम प्रकारे दिसावा अशा तऱ्हेने एक पारदर्शक साडी तिने पेहरली होती.

* * *

गुलशन नंतर उठून गेला.

मद्याची धुंदी आणि वासनेची दीर्घकालपासून साचलेली आग यांच्या मिलाफाने मी 'लिली' ला जवळ घेतली आणि आग विझवली. विझवली असे मला वाटले पण ती विझली नाही. त्याच दिवसापासून ते रागिणी परत येईपावेतो मी त्या आगीत धुमसत होतो.

लिली ही एक एक्स्ट्रॉ नटी होती. केवळ पैशांसाठी ती गुलशनच्या दुकानातील माल झाली होती, असेही नव्हे. पण थोडी स्वत:चीच गरज आणि त्याला लागते म्हणून पुरुषाची गरज हीच त्याच्या बुडाशी असावी. स्वत:च्या सुखासाठी बहुतांशी ती व्यवहार करीत होती. स्त्रीच्या या हौसेला सुद्धा मोल मिळते ते कौतुकाचे!

माझ्याबद्दल थोडेफार कौतुक असल्यामुळे माझ्या रोजरोज येण्याला तिने विरोध केला नाही. माझ्याशी देण्याघेण्याचेही बोलणे केले नाही. एखाद्या प्रेयसीप्रमाणे तिने माझ्याशी थोड्या उच्च दर्जाचे प्रेमाचे नाटक केले आणि म्हणूनच मला ती, तिचे घर आणि तिची कुशी बरी वाटली.

रागिणीचे पत्र आले आणि एकदम एखाद्या मूर्च्छेतून जागे व्हावे तसा मी जागा झालो. त्याच दिवशी लिलीच्या हातात पाच हजार रुपये ठेवले तिचा निरोप घेतला. निरोप घेतेवेळी एखाद्या पापातून मुक्त झाल्याचा आनंदच वाटला.

रागिणी आली. पुन्हा घरात आणि माझ्या मनात पावित्र्य आले. जे काही थोडे दिवस मी वेडावाकडा वागलो ते मी पार विसरून गेलो. जणू काही रागिणी गेल्यापासून ते परत येईपर्यंत मला झोपच लागली होती. मला तेवढे ते आयुष्य आठवण्याचे कारणही नव्हते.

मी ते पूर्णपणे विसरलो. महिन्यांमागून महिने गेले आणि अकस्मात एक बाँबचा स्फोट झाला.

दुपारच्या लंचनंतर जरा सुस्तावून मी सिगारेट ओढत ऑफिसमध्ये बसलो होतो. ऑफिसची एक्स्टर्नल लाईन वाजू लागली. मोठ्या बेफिकिरीने मी फोन उचलला. ऑपरेटर डिसिल्वाचा आवाज ऐकू आला. "Your wife on the line, speak here."

"My wife?" मी आश्चर्ययुक्त स्वरात म्हणालो, कारण रागिणीचा हा फोन असणे शक्य नव्हते.

फोन होता एका बाईचा.

मी आश्चर्यचकित होऊन इंग्रजीत विचारले, ''माफ करा, मी कोणाशी बोलत आहे हे कृपया कळेल काय?''

''माझा आवाज ओळखला नाही?''

''माफ करा! नाही ओळखला.''

''मी लिली - लिली रुबे.''

''काय- लिली? कोण लिली?''

''गुलशनबरोबर जिच्या घरी तुम्ही आला होता, सुमारे नऊ दहा महिन्यांपूर्वी कुलाब्याला, तीच मी कुलाब्याची लिली. जिचे डोळे बदामी आहेत म्हणून तुम्ही म्हणालात. एक दिवस नव्हे तर ओळीने आठपंधरा दिवस माझ्याकडे तुम्ही जिवाची करमणूक करण्यासाठी आलात. माझ्या दरेक अवयवावर तुम्ही काव्यमय भाष्ये केलीत आणि एक दिवस अकस्मात पाच हजार रुपये अंगावर फेकून

चालते झालात.''

''बरोबर आहे. पण आता त्याचा काय संबंध?''

''म्हणाला तर आहे म्हणाला तर नाही.''

''काय म्हणतेस काय?''

''होय म्हणाला तर संबंध आहे आणि म्हणाला तर नाही. तुम्ही मानाल त्यावर अवलंबून आहे. मी आता 'परेरा मॅटर्निटी हॉस्पिटल'मधून फोन करते आहे. ज्या माझ्या स्वरुपावर लुब्ध होऊन तुम्ही माझ्यावर फिदा झालात त्यापैकी फार थोडे आता शिल्लक आहे.''

''काय म्हणते आहेस तू? मला काही समजत नाही.''

''मी हे फोनवर बोलणे तुम्हाला सोईचे पडणार नाही. तुम्हीच शक्य तेवढ्या लवकर मला भेटावे अशी माझी विनंती आहे.''

''नाही. माफ कर. मी भेटू शकणार नाही. तुझ्याशी मला कसलाही संबंध ठेवता येणार नाही. यात काही मी जगावेगळे करीत नाही. मला माफ कर. तुझ्याशी माझा जेवढा संबंध होता तेवढ्याची किंमत मी पुरेपूर दिली आहे.''

''माझ्या संबंधाबाबत मला बोलायचे नाहीय.''

''Sorry!'' मी ताडकन फोन बंद केला.

हिला माझ्या ऑफिसचा फोन मिळाला कसा? हिच्यासारखी छचोर कार्टी प्रसूतिगृहात काय नर्सिंग करायला लागली? बाळंतपण हे या धंद्यातल्या बायकांच्या दृष्टीने फार गैरसोईचे. कशासाठी बरे फोन केला असेल! धमकी देण्यासाठी, बायकोला कळवीन म्हणून? पण छे. माझ्या घरची हकीकत काय माहीत असणार तिला, आणि तसल्या छापाची नाही वाटली मला ती. हलका धंदा असला तरी तोही काही विशिष्ट पद्धतीने करणारी ती मुलगी होती मग हे का?

ऑफिसमध्ये मन लागेना. वाटले की तिचा आपला संबंधच काय आता. तिच्या अपेक्षेपेक्षा अधिक रक्कम तिला आपण दिली. बरे, आजकालचाही व्यवहार नाही. पैसे कमी वाटत असले तरी तेव्हाच तक्रार करावी की नाही.

हा फोन काही शुभ नव्हता, हे मला कळले होते. काही अशुभ अमंगल कटकटीचे असे ताट वाढून ठेवलेले आहे हे ही मला कळत होते. ते जरी अज्ञात होते तरी त्याची छाया माझ्या सुखी, तृप्त आणि भरगच्च संसारावर पडलेली मला दिसू लागली. मनाची बेचैन घालविण्याचा एकच मार्ग होता.

तो म्हणजे लिलीला भेटणे. पण का?

नाही. लिलीला भेटताच कामा नये. शरीरसुखासाठी जवळ केलेल्या या

फुलाला मनाच्या पुष्पपात्रात ठेवण्याची गरजच काय. लिलीची भेट? ही कोणत्या दु:खाची भेट ठरेल कोणास ठाऊक?

पण ती भेट मला घ्यावीच लागली.

माझ्या मनाने माझ्यावर ती जबरदस्तीच केली. माझ्या चित्तात क्षोभ उत्पादिला. माझ्या घराचे संरक्षण करण्यासाठी मी ही लढाई पुढे होऊनच केली पाहिजे असा निर्णय आला.

आणि ऑफिसातले काम अपुरे टाकून मी टेलिफोन डिरेक्टरीतून 'परेरा मॅटर्निटी होम' चा पत्ता काढला आणि हॉस्पिटलकडे निघालो.

आमच्या कार्यालयापासून ते हॉस्पिटल फारसे दूर नव्हते. तेवढ्या काळात माझे आयुष्य वर्ष-सहा महिन्यांनी कमी झाले असावे. नाना विचार, विवंचना डोक्यात येऊन गेल्या. थोडी भीती, थोडा राग, थोडा तिरस्कार! थोडा स्वत:बद्दल आणि थोडा लिलीबद्दल, नसत्या गोष्टीबद्दल त्रास करून घेण्याची माझी पद्धत नव्हती. पण समोरच्या आपत्तीचे अज्ञात स्वरूप भयदायक वाटले.

हॉस्पिटलमध्ये चौकशी करताच कळले की लिली ही तेथे पेशंट या नात्याने होती, आणि ती चार नंबरच्या खोलीत आहे. मी जर देशपांडे असेन तर ती माझीच वाट पाहत आहे. तिची तब्येत अतिशय नाजूक असून ती आठ-नऊ दिवसांची बाळंतीण आहे.

डॉक्टरांची परवानगी घेऊन मी खोलीत गेलो. लिली एका अंथरुणावर पडलेली होती. हीच का ती लिली. मी जी भोगली ती एक उमलत असलेले-उमललेले भरगच्च फूल होते. गाल, बाहू गोल, वक्ष आणि यौवन एखाद्या उद्दाम जंगली श्वापदाप्रमाणे उभारून ताठ खडे होते. धक्का लागला तर फुटावे असे फळ, हलला तर सांडावा असा सरबताचा प्याला होता तो. पण आज वाळलेला, शुष्क अशा या शेवंतीच्या मरगळलेल्या फुलाला मी पाहात होतो. लिलीबद्दल रागवायचे, तिच्या अगोचरपणाचा धिक्कार करायचा हा विचार पालटला. काही रात्री का होईना ती माझी शय्यासखी झाली होती! काही काळ का होईना तिने मला सुखावले होते! नसेल पावित्र्य, नसेल निष्ठा, पण माझ्या अनुभवानुसार ती अद्यापि दुष्ट, लबाड नव्हती. मी रुग्णपीडित स्त्रीबद्दल थोडी अनुकंपा धरायला काय हरकत आहे?

होय. अनुकंपा, तिला पैसे हवे असणार. केव्हातरी केलेला खेळ अंगावर आलेला असणार. चुकी सावरता आली नसेल. खात्रीची म्हणून घेतलेली औषधे निकामी ठरली असतील, आणि मग हा चोथा उरला असेल. हे रूप-हा देह

आता कुणाची शेज होणार? गर्भभाराचे दिवस हिने कसे काढले असतील ती कशावर जगली असेल?

हे सारे विचार माझ्या मनात येऊन गेले तोवर तिने एक करुण हास्य केले आणि ती म्हणाली, ''आलात.''

''हो! मला काही समजेना, मी रागाने येत नाही म्हणालो खरा, पण मला वाटते मी आलो तेच चांगले झाले.''

''खरेच चांगले झाले. मला काळजी होती की तुम्ही येता की नाही. माझा फोन ऐकताच तुम्हांला राग आला असेल. तिरस्कार वाटला असेल. वाटले असेल की पैसे मागण्यासाठी काहीतरी डाव रचीत असेल ही बाई. होय ना! या लफड्यात मुद्दाम होऊन कोण पडणार? मला तुम्ही याल अशी आशाच नव्हती. पण गुलशनचा आग्रह.''

''गुलशनचा?''

''होय. गुलशनचे उपकार माझ्याकडून कधीही फिटणार नाहीत. गेल्या सात आठ महिन्यांत जेवढ्या म्हणून खस्ता काढणे शक्य होते तेवढ्या त्याने काढल्या. अगदी नाइलाजाने त्याने तुम्हांला फोन करायला सांगितला.''

''कशासाठी?''

''सांगते. आपण बसा. मला थोडे पाणी द्या.''

मी पाणी दिले. ते ती प्याली. ते पिताना तिच्या गळ्याच्या शिरा दिसल्या. याच गळ्याभोवती आणि त्याखालती गोऱ्यापान त्वचेची आणि मांसाची केवढी ऊब होती. मी स्वत: ती अनुभवली होती.

ती म्हणाली, ''मी पैशांच्या अडचणीत आहे ही गोष्ट खरी आहे आणि कदाचित गुलशनमार्फत मी तुमच्याजवळ कर्ज म्हणून पैसे मागितले असते.''

''कर्ज?''

''कर्जच! कारण माझ्यावर निष्कारण कोण पैसे खर्च करील? या परिस्थितीत त्या रकमेचा मोबदला मिळणार नसल्यामुळे कर्जच मागितले असते.''

'''माझ्याजवळ? ते का माझेच नाव का सुचले?''

''आता ते सारेच आणि सविस्तर सांगते. तुम्हांला वाटेल तसे करा.''

आणि तिने सांगायला आरंभ केला.

''दहा महिन्यापूर्वी ज्या वेळेस तुम्ही माझ्याकडे येऊ लागलात तेव्हा मला कल्पनाही नव्हती की तुमचे माझे काही कायमचे नाते जडणार आहे. थोड्या वेळेची करमणूक, आणि थोडीफार मिळकत या दृष्टीने मी तुमच्याकडे पाहिले.

तुमचे रूप, घराणे आणि भाषा मला आवडली. तुम्ही एक सुसंस्कृत गृहस्थ आहात हेही पटले. त्यामुळे तुमच्या रोजच्या येण्याला मी विरोध केला नाही. उलट मला ते आवडतही होते. तुम्ही अंगावर पाच हजार रुपये फेकून गेलात त्याच्या दुसऱ्या दिवशी गुलशन नेहमीप्रमाणे गप्पा मारण्यासाठी आला. त्याच्याबरोबर जेवायला जायला म्हणून बाहेर पडले तो मी जिन्यावरून कोसळले. फार मार लागला. ताबडतोब हॉस्पिटलमध्ये मला नेले गुलशनने. माझ्या पाठीचा कणा दुखावला होता. पायात त्राण नव्हते आणि त्या सर्व दुःखापेक्षा घाव झाला होता तो. मी गर्भवती झाले हे जेव्हा मला कळले त्याने! हॉस्पिटलमध्ये जखडबंद होऊन राहिल्याने मला प्रतिबंधक इलाजही योजता येईनात. हॉस्पिटलमधून सुटका होणे अशक्य होते. मला नको होता तो गर्भ वाढत होता. तो आतल्या आत जिरून जावा म्हणून मी प्रार्थना करीत होते. फारशी घातक नाहीत अशी औषधे गुलशन आणून देत होता, ती मी घेत होते. पण कशालाच न जुमानता तो गर्भ वाढत होता. चार महिन्यांनी मी हॉस्पिटलमधून मुक्त झाले. त्यानंतर मला मोकळी करायला डॉक्टर तयार होईनात आणि गुलशनही तयार होईना. त्यात माझ्या जीवाचे बरेवाईट होणे शक्य होते. मोठ्या नाइलाजाने मला तुमचा गर्भ वाढवावा लागला. मला सिनेमाची कामे मिळण्याजोगी नव्हती आणि त्या परिस्थितीत कोणताही पुरुष माझ्याकडे येण्याजोगा नव्हता. मोठ्या कष्टात, आजारात दारिद्र्यात मी गेले दिवस काढले. पाठच्या भावासारखा गुलशन उभा होता. माझे दिवस भरले. गुलशननेच मला या इस्पितळात आणून टाकले. आयुष्याचा गंभीरपणे मी कधी विचार केला नाही. पण गेल्या अनेक दिवसांत विचारांची मर्यादा गाठली. हे मूल मी सांभाळू कसे? माझा धंदा हा असा! या मुलाची कोण काळजी वाहणार? माझ्या देहाचा तर आधीच खुळखुळा झालेला, आता बाजारात मला काय किंमत येणार! अंगाला रंग फासून खिडकीत उभे राहिले तरच काय तो निभाव लागणार! पण या सर्व विचारांचा शेवट नेहमीच चांगला होई. मी मनाने दुबळी स्त्री नाही. असते तर हा व्यवसाय मी पत्करला नसता. मी चांगली माणसे जोडलेली आहेत. अजून मी आजारातून उठले आणि रूप पुन्हा भरले तर दिवस ढकलता येतील, पण या मुलाचे काय करू? देशपांडे, या मुलाचे काय करू.''

मला बोलण्याची इच्छाच उरली नाही. विश्वामित्राचा मी धावा केला. त्याने पुरुषजातीवर फार मोठे उपकार केले आहेत. चक्क आपला काही संबंध नाही असे म्हणायचे! त्यातून लिली ही काही मेनका नव्हती. रोज नव्या शय्येवर

झोपणारी बाई. तिचा शब्द खरा मानायला हे काही सत्ययुग नव्हते.

मी तेच करायचे ठरवले! असेल-माझ्यापासूनही झाले असेल हे मूल. पण मी काय नवस केले होते मूल व्हावे म्हणून? आणि उपभोगापेक्षा जास्त किंमत आदा केल्यावर पुढची जबाबदारी माझी थोडीच होती. उगीच आपले काहीच्याबाही योगायोग सांगून ही बाई भलत्याचे पाप माझ्या गळ्यात घालू पाहत होती. निदान तसा यत्न होता. कदाचित त्या भांडवलावर जन्मभर माझ्याकडून पैसे उकळण्याचा डाव असेल. काम करायला नको; पडून राहावे, चैन करावी, येणाऱ्याजाणाऱ्याबरोबर रतिक्रिडा करावी हा तिचा डाव. दिवसभर कष्ट करून मिळविलेल्या माझ्या संसारातील अर्धी भाकरी ओरबाडणाऱ्या या महामायेला पहिल्याच झटक्याला दूर लोटले पाहिजे हा विचार माझ्या मनात प्रबळ झाला. ते काही नाही.

हा विचार माझ्या मनात पैदा झाला त्या वेळची माझी मन:स्थिती काय असावी याचा विचार मी करतो आहे. त्याला बहुतांशी सुरक्षितता हेच कारण असावे. रागिणी ही मानिनी होती. माझा मुलगा या जगात अन्यत्र कोठे नांदतो आहे या नुसत्या कल्पनेने तिने काय केले असते ते सांगता येत नाही. त्यात आणि लिलीबरोबरच्या संबंधाने झालेला! मला वाटते केवळ या संशयावरून आपल्या मुलींना घेऊन ती माझा संसार सोडून अन्यत्र चालती होईल. माझ्यासारख्या पापी माणसाचा संपर्कसुद्धा ती आपल्या मुलींना लागू देणार नाही.

पण अगोदर हे मूल माझेच कशावरून? पण काय असेल बरे? मुलगा की मुलगी? मुलगा असला आणि तो माझाच असला तर.

नाही. पण असणे शक्यच नाही.

या विचारांच्या उलटापालटीमुळे माझ्या मुद्रेत फरक पडत होते ते शांतपणे न्याहाळत लिली माझ्याकडे बघत होती, ते मला दिसत असूनही माझ्या तोंडून उत्तर येत नव्हते.

तीच पुढे म्हणाली, ''मला कल्पना आहे तुम्ही कोणत्या विचारात असाल त्याची.''

तरीही मख्खपणे मी गप्पच राहिलो.

''हा तुमचाच मुलगा आहे असे जरी तुम्हांला तुमच्या देवाने येऊन सांगितले तरीसुद्धा ते कबूल करणे तुम्हांला जमणार नाही. कारण तुम्हाला भीती वाटते आहे की या गोष्टीचा फायदा मी उठवू इच्छित आहे. तुम्हांला खरोखरीच सांगते. कधी नव्हे ती माझी कूस तुमच्या कामी पडली आहे. अनेक वर्षे पुरुषांशी

संग केला, पण या अमंगल क्षणाला मला भूल पडली. पण मी तुम्हांला प्रायश्चित्त नाही भोगायला लावीत. या मुलाला मी पोसेन-वाढवीन. त्याला तुमच्या संसारातले विष करणार नाही. त्याचा भार तुमच्यावर ठेवणार नाही. जोपर्यंत मला स्वत:ला विकता येईल तोपर्यंत मी स्वाभिमानानेच राहीन. पण सांगा देशपांडे, तुमच्या मुलाने नाव कुणाचे लावावे? घाबरू नका, नाव लागले तरी तो काही तुमच्या मिळकतीचा हक्कदार होणार नाही. तुम्ही सुसंस्कृत आहात. उद्या या मुलाला जिंदगी जगायचा प्रसंग आला तर त्याने आपला बाप कोण म्हणून सांगावे? का त्याला सांगू दे की तो अनेक बापांच्या पोटचा आहे?''

हृदय तळमळून तो गलितदेह बोलत होता. त्यात सत्य होते ते मला पटत होते. पण मी मुळी ते मानायलाच तयार नव्हतो.

एकदम धक्का बसल्यासारखा मी उठलो. आपण येवढ्या दुबळेपणाने वागायलाच नको होते असे वाटले.

खिशातून पाकीट काढले. त्यातून एक हजाराच्या वीस नोटा काढल्या. त्या तिच्या उशापाशी ठेवल्या आणि तिच्याकडे पाठ करून मी म्हणालो, ''लिली तू सांगतेस ते कदाचित खरे असेल. मी नाही म्हणत नाही. पण भलतीच जबाबदारी मी पत्करू शकत नाही. तुला जे हवे वाटेल ते त्या मुलाचे तू कर. तो जिवंत आहे तोपर्यंत दरमहा दोन हजार रुपये मी तुला पाठवीन. यापेक्षा मी जास्त काही करू शकणार नाही.''

माझ्याकडे एक क्रूर कटाक्ष टाकून ती म्हणाली, ''मी तुमच्याकडे पैशांची भीक मागत नाही. भीक मागते आहे या मुलाच्या भविष्याची, त्याला घेऊन तुम्ही कुठेही निघून गेलात तरी मी तुम्हांला अडवणार नाही. आईपणाचा उमाळा मला कधी यायचा नाही. पण मी त्या मुलाला वाढवू कशी? त्याला नाव कोणते देऊ?''

''त्याला नाव ठेवायचेच असेल तर ठेव. यादव विश्वनाथ चरीकर.''

''नावाचा अर्थ.''

''तो तुला कळू नये अशीच इच्छा आहे. या नावाने त्या मुलाला कमी पडणार नाही.''

''आणि मी त्याची कोण?''

''मावशी.''

''ठीक आहे. असली आई त्याला कळू लागल्यावर परवडणार नाही! तुम्ही म्हणता तेच ठीक आहे.''

''मी जातो! पण लक्षात ठेव लिली, हे सारे मी माझ्या गळ्यात घेतो आहे, ते तुझ्या शब्दांवर विश्वास ठेवून आणि तेही या खात्रीने की तू ही गोष्ट गुप्त राखशील. त्या मुलाला एका मराठी हिंदू माणसाच्या मुलाचे संस्कार देण्याचा यत्न करशील. मात्र तो माझा मुलगा नाही एवढे मी मनात पक्के ठरविले आहे.''

''ठीक आहे. काळच याचे उत्तर देईल.''

मी हलक्या हाताने दार लोटले आणि खोलीबाहेर पडलो.

माझ्या चित्तात स्वस्थता आली. केवळ पैशाने भागणार असेल तर फारसे बिघडले नाही असे म्हटले पाहिजे! काळाने हळूहळू ती हकीकत पुसट होईल म्हणावे तर गुलशनच्यामार्फत दरमहा दोन हजार रुपये पाठवताना मला सर्व गोष्टी पुन्हा नव्याने आठवणार होत्या.

हे वीस हजार रुपये आणि आजपावेतो खर्च केलेले पाच हजार रुपये रागिणीपासून लपविताना मला बरेच प्रयास पडू लागले. कारण ह्या रकमा जरी मोठ्या नसल्या तरी आजपावेतो मी स्वत: कोणतेच पैशाचे व्यवहार रागिणीपासून दडवले नव्हते. हळूहळू सराईतपणे मी हे पैसे गुलशनमार्फत पाठवू लागलो. गुलशन ऑफिसमध्ये येई; इतर वायफळ गप्पा मारी आणि जाताना पैसे घेऊन जाई. त्यामुळे मला लिलीची आणि तथाकथित माझ्या मुलाची आठवण होण्याचे फारसे कारण नव्हते.

असेच काही दिवस गेले. ऋतुचक्र फिरत होते. रागिणीच्या चेहऱ्यावर पुन्हा नवे तेज दिसू लागले. नव्या जिवाचा भार वाहायला तिने आरंभ केला. तिची शक्य तेवढी काळजी मी घेऊ लागलो; कारण माझी खात्री होती या वेळी ती मला मुलगाच देणार आहे. खुणाही तशाच होत्या. डोहाळेही तसेच. आशाही प्रबल. रागिणी मुलाचे नाव काय ठेवायचे याची माझ्या कुशीत असताना विचारणा करू लागली. तिच्या गर्भभारित पोटात असणारा माझा वारस माझ्याशी अबोल बोलू लागला. कधी कधी रागिणीला झोप लागली तरी शक्य तेवढ्या निकट कान देऊन मी त्याची हालचाल ऐकण्याचा यत्न करू लागलो. रागिणीच्या नाजूकपणात, सौंदर्यात दिवसेंदिवस भरच पडत होती. ज्या थोड्याफार गर्भवती बायका गर्भारपणीसुद्धा प्रमाणबद्ध आणि मोहक दिसतात अशीच रागिणी होती. शक्य तेवढ्या काळजीने ती माझी सेवा अजूनही करी. मुलांची काळजी घेई. घराकडे लक्ष देई. पण त्या सर्व गोष्टींत एक तृप्तीचा भाग मला आता दिसू

लागला. मुलगा होणार या खात्रीने ही अशी वागते हे मला कळत होते. पण या दैवयोगाच्या गोष्टी. भोवतालच्या आयाबाया तिच्या या भाबड्या आशावादाला भरच घालीत होत्या. तेच मला धोक्याचे वाटू लागले. कधी नव्हे ती रागिणी थोडी धार्मिक बनू लागली. अर्थात माझ्या ध्यानात येणार नाही अशा बेताने. मला आणि तिलाही मुलाची फार आवड होती, आणि ती आवडच या नवस-सायासात व्यक्त होत होती हे खरे. पण समजा ही फलद्रूप नाही झाली तर- मग या सर्व अपेक्षा असफल झाल्या तर?

दैव आमची चेष्टा करीत होते. पोटात दुखू लागताच पूर्वीपेक्षाही अधिक तत्परतेने तिची रवानगी प्रसूतिगृहात झाली. डॉक्टरने सर्व काळजी घेतली. पण अकस्मात सर्व सुरळीत चाललेले सृष्टीचे हे चलनवलन क्षुब्ध झाले. रागिणीच्या प्रकृतीत फरक पडला. डॉक्टरांना विवंचना वाटत असलेली दिसू लागली. तिच्या वेदना केवळ प्रसूतिपूर्व वाटेनात. कसले तरी असह्य दु:ख भासमान होऊ लागले.

आणि ती बाळंतीण झाली ते असह्य यातना, डॉक्टरी यत्न आणि नशीब यांच्या जोरावर. याही खेपेला खूप बाळसेदार मुलगीच झाली. रागिणी बेहोशीतच होती. रक्तस्त्राव खूपच होत होता. डॉक्टरी प्रयत्न तो थांबविण्यास असमर्थ ठरले आणि ऑपरेशन करून डॉक्टरनी तो थांबविला.

तोपर्यंत मला विवंचना होती, रागिणीच्या प्रकृतीची. नंतर विवंचना उत्पन्न झाली ती मुलगी झाली हे कळल्यावर तिला काय वाटेल याची.

बऱ्याच कालावधीनंतर रागिणीची प्रकृती साधारण बरी झाली. तेव्हा डॉक्टरनी आम्हांला दोघांना सांगितले की, रागिणीच्या दर बाळंतपणात असा त्रास थोड्या प्रमाणात होत होता. या वेळेस त्याने उग्र स्वरूप धारण केल्यामुळे डॉक्टरांना गर्भाशय काढून टाकण्याशिवाय गत्यंतर नव्हते. या त्यांच्या सांगण्याचा परिणाम रागिणीवर फारच विपरीत झाला. डॉक्टरांची तिने फारच वेड्यावाकड्या शब्दांत निर्भर्त्सना केली. आपल्याला अगर आपल्या नवऱ्याला विचारल्याशिवाय अशी गंभीर गोष्ट डॉक्टरांनी करावयास नको होती असे तिला वाटले.

पण जे झाले ते होऊन गेले. पुन्हा रागिणी आई होऊ शकणार नाही हे मात्र मागे उरले. याही वेळेला आपल्याला मुलगा झाला नाही या दु:खापेक्षा यापुढे तो कधी होण्याचा संभव नाही हे दु:ख तिने मनाला लावून घेतले. एरवी माझ्या मनाला ती बाब बोचली नसती. परंतु रागिणीच्या या वारंवार उच्चारामुळे मला ही गोष्ट वारंवार जाणवू लागली, आणि रागिणीचे दु:ख जरी कालमानाने कमी होत गेले तरी माझे मात्र क्षणाक्षणाला वाढू लागले. तीन मुलाचा बाप तर

होतोच मी. मुलीही अशा एक एक अक्षरश: हजारात उठून दिसाव्यात अशा! आमच्या घरात रागिणीमुळे स्वस्थता, शांती, सौंदर्य, आनंद, रसिकता यांची बरसात होत होती. धाकटी सविता तर अधिकच लाडकी - गोड आणि अवखळ होती. पण त्या सर्वांनी माझ्या अंत:करणातली एक जागा कधीच भरून निघाली नाही. मला हवा होता, माझा वारस- माझे नाव लावणारा, माझ्यासारखा दिसणारा, वागणारा, माझ्या घराण्याचा अंश, ज्याच्यासाठी म्हातारपणापर्यंत जगावे असे वाटेल असे माझे संतान- माझा मुलगा. पाण्याच्या घोटाची तहान सरबताच्या माठांनी कधी बुझेल काय?

ती तहान दिवसेंदिवस वाढत होती.

अशाच एका उदास दिवशी गुलशन मला रस्त्यात भेटला. गुलशनचे आणि माझे पूर्वीचे संबंध व्यावहारिकतेच्या आवरणाखाली जरा कमी झाले होते. तो नेहमी एक तारखेच्या सुमारास येई. दोन हजार रुपये घेई, हसे आणि निघून जाई. त्यावेळेस त्याच्याशी काही बोलावे असेही मला वाटे. आत्ताही मी त्याला हाक मारताच पूर्वीच्याच सफाईने तो पुढे झाला नि त्याने हस्तांदोलन केले. मी विचारले, "कुठे निघालास?"

"खरे सांगू की खोटे?"

"पाहिजे तसे."

"हे पहा!" हातातील काही कागदातून एक कॅबिनेटसाइज फोटो त्याने काढला आणि मजजवळ दिला. एका बाळसेदार, गुटगुटीत हसऱ्या मुलाचा फोटो त्याने मला दाखवला. मुलगा चलाख आणि रेखीव होता. मी विचारले, "हे काय, हा कसला फोटो?"

"तुझ्या कंपनीने नुकत्याच नवीन काढलेल्या बेबीफूडसाठी निरोगी, सशक्त हसऱ्या मुलाचे फोटो मागितले होते. केकी, तुमचा पब्लिसिटी मॅनेजर, माझ्या माहितीचा आहे. त्याला हा फोटो आवडला आहे आणि बहुतेक याच फोटोची निवड होणार आहे असे मला कळले. तेव्हा लिलीला ही बातमी सांगावी म्हणून तिकडेच निघालो आहे.'

"लिलीचा काय संबंध."

"तिच्याच मुलाचा हा फोटो."

"तिच्या म्हणजे?"

"म्हणजे तुझ्याच."

"गुलशन असले काहीतरी बोलत जाऊ नकोस, कुणी ऐकेल. या मुलाचा आणि माझा काही संबंध नाही. लक्षात ठेव."

"देशपांडे! या मुलासाठी तू काही करावेस म्हणून मी सांगतो आहे असे समजू नकोस. तसे असते तर तुझ्या घरी या मुलाची बातमी लिलीने केव्हाच पोहोचवली असती. आम्ही खालच्या जातीची माणसे, नीच धंदा करणारी माणसे आहोत. पण आमच्या धंद्यालाही काही नीती आहे. आम्हीही माणसेच आहोत, वाटले तर दरमहा पैसेही देतोस ते दोन हजार रुपये देऊ नकोस. दोन हजार रुपड्यांनी काय होणार आहे? पूर्वी लिली स्वत: दरमहा दहा-पंधरा हजार रुपये कमवत होती. आता ती बरी दिसते खरी, पण पूर्वीची बेफिकिरी आणि ऐट उरली नाही तिच्यात. शिवाय घरात मुलगा असल्यामुळे तिला आता चांगले घर सोडून तिच्या गिऱ्हाइकाबरोबर बाहेर जावे लागते. म्हणजे बरोबर कोणीतरी न्यावे लागते. धोका वाढतो. सिनेमाच्या लाईनीतही काही दम नाही. कसेतरी मानाने दिवस काढते आहे. पण त्यात दम नाही. ती आपणहून तुझे रहस्य कधीही आणि कुठेही फोडणार नाही हे ध्यानात ठेव. पण तो तुझाच मुलगा आहे याविषयी माझ्या धर्माची शपथ घेतो हवी तर."

मी जरा स्तब्ध झालेला पाहून गुलशन म्हणाला, "मला माहीत आहे. तुम्ही मराठी माणसे मोठी जिद्दीची असता. आपली चूक कबूल करण्यापेक्षा त्या चुकीला बरोबर समजून तिला कवटाळण्यात तुम्हांला धन्यता वाटते. वेळ आली तर तुम्ही प्राण द्याल, पण माघार घेणार नाही. या बाबतीत मात्र तुला माघार घ्यावी लागेल. आज नाही उद्या, उद्या नाही -परवा- पण त्या मुलाच्या धमन्याधमन्यांतून तुझे रक्त वाहते आहे! ते तुझा शोध करीत आल्याशिवाय राहणार नाही हे लक्षात ठेव."

"गुलशन, जरी तो माझा मुलगा आहे असे मानले तरी त्याच्यासाठी मी काय करू शकणार? मी घर, संसार, काही उद्ध्वस्त करू इच्छित नाही. या अशा स्थितीत मी तो माझा मुलगा आहे हे मान्य केल्याने काय मिळवणार आहात तुम्ही."

"खूप मिळवणार आहोत आम्ही. त्या मुलाला बाप मिळाला. मग तो वारंवार न भेटला - त्याच्यापासून दूर राहिला तरी त्याचा त्याला नैतिक आधार मिळेल. हा मुलगा माझ्यासारखा तो लंपट, नादान, भडवा बनणार नाही. आमच्या या जातीत मुलीला भाव आहे. तिला बाप नसला तरी चालतो पण मुलाला बाप नसला तर मात्र त्याचा उपयोग दलालाशिवय काही नाही. आपल्या

आयाबहिणींना गिऱ्हाईक आणून देण्यापलीकडे त्याचा काही उपयोग होत नाही. म्हणून म्हणतो, तू त्याचा बाप हो. तो जेव्हा जेव्हा पापाच्या गर्तेपाशी जाईल तेव्हा तुझी सात मैलांवरची हाक त्याला मागे खेचेल. तू पैसे देऊ नकोस. त्या मुलाला तुझे अभिमानाचे नाव दे.''

''गुलशन, चल. मी पण येतो. एकदा या मुलाला मला पाहावयाचे आहे.''

टॅक्सीतून आम्ही कुलाब्याला आलो. असाच गुलशनबरोबर मी सुमारे दोन वर्षांपूर्वी इथे या इमारतीत आलो होतो. त्या वेळेला जे मी केले त्याचे फळ या वेळेला मिळणार होते.

लिलीच्या फ्लॅटचे दार एका लहान बारा-तेरा वर्षाच्या मुलीने उघडले व ती म्हणाली, 'गुलुमामा.'

''बाई कुठे गेली?''

''आज शूटिंग आहे. सकाळीच गेली आहे.''

''आणि बेबी कुठे आहे?''

या संभाषणाच्या उत्तरापूर्वी माझी भिरभिरती नजर एका खेळत्या मुलाकडे गेली. हा त्या फोटोतलाच मुलगा खरा पण आता चित्रासारख्या मुलात जीव होता, आणि त्याच्या प्रसन्न हालचालीतला लाडीकपणा मोठा अवर्णनीय होता. त्याचे भुरे केस आणि उघडाबंब देह पाहून माझ्यात मुळातच असलेले मुलाबद्दलचे प्रेम जागे झाले. पुढे होऊन मी त्याला घेण्यासाठी हात पुढे केले. तोही लबाड थोडा पुढे सरकला आणि माझ्या दिशेने त्याने झेप घेतली.

त्या झेपेतच माझ्या ध्यानात आले की हा कुठेही जन्मला असला तरी माझाच मुलगा आहे.

त्याच्या डोळ्यांतील निळसर झाक, तांबूस लव, ही जरी त्याच्या आजोबांची असली तरी ठेवण, डोळ्यांतला भाव आणि एकंदर मुद्रा ही हुबेहूब माझी होती. माझा एक बालपणाचा फोटो होता तो अगदी हुबेहूब या पोरासारखा. ''यादव हे नाव मी तुला ठेवायला का सांगितले ते माहीत आहे का रे पिला. अरे ते तुझ्या आजोबांचे नाव, आणि चरीकर हे आपले दुसरे नाव. चरी गावचे आपण देशपांडे म्हणून आपल्याला चरीकर देशपांडेच म्हणतात. अरे लबाडा, असा दंगा काय करतोस? हो हो'' माझा चष्मा त्याने ओढून घेतला आणि त्याच्या हातून तो खाली पडून त्याचे चक्क तुकडे झाले.

माझ्या मनात हे विचार किती लांबले ते कुणास ठाऊक? पण यादवने

चष्मा फोडल्यामुळे ते विचार मी आवरले. मुलाला सांभाळण्यासाठी ठेवलेली मुलगी काशी मात्र गांगरली आणि म्हणाली, "द्या पोराला इकडे. भारी वांड आहे हो."

"राहू दे, राहू दे" असे म्हणत मी आणि यादव कोचावर स्थानापन्न झालो. यादवाकडे किती वेळ बघितले तरी माझे समाधानच होईना. लहान मुलांची त्वचा अगोदरच नितळ असते. त्यात गोरेपण आणि नाजूकपण. या गोरेपणावर आणि नाजूकपणावर माझी नजर ठरेना. गुलशन हे विस्मित होऊन पाहत होता.

मी गुलशनकडे पाहिले. गुलशनने माझ्या मनातले सर्व भाव ओळखले—त्याने माझ्याजवळ येऊन माझ्या खांद्यावर हात ठेवला, "देशपांडे, तुला कसलीही तकलीफ व्हावी अशी आमची इच्छा नाही. पण जगाआगळे हे पोरगे मोठे झाले पाहिजे. थोर झाले पाहिजे. देव तुला सुबुद्धी देवो."

गुलशन निघून गेला. मी माझ्या यादवाबरोबर नाना प्रकारचे खेळ खेळलो, दंगामस्ती केली. ऑफिसात परत जायचे आहे याची अगदी तमा न बाळगता कपडे खराब होऊ दिले. जेव्हा चार वाजले तेव्हा मी शुद्धीवर आलो, कपडे नीटनेटके केले आणि यादवाचा पापा घेऊन निघालो.

माझ्या मुलीही तितक्याच प्रेमळ, देखण्या आणि तरतरीत होत्या. पण यादवाने त्या सर्वांवर कडी केली आणि विशेष म्हणजे तो मुलगा होता. माझ्या नंतर उरलेल्या संसाराचा तो पोशिंदा होऊ शकला असता. माझे नाव लावणारा माझा लाडका बेटा. बरे झाले, मला गुलशन भेटला ते आणि इथे त्याने आणले ते -

* * *

त्या दिवसापासून माझा तो दिनक्रमच होऊन बसला. ऑफिसातून लंचच्या निमित्ताने मी बाहेर पडे तो सरळ यादवाकडे जाई. त्याच्याशी खेळे-हसे. त्याचा दिवसेंदिवस जो विकास होत होता तो न्याहाळीत बसे. त्याच्या पहिल्या शब्दांची मी सोबत केली. त्याच्या पहिल्या पावलाला मी आधार दिला. त्याच्या पहिल्या उडीला मी हात दिला. जे जे नवीन निर्माण होत होते, त्याच्या प्रत्येक कृतीत मी भाग घेऊ लागलो. तो एक आगळाच हर्ष होता. तो आनंद काही निराळाच होता.

थोरली, मधली आणि धाकटी या तीनही मुलींची भाषा मी भोगली होती.

पण त्यात रागिणी वाटेकरी होती. किंबहुना रागिणीनंतर माझा वाटा असे. आधी पापा रागिणीला मिळे मग मला! त्या रागिणीला भिऊन वागत आणि तरीही रागिणीवरच जास्त माया करीत. हेच रागिणीच्या व्यक्तिमत्त्वाचे श्रेष्ठत्व होते. पण माझा यादव अगदी एकट्याचा होता त्यात या अवनीतलावर कोणीही वाटेकरी नव्हते. यादवलाही अत:प्रेरणा होत होती की काय कोणास ठाऊक? तो माझ्या येण्याची वाट पाहू लागला. मला ओळखू लागला. मला हाका मारू लागला. माझ्या साऱ्या वस्तूंवर हक्क सांगू लागला. त्याच्या हट्टासाठी मला भारी किंमतीचे पारकर पेन थोड्या वेळापुरते त्याला द्यावे लागे. माझ्या कपड्यांची तो फारच खराबी करू लागल्यामुळे मला कपड्यांचा एक सेटच तेथे ठेवावा लागला.

या ना त्या निमित्ताने पैसे अधिक खर्च होऊ लागले आणि त्याहीपेक्षा पूर्वीचा माझा वक्तशीरपणा आणि व्यवस्थितपणा कमी झाला. लंचच्या वेळी करता येण्याजोगी अनेक कामे मला सायंकाळी करावी लागत. त्यामुळे घरी वेळेवर पोहोचता येईनासे झाले. पैशांबाबत रागिणीचा भरवसा होता. पण मला सायंकाळी होणारा उशीर तिला आवडण्याजोगा नव्हता. त्यामुळे ती कुरकुरू लागली. तेव्हा ऑफिसचे काम वाढल्याची सबब सांगावी आणि केव्हातरी ऑफिसातला सहकारी घरी आला की त्याबाबत सारवासारव करावी असे सुरू झाले. कोणतीही गंभीर परिस्थिती घडत नव्हती. पण रागिणीची माझ्यावरची नजर तीक्ष्ण होत चालली. माझा अर्थव्यवहार अधिक तपासला जाऊ लागला. ऑफिसात वेळी अवेळी काहीतरी निमित्त काढून फोन येऊ लागला. थोडक्यात आपत्तीची नक्की कल्पना नसली तरी काहीतरी वेगळे घडते आहे अशा जाणिवेने रागिणीने आपली सर्व शस्त्रे माझ्या रक्षणासाठी सज्ज केली.

पण यामुळे मी अधिक सावध झालो. यादवबद्दल माझ्या प्रेमाला धार आली. तो एकटा आहे आणि त्याचे रक्षण माझ्याशिवाय करणारे कोणी नाही याची मला खात्री पटली.

त्यानंतर सुमारे चार महिन्यांची गोष्ट. मी दुपारी नेहमीप्रमाणे यादवला भेटण्यासाठी म्हणून गेलो तो यादव तापाने फणफणलेला. माझा धीर निघेना. ताबडतोब मी गुलशनला फोन केला आणि डॉक्टरला आणण्यासाठी पिटाळले. माझ्या ओळखीचे सतराशे आठ डॉक्टर होते. पण त्यांचा मला उपयोग नव्हता.

डॉक्टरांनी निदान करण्यापूर्वीच मी ओळखले की हा घटसर्प असावा, डॉक्टरांनी औषधे- इंजेक्शने दिली. काळजीचे कारण नाही म्हणून सांगितले.

पण डॉक्टरांच्या लेखी काय? त्यांच्या शब्दावर भरवसा ठेवण्यात अर्थ नव्हता. माझा हा एकुलता एक मुलगा मरणोन्मुख असताना त्याला मी कोणावर सोपवून जाणार? त्याची कोण काळजी घेणार? गुलशनने मला मदत करायचे कबूल केले. लिलीही मदत करणार होती. पण माझे समाधान कसे होणार? मलाच बसले पाहिजे. माझ्या छकुल्यासाठी खस्ता काढल्या पाहिजेत. जागले पाहिजे, आणि हे कसे करायचे?

माझ्या मनात चटकन कल्पना आली. ऑफिसात जाऊन मी आठ दिवसांची रजा घेतली. टॅक्सी करून मी घरी आलो. घरी अनायासे रागिणी नव्हती. तिची क्लबात जायची ती वेळ होती. चटकन हवे तेवढे कपडे बॅगमध्ये भरले आणि चिठ्ठी लिहिली.

''प्रिय रागिणी,

माझा मित्र राम टिपणीस याची मला तार आली त्यामुळे आता घाईने मी धुळ्याला जात आहे. काळजी करू नये. चारदोन दिवसांत मी येईन. तिथून रोज पत्र पाठवीन. मुलींना कबूल केल्याप्रमाणे सिनेमाला न्यावे. बेबीचे फ्रॉक्स शिवून झाले असतील ते आणावेत, सर्वांचे खूपखूप पापे माझ्यासाठी घ्यावेत.''

तुझाच,
विश्वनाथ

चिठ्ठी पुन्हा एकदा वाचली. थाप पचेल असे वाटले आणि त्याच टॅक्सीने परत कुलाब्याला आलो.

तो आजार मी एकट्याने काढला. गुलशन जबरदस्ती करी तेवढा वेळ मी विश्रांती घेई. एरवी डोळे तारवटून मी माझ्या यादवच्या उशाशी बसलेला होतो. यादवचा गुटगुटीत देह आता सुकला होता, सुकत चालला होता. माझा जीवही तिळतिळ तुटत होता. मी यादवच्या शेजारी होतो, त्याचा त्याला केवढा आधार वाटत होता. मध्येच ग्लानीत तो जेव्हा 'बाबा बाबा' म्हणे तेव्हा माझ्या डोळ्यांतून अश्रूंचा पूर वाहत होता. मी सर्वस्वी अश्रद्ध! पण केवळ मला एकट्याला ते दुःख पेलेना. म्हणून मी परमेश्वराला मदतीला बोलाविले.

पाच दिवसांच्या अविश्रांत शुश्रूषेनंतर यादवला जरा बरे वाटू लागले, तेव्हा मी घरी जाण्याचे ठरविले. गाडीची वेळ साधून मी घरी आलो. मित्राच्याबद्दल तपशील रागिणी मागत होती. कारण माझ्या जीवनातले सर्व कानेकोपरे तिला ठाऊक असताना हा कोण नवा मित्र उपटला कोणास ठाऊक असा तिच्या

डोळ्यांत भाव होता. मी सुचेल ते सांगत होतो. कारण माझे माझ्यावरच स्वामित्व उरले नव्हते, इतका मी दमलो होतो. जागरणाने थकलो होतो. केव्हा सुटका झाली त्या प्रश्नोत्तराच्या भडिमारातून देव जाणे, मी स्नान केले काहीतरी चार घास खाल्ले आणि अंथरुणावर पडलो. खास कामे टाकून रागिणी बेडरूममध्ये आली आणि माझ्याजवळ येऊन बसली. हलक्या आवाजात ती म्हणाली,

''विसू''

''काय.''

''तुला काय होतंय? तू असा अस्वस्थ का आहेस.''

''रागिणी मी फार दमलो आहे गं.''

''पण एवढं कसलं काम होतं विसू?''

''झोप झाल्यावर सांगितलं तर नाही का चालणार रागिणी?''

''मी त्रास देण्यासाठी का घाई करते आहे? तुझ्यामाझ्यात काही तरी दूरता वाटायला लागलीय मला. काय ते मी इतका प्रयत्न केला तरी कळत नाही. मला असं अज्ञानात ठेवू नको रे विसू.''

''हे काय वेड्यासारखं? कसलं दूरत्व? काहीतरी बाऊ करते आहेस झालं तू.''

''नाही विश्वनाथ मी बाऊ करते आहे का उलट दुर्लक्ष करते आहे हे वाटल्यास तुझ्या मनालाच विचार.''

''रागिणी, खरंच काहीतरीच विचार करायला लागली आहेस तू.''

''या घरात का कुणास ठाऊक तुला आता पूर्वीइतका रस वाटत नाही. 'बेबी-रंजना-सविता' यांना तू पूर्वीइतका मिळत नाहीस. कसलातरी विचारग्रस्त चेहरा करतोस, काहीतरीच उत्तरं देतोस. वेळेवर घरी येत नाहीस काय झालंय काय तुला?''

''रागिणी, माझ्यावर विश्वास ठेव. खरोखरीच काही झाले नाही. या माझ्या चिमुकल्या घरकुलाबद्दल मला अभिमान वाटतो. प्रेम वाटते.''

''ठीक आहे. तुझ्याबद्दल मला कधीच गैरविश्वास वाटलेला नाही. आताही मी गैरविश्वास करीत नाही. पण मला यापुढे मूल होणार नाही. मुलगा होऊ शकणार नाही, यामुळे तर नाही ना तुझ्यात हा फरक पडलेला?''

''काय वेडबिड लागलं की काय रागिणी. ज्या केवळ दैवाच्या गोष्टी आहेत त्यांच्यामागे लागून या भरल्या संसारात मी कधीतरी दुःख उत्पन्न करीन काय? जाऊ देत ते विचार. चल बरं आपण मुलांना घेऊन बागेत जाऊ या.''

हा विषय संपला. रागिणीला मुलगा होऊ शकत नव्हता. हे जसे तिचे दुर्दैव तसेच एका क्षणाच्या मोहातून मी हा मायेचा संसार उभा केला हे माझेही दुर्दैवच. कारण यादव जन्मताच ना तर हा मन:स्ताप, ही खोटी भाषा, हा लपंडाव करावा कशाला लागला असता! आणि त्या सर्वांत माझ्या यादवावर होत असलेला अन्याय. खरेच दुर्दैवी होता तो. त्याला नव्हती अभिमानास्पद आई, नव्हते घर, नव्हता बाप. बाप होता पण अभिमानाने नाव सांगता यावे असा नव्हता. नव्हती संपत्ती, नव्हते संस्कार. बिचारा चिखलात जन्मला होता आणि शंकराच्या मस्तकावर जाऊन बसण्याची योग्यता असूनही चिखलातच लडबडत होता. तिथेच विकासणार होता. तरीही या माझ्या लाडक्या यादवाबद्दल वाटणारी ही कसली ओढ, या कसल्या यातना?

स्त्रीपुरुष कोणत्या आनंदात एकत्र येतात- ते विचार करीत असतात वासना फुलतील कशा, रक्त उसळेल कसे? आपापल्या निसर्गसिद्ध अवयवांचे उत्तान स्वरूप दुसऱ्याला जाणवेल कसे आणि हे सारे केवढ्या तळमळीने! केवढ्या ओघाने! प्रमादी तारुण्य, दुर्दम्य-अनावर अशी अनामिक ओढ यांनी स्त्रीपुरुष परस्परांवर झेप घालतात. क्षणभराने उंचावलेल्या वासना निवळतात, होते की नव्हते असे होऊन! एकदोन क्षणांच्या खेळात कुरूपता सुरूपता होते. अकुलीनत्व खानदानी होते आणि वासना प्रेमाचे रूप धारण करते. मातीचे सोने किंवा सोन्याची माती करून टाकणारी ही चमत्कारिक शक्ती. ती लाट गेली की काय? खवळलेल्या दरियानंतर उजाड वाटणाऱ्या किनाऱ्याप्रमाणे ही माणसे सामान्य वाटतात. मघाशी रूपमती असणारी स्त्री बोजड, भांडकुदळ, लबाड, तोंडाळ, घाणेरडी वाटू लागते. किडके दात, रेघाटलेले पाय... सांगावे तेवढे गलिच्छ. मघाशी जो पुरुषोत्तम वाटला तोदेखील एक सामान्य ओझेवाला बैल साहेबाकडून शिव्या खाण्यात पराक्रम मानणारा, दुसऱ्याकडून चहा उपटून वाचवलेल्या एक आण्याला भाग्य मानणारा आणि प्रमोशन मिळाल्यावर सत्यनारायण घालणारा, एक क्षुद्र मनुष्यप्राणी. अरेरे! एवढ्या या क्षुद्रतेला आयुष्यात काही काळ आणि त्या काळातही काही क्षण एवढे मोल चढते.

या अशाच एका क्षणिक सुखाला लालचावून निरपराध दुर्दैवी जिवाला मी जन्म दिला. लिलीच्या मिठीत, तिच्या मृदू वक्षांच्या पोकळीत आणि लिलीच्या उदरात माझी उसळती वासना जेव्हा मी ढकलली तेव्हा एक रडवलेला जीव आकाशात घुटमळत असला पाहिजे. शतजन्मांचे पातक भोगण्यासाठी त्याची शिक्षा सुरू व्हायचा क्षण आला असला पाहिजे. माझ्या उसळत्या यौवनाला

त्याचा आर्त स्वर ऐकू आला नसेल आणि त्याच्या दुर्दैवाच्या आणि माझ्या सौख्याच्या परमावधीच्या क्षणाची गाठ पडली असेल.

पण हे झाले. होऊन गेले. पण ते जसे यादवला भोगायचे आहे, तसेच त्याच्या या अभागी बापालाही भोगायचे आहे. पुन्हा बोलायचे नाही, रडायचे नाही. अबोल अशा या सर्व जीवनाची किंमत होती फक्त लिलीच्या मिठीतला तो सवंग क्षण. तिच्या फुलत्या वासनेची एक लहर.

आपल्या बऱ्यावाईट बायकोला सोडून जगातल्या अन्य स्त्रीला मातेसमान मानावे हा एकपत्नी रामाचा कित्ता गिरवायला हे रामयुग थोडेच आहे. आपले स्तन किती फुगीर आहेत याचे माप गावातल्या लोकांना समजावे अशा तऱ्हेने कपडे पेहरणाऱ्या बायका तेव्हा नसाव्यात. आपले नितंब कशासाठी हलतात ते कळविण्याचा मार्ग म्हणून मुरकत चालणाऱ्या स्त्रिया त्या काळी नसाव्यात. आपल्या ओठांवरली लाली वारंवार कशाने तरी कमी होते हे पुन: पुन्हा दर्शविणाऱ्या ललनाही त्या काळी नसाव्यात. अर्थात एकपत्नी रामाचेच कौतुक कशाला! सर्वच पुरुष जूं घातलेल्या बैलाप्रमाणे खालच्या मानेने एकमार्गी फिरत असतील. तोंड खुपसायला हिरवे गवत जर कुठे दिसलेच नाही तर जनावर जसे नजरेसमोर चालते तसेच असते पुरुषाचे. बायकांच्या देहाच्या मापाबद्दल स्त्रिया आणि म्हणून पुरुष फार काटेकोर बनत चालले आहेत.

विचारातून विचार निघाले ते हे असे भरकटले. केवळ माझ्या हातून घडलेल्या चुकीच्या समर्थनासाठी म्हटले पाहिजे - आणि हे समर्थन तरी कशासाठी, की ज्या चुका सुधारण्यासाठी अधिकाधिक चुका कराव्या लागतात, अशांपैकी एक माझ्या हातून घडली होती म्हणून.

असेच काही दिवस गेले. जखमा भरत होत्या. पुन्हा काही निमित्ताने उकलत होत्या. यादव वाढत होता. माझ्या देहातला कण बाहेर पडला होता. त्याचा दुसरा देह घडत होता. रोज ध्यानी यावी अशी त्याची वाढ मी पाहात होतो. त्यातला आनंद एक बागवानच समजू शकेल! एखादे बी लावावे, आधी कष्ट-मग कष्ट-पाण्याने त्या बीजाची तृष्णा रोज शांत करावी, त्याला जमिनीच्या उबेत वाढू द्यावे आणि एका प्रभातकाली काळ्याभोर जमिनीच्या उदरातून एखादा हिरवा अंकुर बाहेर पडावा! नुसता हिरवा नव्हे तर जगात तुलना नाही असा कोवळा! तो समोर वाढत जातो. त्याला तणे फुटतात, बाक येतो, चाल समजावी अशा वेटोळ्या वेटोळ्यांतून तो पुढे सरकतो. हळूहळू देठे फुटतात. मग पाने-त्यावर शिरा-त्याचे कोपरे-रोप वाढत असते! सर्वांगांनी, अंतरंगानी

एका पेरातून दुसरे पेर, एक कणाचे दोन-दोनाचे चार-चारांचे आठ! कुठे वाढू किती वाढू असे त्याला होत असते. बागवान हे भरल्या डोळ्यांनी पाहत असतो. कष्टाचे शीण त्याला होत नाहीत. अनेक वर्षे जरी तो हे पाहत आला असला तरी निसर्गाच्या या खेळाचे त्याचे कौतुक कमी होत नाही. हे रोप वाढेल केव्हा, अकस्मात त्यातून फूल फुलेलेल केव्हा हे सारे पाहण्यासाठी ती त्याची उत्कंठा सारखी डोळ्यांत असते. माझेही तसेच झाले होते. यादवच्या देहातला कणन्‌कण दुप्पट-चौपट होत होता. मी त्याला दिले एक बीज-त्या बीजाचा हा हसता बोलता जीव केवळ निसर्गाच्या चमत्कारिक प्रक्रियेत आपोआप तयार होत होता. आणि एक दिवस त्याच माझ्या एके काळच्या अंशाचा जेव्हा समोर एक भला थोरला दांडगा पुरुष माझ्यापुढे उभा राहील तेव्हा मी कोणता हेच मला ओळखता येणार नाही. तो मी की मी मी- माझ्यातल्या मी पेक्षा समोरचा मी अधिक सत्य, अधिक चिरंतन, अधिक चांगला असणार. कामगाराच्या हातच्या पहिल्या नगापेक्षा दुसरा नग अधिक सफाईदार व्हावा तसेच हे.

यादव वाढत होता. त्याच्या वेगवेगळ्या रूपांचे स्वरूप, त्याचे छंद, त्याचे नाद. त्याच्या बाललीला मी साठवीत होतो माझ्या डोळ्यांत. त्याला आता बरेच कळायला लागले होते. त्याच्यापासून आता दूर झाले पाहिजे, नाहीतर एक दिवस त्याच्याच तोंडून रागिणीसमोर फजिती व्हायची. माझ्या या लाडक्या लेकापासून दूर व्हायचे! केवढे भयंकर दिव्य! पण मला ते केलेच पाहिजे. गुलशनही तेच सांगू लागला. माझ्या आणि यादवच्या भवितव्याचा विचार केला तर दूर राहून त्याचे भले पाहणे हाच बरा मार्ग दिसत होता.

विचारांवर विचार केल्यानंतर मनाची तयारी करून मी अखेर निर्णय घेतला. तो अंमलात आणायला मला दोन महिने लागले. यादव मला आता खाली पोहोचवायला येऊ लागला होता. माझ्याशी थोडेथोडे बोलू लागला होता. थोडक्यात त्याच्या बालमनात माझ्यासाठी एक जागा पैदा झाली होती. ती तशीच भरलेली ठेवणे हेही आवश्यक होते, त्याचप्रमाणे मी त्याच्यापासून दूर जाणे अत्यावश्यक होते.

यादवच्या हृदयात माझी जागा कोणती असेल बरे? माझ्याशिवाय त्याला कोण जवळ घेणार होते, त्याच्या छंदाचे कौतुक कोण करणार होते? त्याच्या हट्टाला मार्गी कोण लावणार होते? वेलाला काठी लावून उभा केला तर तो तरारतो आणि उभारतो. नचपेक्षा जमिनीवर फतकारून किडीच्या भक्ष्यस्थानी पडतो. कोण बरे त्याच्या जीवनाचा आधार होईल? माझा मुलगा कदाचित फार

मोठा पुरुषोत्तम होणार असेल, मोठा धन्वंतरी-मोठा फर्डा कायदेपंडित-मोठा तंत्रज्ञ किंवा पुढारी किंवा गंधर्वासारखा असामान्य कलाकारही तो होईल आणि त्या थोरपणात माझा मात्र काही भाग नसेल! त्या थोरपणाचा शोध घेताना मी अंधारात पडेन. मी त्याला शिक्षण देऊ शकणार नाही. मार्गदर्शन करू शकणार नाही. लोक म्हणतील हा नावाचा बाप स्वार्थी, लबाड. पण त्याला काय करणार? यादव मोठा होऊन देव त्याचे कल्याण करो! माझी सर्व भलाई-सुख, स्वास्थ्य या माझ्या मुलासाठी देवाने घ्यावे.

केवळ आशीर्वाद, थोडेफार पैसे आणि देवाचा हवाला यांच्यासमवेत मी लावलेल्या झाडाचा अंकुर आधाराशिवाय वाढू लागला. पण दैवसुद्धा गंमत करते आणि चमत्कारामुळे मनुष्याला स्तंभित करून टाकते.

* * *

यादवाच्या हृदयातली माझी जागा तशीच व्याप्त राहावी एवढ्यासाठी मी व्यवस्था केली. त्यात अर्थातच एका बनावट गोष्टीचा अंतर्भाव होता. यादवची आई बालपणी मेली असून तो आपल्या मावशीजवळ रहातो आणि त्याचा बाप विश्वनाथपंत चरीकर व्यवसायानिमित्त आफ्रिकेला आहे ही ती गोष्ट होय. तेवढ्यासाठी आईचा खोटा फोटो आणि माझा थोडासा निराळा दिसणारा एक फोटो, माझी परदेशच्या टपालातून नियमित येणारी पत्रे ह्या सर्वांची जोड देण्यात आली होती. वास्तविक यादव अद्यापि हे सर्व कळण्याइतका मोठा नव्हता. पण ही गोष्ट आमच्याही मनात पक्की रुजावी या दृष्टीने मी या गोष्टीच्या अनुरोधाने पत्रे पाठविणे सुरू केले. ही पत्रे मी पाठवू लागलो.

आणखी चारदोन वर्षे गेली. यादवकडे मी अजिबात फिरकलो नाही. माझ्या मनाला अनेक वेळा हे असह्य होई. आपोआप पावले कुलाब्याला जाणाऱ्या बसकडे वळत. लंचच्या वेळेला जेवणही कधी कधी सुचत नसे. पण मनातल्या भावनाचा क्षोभ पुरुष लपवू शकतो तसा मी लपविण्यात यशस्वी होत असे. आमच्या घरात, ऑफिसमधील केबिनमध्ये, आमच्या ऑफिसने 'बेबीफूड' च्या जाहिरातीसाठी वापरलेल्या यादवचा बालपणीचा हसतमुख फोटो सदासर्वदा असे आणि त्यामुळेही यादवचा विरह सहन करण्यास थोडी अधिक शक्ती येई. हा फोटो फ्रेम करून मी जेव्हा घरी नेला तेव्हा रागिणीने त्याला विरोध तर केला नाहीच, तर उलट मोठ्या कौतुकाने तो बेडरूममध्येच अगदी समोर लावला.

तिच्या लेखी आमच्या संसारात मुलगा होऊ न शकल्यामुळे माझ्या वात्सल्याच्या उद्रेकाचे ते प्रतीक होते. रागिणीलाही तो फोटो आवडला होता. तिलाही ते हसरे मूल आपल्याला व्हायला हवे होते असे जरूर वाटले असेल.

* * *

पं. जवाहरलाल नेहरूंच्या वाढदिवसानिमित्त बाल्कन जी-बारी या संस्थेने ब्रेबोर्न स्टेडियमवर एक मोठा जुलूस आखला होता. सर्व कार्यक्रम मुलांचेच होते. खेळ, कवायती, नाच-गाणी प्रहसने आणि असेच. त्यात विशेष म्हणजे प्रत्येक शाळेतून दोनतीन मुलांची निवड करून पंडितजींना मुलांकडून गार्ड ऑफ ऑनर देण्याचा चालकांचा विचार होता. ते करण्यासाठी लष्करी पोशाख घातलेली तीस मुले आणि मुली निवडण्यात आली होती त्यात सविता-आमची छोटी मुलगी हिची निवड झाली होती. रागिणीला तर धन्य वाटले त्या निवडीमुळे. त्या लष्करी पोशाखात ही चिमुरडी पोर एवढी मोहक दिसू लागली की दृष्ट काढण्यावर विश्वास नसूनही मी बेबीची दृष्ट काढवली, तेव्हा मला समाधान वाटले. समारंभासाठी आमचे कुटुंब ब्रेबोर्न स्टेडियमवर आले. अशी कितीतरी कुटुंबे तिथे जमली होती. प्राजक्ताचे झाड फुलांनी फुलावे तसाच स्टेडियम मुलांनी बहरला होता. त्यांच्या त्यांच्यात ईर्षा होती, राग होते, द्वेष होते, पण त्या सर्वांवर निर्मळपणाचे एक आवरण होते. मुलांच्या सहवासात राहण्यासारखे सुख नाही. आपले वय कमी होते-निदान तसे वाटते अशावेळी.

हळूहळू गर्दी, आवाज कमी झाले. चालकांच्या हवाली सवितेला करून आम्ही आमच्या नियोजित जागी स्थानापन्न झालो. आणि 'नेहरू आले, नेहरू आले' अशा सूचक हालचाली नि आवाज ऐकू आले. गार्ड ऑफ ऑनर देणारी मुले योग्य ठिकाणी उभी राहिली. हे चिमुकले सैनिक सैनिकांच्या ऐटीने उभे राहिले आणि प्रसन्नवदन नेहरू आले. हा नवाच सन्मानाचा प्रकार पाहून ते स्तंभितच झाले. मुलांची शिस्त, ऐट पाहून मुळातच वत्सल असलेले नेहरू अधिकच विद्ध झाले. गार्ड ऑफ ऑनर होताच त्यांनी छोट्या कप्तानाशी हस्तांदोलन केले. खाली वाकून त्याच्या कपाळाचे चुंबन घेतले. आपल्या कोटावरील रक्तवर्णीय गुलाब त्याच्या कोटावर लावून ते म्हणाले, ''या चिमुकल्या शिपायाला या बालसेनेचा मी सेनापती नेमतो.'' नेहरूंच्या या निवेदनानंतर टाळ्यांचा कडकडाट झाला आणि चालकांनी माइकवर सांगितले. 'यादव विश्वनाथ चरीकर, सेंट ऑगस्टीन हायस्कूल कुलाबा : बालसेनेचा प्रमुख.''

पुन्हा एकवार टाळ्यांचा कडकडाट झाला.

आणि मी? मला हर्षाची भोवळ आली. समोर काय चालले होते ते दिसेनासे झाले. यादव-माझा यादव या भाग्याचा नि मानाचा मानकरी. अरेरे या क्षणी मी त्याच्याजवळ असायला हवे होते. खोटी का असेना या सेनापतित्वाची बिरुदावली त्याला मिळाली. त्या वेळेस मी तिथे असतो तर त्याने केवढ्या अभिमानाने आणि डौलाने माझ्याकडे बघितले असते, आणि या एवढ्या समाजात माझी मान केवढी उंच झाली असती. पण हा यादव- याला कोणाकडे हा गौरव सांगता येईल? आता त्याला कुशीत घेऊन त्याच्या या गौरवाचे कोण कौतुक करील? अरेरे! यादवा, तुझ्यासमोर मी इथे बसलो आहे. तुझ्या या एवढ्याशा आयुष्यात तुझ्यासाठी मी काहीही केले नसताना असा तुझा गौरव व्हावा एवढा मोठेपणा तुजजवळ आला कोठून? कशाच्या आधाराने तू हे मोठेपण मिळवलेस? मोठमोठ्या सत्ताधारी अधिकाऱ्यांचे, श्रीमंत व्यापाऱ्यांचे वशिले असूनही त्यांच्या मुलांना हा मान न मिळता तो तुला मिळावा? तुला घट्ट - अगदी घट्ट जवळ घ्यावे अशी आता मला ऊर्मी येऊनही तुला जवळ घेता येऊ नये!

पुढे अनेक कार्यक्रम चालू होते. त्यांतही यादव अनेकदा दिसला. सविता दिसली. त्यांना बक्षिसे मिळाली. रागिणीचे हृदय आपल्या कन्येच्या सन्मानाने रूपाने-कौतुकाने भरून येत होते. बेबी, रंजना यांना आपल्या बहिणीच्या सन्मानाचे कौतुक वाटत होते. मी मात्र यादवचे ते गोजिरे रूप डोळ्यांत साठवीत होतो.

समारंभ चालला होता. टाळ्यांचे कडकडाट होत होते. पण माझे अंतःकरण अगदी निर्विकार होते. कारण त्या समारंभापासून मी दूर गेलो होतो. या कोलाहलापासून या गजबजाटापासून निळ्याभोर आकाशाच्या महिरपीला बांधलेल्या झोपाळ्यावर मी नि माझा यादव झोका घेत होतो. समोर-मागे-वर खाली आमच्याशिवाय कोणी नव्हते. रागिणी नव्हती. बेबी, रंजना, सविता याही नव्हत्या. एकटा तो गोजिरा यादव माझ्या शरीराला स्पर्श करून माझ्याबरोबर कुजबुजत होता. त्याच्या बोलण्यात अर्थ होता की नव्हता कोणास ठाऊक. पण त्या बोलण्याचा नाद माझ्या अंतःकरणात घुमत होता. देवळात बोलल्यावर घुमावा तसा. आणि त्याने माझे सर्वांग बधिर होऊन गेले होते. किती वेळ असा खेळ चालला होता, कोणास ठाऊक? अकस्मात कोणाच्या तरी धक्क्याने मी जागा झालो.

समोर होता लष्करी वेशातील यादव नि माझी सविता. त्या दोघांना एकत्र पाहून मी थोडा घाबरलो, थोडा कौतुकलो आणि खूप आनंदलो. यादव एका हाताच्या अंतरावर-मला न राहवून मी त्याला उचलू लागलो. पापा घेण्याचा

माझा यत्न त्याने ओळखून मान फिरवली नि तो म्हणाला, "वा, वा! सेनापतीचा असा पापा घ्यावयाचा नसतो."

रागिणी, माझ्या मुली, मी आणि भोवतालचे चारदोन प्रेक्षक मोठ्याने हसले. मी म्हणालो, "बरे आहे सेनापती महाराज, आम्ही पापा घेत नाही. शेकहँड तर कराल."

त्या चिमुकल्या तळव्यांना हात लागताच माझ्या अंगावर रोमांच उभे राहिले आणि नजरेला नजर लागताच तो चिमुरडा म्हणाला, "तुम्ही अगदी माझ्या बाबांसारखे दिसता."

"खरेच?"

"मी अजून बाबांना पाहिले नाही पण आमच्या घरी त्यांचा फोटो आहे अगदी तुमच्यासारखेच डोळे आहेत त्यांचे."

"पण तुझे बाबा का नाही आले रे आज?"

"ते नाहीतच मुळी इथे! लांब लांब कुठेतरी आफ्रिकेत असतात ते. मला किती लांब लांब छान छान पत्रे पाठवतात ते. चित्रे पाठवतात, खाऊ पाठवतात. पण ते मात्र स्वत: येत नाहीत. मी कितीतरी पत्रे लिहिली आहेत त्यांना. पण सरकार म्हणे त्यांना इकडे येऊच देत नाही. नेहरूंना पत्र पाठवून मी विचारणार आहे की माझ्या बाबांना इकडे का येऊ देत नाही म्हणून."

मघाशी दिसणारी ऐट आता लोपली होती. त्याचा चेहरा रडवेला झाला होता. कसलेतरी असह्य दु:ख त्यांच्या अंत:करणात खुपत होते. मला काय बोलावे ते समजेना. मी त्याच्या केसांतून हात फिरवला मखमालीवरून हात फिरल्यासारखा वाटला आणि चटकन त्याचा विरोध न होईल एवढ्या त्वरेने मी उचलून त्याचा मुका घेतला. विरोध करण्याऐवजी तो अधिकच बिलगला, आणि माझ्या खांद्यावर डोके विसावून स्तब्ध झाला. क्षणभराने तो म्हणाला, "मी म्हणू काहो तुम्हांला बाबा? अगदी माझ्या बाबांसारखे दिसता तुम्ही."

माझे मलाच मी काय करतो आहे ते कळत नव्हते. शेजारी रागिणी आणि मुली होत्या. त्यांचेही भान मला राहिले नव्हते मी अगदी तृप्त झालो होतो. अगदी अकस्मात माझी मनीषा पुरी होत होती. हव्या त्याच क्षणाला मी यादवाला मिठीत घेऊ शकलो होतो. त्याला बापाची कुशी मिळाली नाही तरी बापसदृश्य माझी कुशी मिळाली होती. त्याला एवढ्या मायेने कुणी जवळ घेतले नसेल म्हणून तो मला बिलगला होता की काय कुणास ठाऊक! पण...

काय झाले कुणास ठाऊक, आपण परक्याच्या मिठीत आहोत या जाणिवेने

तो खाली उतरण्यासाठी चुळबुळू लागला. मीही सावरलो आणि त्याला उतरविले. रागिणी पुढे होत म्हणाली, "मोठा हुशार आहेस. बाळ नाव काय तुझे?"

"यादव विश्वनाथ चरीकर."

"राहतोस कुठे?"

"फातिमा मंझिल, चौथा माळा, कुलाबा कॉजवे."

"घरी कोण आहेत?"

"मावशी आहे."

"आणि आई."

"देवाघरी गेली."

"अरेरे!" कणव येऊन रागिणीने त्याला जवळ घेतले आणि त्याच्या गालावरून हात फिरवीत ती मजकडे पाहून म्हणाली, "मोठा धिटुकला आणि हुशार पोरगा आहे नाही? बापाला अगदी धन्यता वाटली असती आजचा प्रसंग पाहून."

मी नुसता हसलो. मनात म्हणालो, "वाटली ना."

थोड्याच वेळात माइकवरून निवेदन झाले. त्या अनुसार समारंभात भाग घेणाऱ्या मुलांना चहापानासाठी बोलावले होते. तो जसा सवितेबरोबर आला तसाच तिच्या हातांत हात घालून निघून गेला. त्याच्या पाठमोऱ्या आकृतीकडे मी तर प्रेमाने बघत होतोच, पण रागिणीही बघत होती. अशा आदर्श मुलाला पाहून तिच्या अंतरीच्या सुप्त दु:खामुळे ती अबोल झाली तरी तिच्याही अंत:करणात त्या मुलाला थोडे फार स्थान मिळाले असे मला वाटले.

घरी परतत असतांना सविता लाडेलाडे बोलत होती. आज तिचा लाड करून घेण्याचा हक्क होताही. तिची आणि यादवची ओळख मृदुलाबेननी बाल्कन जी बारीच्या कार्यकर्त्यांनी कशी करून दिली, यादव कसा छान मुलगा आहे या गोष्टी पुन:पुन्हा ती चविष्टपणे सांगत होती. रागिणी त्या सर्व गोष्टी ऐकता ऐकता चमकून म्हणाली,

"विसू."

"काय?"

"हा मुलगा कुठेतरी पाहिल्यासारखा नाही वाटत तुला?"

"पाहिल्यासारखा?"

"का कुणास ठाऊक या मुलाबद्दल एकदम कसली ती आपुलकी वाटू लागलीय बघ मला. कुठे बरे पाहिला असेल त्याला मी? त्याचे निळसर डोळे,

सोनेरी केस आणि सरळ नाक. गालाखालची खळी सारे काही अगदी रोज पाहिल्यासारखं वाटतंय.''

माझ्या अंगाला कंप सुटला. रागिणीला या मुलातले नि माझ्यातले साम्य प्रतीत झाले की काय? पण त्या मुलाच्यात बाबांची-त्याच्या आजोबांची जी काही वैशिष्ट्ये उमटली होती त्यामुळे तिऱ्हाइताला माझ्याहून तो निराळा वाटला असता. माझ्या सर्व अवयवांशी दिवसरात्र संबंध येणाऱ्या चाणाक्ष रागिणीला हे साम्य शोधणे फारसे कठीण नव्हते. पण हे साम्य शोधण्यासाठी लागणारा भलताच संशय अगोदर उत्पन्न झाला नसल्यामुळे मी त्यातून बचावलो. उलटपक्षी त्या साम्यामुळे एक निराळीच आपुलकी, कुतूहल आणि प्रीती तिच्या अंत:करणात उत्पन्न झाली असावी.

''छे गं! हा मुलगा गोड आहे, अगदी दृष्ट लागण्याजोगा गोड आहे हे खरे. पण आपण तर त्याला प्रथमच पाहत आहोत. हां हां, खरंच आपल्या घरात ते कॅलेंडर आहे ना 'बेबीफूड' चे त्यातल्या लहान मुलासारखा तर नाही दिसत?''

''खरंच की! तरी म्हटलं की कुठेतरी पाहिल्यासारखा वाटतो आहे.''

आपल्या स्मरणशक्तीचे जसे रागिणीला कौतुक वाटले तसेच माझ्याही प्रसंगावधानीपणाचे मला वाटले. रागिणीला तर त्या चित्रातला मुलगा समक्ष पाहायला मिळाल्याचा अनिवार आनंद झाला. तिने बेबी, रंजना आणि सविता यांनाही ती गोष्ट सांगितल्यावर त्याही मोठ्या हर्षभरीत झाल्या.

सवितेला यादवची ओळख मृदुलाबेननी समारंभ चालू असताना करून दिली तेव्हा सवितेची नेहमीप्रमाणे यादवशी गट्टी कशी जमली व आपल्या बहिणींना नि आईवडिलांना भेटायला तो उत्सुकतेने का आला याचे रहस्य फक्त मलाच ठाऊक होते. तो एकाकी होता. आई वडील या नात्याला आसुसलेला होता. त्याला भाऊबहीण नव्हते. सुसंस्कृत वातावरणातल्या मुलांकडे तो आकृष्ट होणे स्वाभाविक होते. सवितेच्या अगोचर स्वभावाचा अर्थात त्यात प्रमुख हात होताच. नेहरूंनी या मुलाचे कौतुक केले तो बहुतांशी योगायोग असला तरी त्यामागे थोडीफार गुलशनची योजनाबद्धता होती. गुलशन ही काय चीज आहे हे माझ्याशिवाय कोणालाच सांगता येणार नाही. त्याच्यासारखा थोर मनाचा आणि दिलाचा माणूस चांगल्या प्रतिष्ठित समाजातसुद्धा अपवादानेच सापडणार होता. यादवच्या सर्वांगीण विकासासाठी त्याने केवढा जीव लावून प्रयत्न केला होता त्याचा आजचा प्रसंग हे एक ठसठशीत उदाहरण होते.

माझ्या घरात राहूनही, माझ्या वत्सल नजरेखाली वाढूनही यादव यापेक्षा

निराळा झाला असता असे मला वाटत नाही. त्याचे मूळ रूप असामान्य होते ही गोष्ट जरी सोडली तरी आईबापावेगळ्या मुलात आणि त्यातही लिलीच्या उदरातून जन्म पावलेल्या पोरावर जी एक बकाली बेजबाबदार छाया दिसायला हवी ती त्याच्याजवळ मुळीच नव्हती. त्याचे मराठी स्वच्छ होते. लिली ही जातीनं ज्यू असली तरी जन्माने महाराष्ट्रीयच होती आणि अनेक ज्यू कुटुंबांप्रमाणे तिची घरी बोलायची भाषाही मराठीच होती, हे खरे. पण एवढे स्वच्छ मराठी मात्र लिलीच्या घरात आणि कुलाब्याला राहून हेतुपुरस्सर यत्न केल्याशिवाय जमले नसते. कॉनव्हेंट शाळेत जात असल्यामुळे कपड्यांची एक ऐट, वागण्यातली सफाई आणि सभाधीटपणा हा त्याच्यात पुरेपूर उमटला होता. तीस मुलांच्या बालचमूंचा नायक व्हायला तो सर्वस्वी अनुरूप होता आणि त्याच्या प्रसन्नवदन चेहऱ्याला भुलून नेहरूंसारख्या थोरांनी त्याचे कौतुक केले.

यादवचे नाव पुढे अनेकदा घरी निघे आणि मला ते आवडते म्हणून रागिणी पुन:पुन्हा काढी. त्याचा बाळपणीचा फोटो तर कॅलेंडर रूपाने आमच्या घरात जो एकदा आला तो फ्रेम करून लावला गेलाच होता. त्याशिवाय परवाच्या नेहरूंच्या वाढदिवसानिमित्त झालेल्या अनेक प्रसंगाचे फोटो वर्तमानपत्रात आले होते. इलेस्ट्रेटेड वीकलीने नेहरूंनी यादवशी शेकहँड केला तेव्हाचा एक तिरंगी फोटो छापला होता, त्याला आमच्या घरात फ्रेम करून चिरस्वरूप मिळाले. त्यामुळे यादव माझ्या अवतीभवती खेळताना दिसू लागे. एकटाच मी अंथरुणावर किंवा कोचावर पडे तेव्हा यादवची मूर्ती आपोआप समोर येई.

* * *

सुमारे चारसहा वर्षे गेली. बेबी मेडिकल कॉलेजात गेली. रंजना मॅट्रिक झाली. सविता एक हुशार मुलगी म्हणून शाळेत गाजू लागली. विद्येचे आमच्या घरावर वरदान होते यात नवल नव्हते. आम्ही दोघेही सुविद्य होतो आणि विद्येशिवाय मध्यमवर्गाचा त्राता कोणी नाही यावर आमचा विश्वास होता. मुले बुद्धिमान तर खरीच, पण रागिणीच्या नजरेचा धाक आणि शिस्तही त्यांच्या या शिक्षणाच्या यशाला कारणीभूत होती. पण माझा यादवही शाळेत एक अत्यंत हुशार मुलगा म्हणून प्रसिद्ध पावला तो कोणाच्या धाकाने? उलटपक्षी माझ्या पत्राखेरीज आणि गुलशनच्या शब्दांखेरीज यादवला खेचणारी दुसरी कोणतीही शक्ती नव्हती. माझी पत्रे मी अर्थातच हेतुपूर्ण लिहीत असे. माझ्या परदेशवास्तव्याचा

बुडबुडा फुटू नये यासाठी अत्यंत काळजी घेत असे. यंदाची शालांत परीक्षा पास झाल्यावर त्याला माझ्याकडे नेण्याचे आमिष ठेवीत असे. माझा मुलगा माझ्या हुशारीला-कर्तृत्वाला शोभला पाहिजे अशी सारखी टोचणी देत असे. थोडक्यात जेवढे म्हणून त्याच्याभोवती ईर्षेचे आणि हर्षाचे वातावरण ठेवता येईल तेवढे मी ठेवीत होतो आणि गुलशनला त्याच्यावर देखरेख ठेवणे भाग पाडीत होतो.

मला वाटते की कदाचित माझा मुलगा या अशा वातावरणात राहत असल्यामुळे तर मोठा होत नसेल ना? नचपेक्षा कदाचित लाडाने-कदाचित फाजील मायेने त्याच्या विकासाला बंध आले असते. असतेही कदाचित-पण शाबासकीशिवाय शौर्य कुठले! कौतुकाशिवाय पराक्रम कुठला! वाढत्या वेलाला दोराने तणावे द्यावे लागतातच!

काहीही असो, माझी यादवबद्दलची काळजी दूर झाली. तो वाईट मार्गी लागेल ही भीती दूर झाली. तो मोठा होईल मान्यता पावेल अशी आशा करायला हरकत नव्हती.

* * *

मॅट्रिकच्या परीक्षा सुरू झाल्या. रागिणीच्या चुलतभावाला परीक्षेला पोहोचवायला गेलो तिथे दुरून मी यादवला पाहिले. मला न राहवून मी पुढे झालो. यादवला उत्तम यशाबद्दल 'विश' केले. तो माझ्याकडे पाहात राहिला. थँक यू म्हणता म्हणता त्याने मला सर्व मुलांच्या समुदायात रागिणीच्यासमोर वाकून नमस्कार केला. तो म्हणाला, "आज माझे वडील नाहीत. तुम्ही हुबेहूब माझ्या वडिलांसारखे दिसता. तुम्हांलाच मी वडील मानून आशीर्वाद मागतो." या मुलाला हे असे काही करायची काय गरज होती! वेडा कुठला! या असल्या लाडिक लाघट वागण्याचे मी कौतुक कसे करू. माझे मन मात्र फार अचपळ होते अशा वेळी सांगून टाकावे रागिणीला ते अतर्क्य सत्य. पाचसहा वर्षांपूर्वीची ब्रेबोर्न स्टेडियमवर पडलेली गाठ तो विसरला नव्हता. तेवढ्यात त्याने याद करून दिली. रागिणीला हास्यमय सलामी दिली. थोडक्या वेळेत अगदी निकटचा वाटावा असा जो आभास त्याने उत्पन्न केला, त्यामुळे मी हरखून गेलो. कुणाला त्यात फारसे वावगे वाटले नाही. ही अनपेक्षित भेट सुखावहच झाली.

तद्नंतर एकदोनदा परीक्षागृहात तो भेटला- हसला. एखादा शब्द बोलला. त्याचे पेपर उत्तमच गेले असावेत. एवढेच नव्हे तर कोणत्या तरी पारितोषिकासाठी

त्याचा यत्न चालला होता. तो स्वत:बद्दल कमी बोले, पण त्याने आवर्जून सवितेची चौकशी केली.

परीक्षा संपल्यानंतर मला त्याचे दृष्टिसुख मिळणे अर्थातच बंद झाले. त्याचे पुन्हा स्मरण झाले. ते आणखी दोन महिन्यांनी, मॅट्रिकच्या निकालाच्या दिवशी टाइम्स वाचता वाचता मी आश्चर्याने थक्कच झालो. मॅट्रिकच्या परीक्षेत पहिल्या दहांत यादवचे नाव होते. एवढेच नव्हे तर गणित विषयासाठी ठेवलेले पारितोषिक त्याने पटकावले होते. रागिणी आणि मुली काय म्हणतील याची फिकीर न करता मी त्यांना आवर्जून ती बातमी सांगितली. रागिणीलाही आश्चर्यमिश्रित आनंद झाला. सवितेचा लौकिकदृष्ट्या त्याच्यावर सर्वात अधिक हक्क. तिने तर त्याच्याबद्दल कौतुकाचे बोलावे यात आश्चर्यच नाही.

* * *

गुलशन मला ऑफिसमध्ये भेटे. त्याला मी आपणहून यादवबद्दल माहिती विचारू लागलो. तो आता एलफिन्स्टन कॉलेजात सायन्सकडे जाऊ लागला होता. आणि तिथेही त्याच्या बुद्धीचा गौरव होत होता. मी स्वत: एलफिन्स्टनचा स्कॉलर होतो. उद्या यादवही तिथून प्रथम श्रेणीत पास झाला म्हणजे माझ्याप्रमाणेच त्याचेही नाव रोल ऑफ ऑनरमध्ये झळकेल. दुर्दैव एवढेच की माझ्या मुलाचेच ते नाव आहे हे मात्र जगाला अज्ञात राहील.

यथावकाश सविताही उत्तम प्रकारे मॅट्रिक पास झाली. वास्तविक विल्सोनियन आणि रुइया कॉलेज आमच्या घराजवळ. हे सर्व सोडून सवितेने एलफिन्स्टनमध्येच नाव घालायचे ठरविले. तिच्या एकदोन मैत्रिणी तिथे गेल्या होत्या हे खरे. पण अन्य काही कारण असू शकेल हे तेव्हा ध्यानी आले नाही. उलटपक्षी एलफिन्स्टनला ती जाते या विचाराने मला आनंदच झाला. तिला भेटण्याच्या निमित्ताने मलाही ऑफिसमधून कधीकधी कॉलेजात जाता येईल, कधीकधी यादवही नजरेस पडेल. पण एवढ्याशा सुखाच्या अपेक्षेने केवढ्या विचित्र दु:खाचे ताट वाढून ठेवीत होतो याची त्या वेळेस मला कुठली कल्पना! एलफिन्स्टन ऐवजी रुइयात किंवा विल्सनमध्ये तिने नाव घालावे असे केवळ सुचविल्याबरोबर तिने आपले नाव आमच्या इच्छेप्रमाणे वाटेल त्या कॉलेजात घातले असते. बेबी रुइयातून इंटर सायन्स झाली आणि मेडिकलला गेली; रंजना विल्सनमधून बी. ए. होते आहे आणि सवितेने तिसराच पंथ स्वीकारावा याचे वास्तविक आम्हांला आश्चर्य

वाटायला हवे होते. मला ते वाटलेही असते. पण माझ्या डोळ्यांवर यादवच्या प्रेमाची झडप होती. तर्कबुद्धी मी गहाण टाकली होती. आज अठरावीस वर्षे माझ्या जीवनातल्या त्या अगोचर सत्याला जे मी विस्मृतीच्या झाकणाखाली दडपून ठेवले होते ते माझ्या नकळत अवचित उघडे पडणार आहे याची नियतीने मला काही पूर्वसूचना दिली नाही. काय विचित्र असतो हा नियतीचा खेळ!

आमच्या घरात म्हटले तर स्वातंत्र्य होते, म्हटले तर बंधन होते. खाणेपिणे वेळच्या वेळेवर व्हावे, झोपणे-उठणे हेही वेळच्यावेळी व्हावे हे रास्तच होते. वाचायचे काय, बोलायचे काय यालासुद्धा काही नियम होते. मनात चोरून काही ठेवायचे नाही आणि जे काय करायचे ते उघड करायचे, असा तर संकेत होता. पण कपडे कोणते घालायचे, यावरचे बंधन केवळ सल्लामसलतीपुरतेच. चारित्र्याचा वाजवी अभिमान आणि स्थलकाळाचा नियमबद्धपणा सोडला तर मुलींच्या मैत्रिणी आणि मित्र यांना आमच्या घरी रागिणी येऊ देई. उलट बेबी कॉलेजात जाऊ लागताच पुरुषांशी 'वागावे कसे - काय व 'कसे जपावे', पुरुषांना चतुराईने दूर कसे ठेवावे या साऱ्या गोष्टींची नीट कल्पना तिला दिली होती. त्यामुळे तिची आणि तिच्या पाठच्या बहिणींची चुकूनसुद्धा फसगत होण्याचा संभव नव्हता. त्याचप्रमाणे पुरुषमित्रांना परस्पर बाहेर भेटणे, एकटे नाटक - सिनेमाला किंवा हॉटेलात जाणे याविषयी रागिणीने काही सक्त नियम घालून दिले होते. मित्रांना घरी आणावयास तिची हरकत नव्हती. मात्र हे मित्र-मैत्रिणी लायक आहेत किंवा काय याविषयी मुलींनी पुरा विचार केला पाहिजे. त्यांचे वडील काय करतात, मुलगा हुशार आहे किंवा काय कॉलेजातल्या इतर मुलींशी त्याची कितपत मैत्री आहे या सर्व गोष्टींची मुलींनी माहिती करून घ्यावी. असामान्य बुद्धीच्या मुलींनी असामान्य मुलांशी ओळख करून घ्यावी, याला तिचे उत्तेजन होते.

आमच्याकडे मुलींचे समवयस्क मित्र अधूनमधून येत असत. त्यांची व माझी ओळखही क्वचित होत असे. रागिणीची मात्र त्या प्रत्येक मित्रमैत्रिणींवर कडक नजर असे आणि जरा काही वावगे दिसल्यावर ती मुलींना मार्गावर आणी.

थोडक्यात रागिणीच्या तत्त्वज्ञानात स्त्रीपुरुष एकत्र येण्याला मान्यता होती, पसंती होती आणि ते खरेही होते. कृत्रिम बंधने घालून वयात येणारे स्त्री आणि पुरुष एकत्र यायचे थांबत नाहीतच. उलटपक्षी परस्परांना विशोभित अशाच जोड्या केवळ नावीन्यातून आणि कुतूहलातून उत्पन्न होतात. वाफेला कोंडून टाकण्यापेक्षा तिचा योग्य तऱ्हेने वापर करणारे लोक शहाणे ठरतात.

तरुण मुलींनी भरलेल्या आमच्या घरात अलीकडे तरुण मुलांची वर्दळ

चालू होती. अर्थात वर्दळ हा शब्द जरा अतिरंजित आहे. पण तरुण मंडळींच्यात माझ्या तीनही मुलींनी कुतूहल निर्माण केले होते. त्यांचे रूप, कुलशील, शिक्षण आणि सुसंस्कृतपणा या सर्वांमुळे रागिणीच्या या योजकतेत व्यावहारिकता आणि समयज्ञता होती यात मुळीच शंका नाही.

थोरल्या बेबीच्या लग्नाचा प्रश्नच नव्हता. एक तर ती डॉक्टर होणार आणि मगच अनुरूप पुरुषाशी विवाहबद्ध होणार हे ठरल्याजोगेच होते. वैद्यकीय पेशामुळे स्त्रियांचा नैसर्गिक कमकुवतपणा तिला ठाऊक होता, आणि त्याहीपेक्षा तिला वैद्यकीय पेशाचे विशेष प्रेमही उत्पन्न झाले होते. तिच्या विवाहाचा प्रश्न दूर झाला होता. मधली रंजना ही जरा धसमुसळी, पुरुषी आणि आडदांड होती. तिच्या तडाख्यात सापडलेल्या पुरुषाचीच आम्हांला काळजी होती. तिच्याबद्दलच्या काळजीचा प्रश्नच नव्हता. आणि सविता - ते एक नाजूक असे फूल होते. रागिणीच्या आणि माझ्या व्यक्तिमत्त्वातून, सौंदर्यातून आणि मुलाबद्दलच्या अपेक्षेतून उत्पन्न झालेले ते गुलबक्षीचे फूल होते.

तिचीच खरी आम्हांला काळजी.

पण तीही समजदार मुलगी. तिचे मित्र झपाट्याने वाढत गेले पण त्या मैत्रीला तिने कधीही निराळे स्वरूप येऊ दिले नाही. जशी दोन मुलींत मैत्री किंवा दोन मुलांत मैत्री तशाच पद्धतीच्या मैत्रीचे एक नवीन कलम करण्यात ती तूर्त गुंग होती, आणि रागिणीची गुरखेगिरी चालूच होती. त्यामुळे बाप असूनही घरी काय चालते हे पाहण्याची जबाबदारी मजवर कधीच नव्हती.

आणि एक दिवस इंद्रवज्राचा प्रहार होऊनही जेवढा मी निपचित झालो नसतो तेवढा एका साध्या गोष्टीने झालो. मला वाटते शाळा-कॉलेजच्या परीक्षा झाल्या असाव्यात. रविवारचा दिवस. माझ्या नित्यनियमानुसार मी रविवारी उशिरा उठलो आणि खोलीबाहेर न पडताच आठवड्याचा पत्रव्यवहार उरकू लागलो. ८॥ -९ च्या सुमारास सविता आत आली आणि हसतहसत म्हणाली, ''तुम्हांला आश्चर्यचकित करणार आहे मी.''

''मला?''

''होच मुळी. तुम्ही चहा बाहेर घ्याल का आमच्याबरोबर.''

''आमच्याबरोबर?''

''मला भेटायला आला आहे माझा एक मित्र.''

''मित्र! हा कोण बुवा नवीन? परवाचा तो राम दरियानी, देवेंद्र कापडिया तुला काय महाराष्ट्रीय मित्र मिळतच नाहीत की काय सवी.''

"आत्ताचा महाराष्ट्रीयच आहे."

"नशीब आमचे."

"तुमच्या ओळखीचा आहे."

"अस्सं कोण बरं."

"तुम्हीच ओळखा."

"तुझा मित्र म्हणजे काय भोंडल्याची खिरापत आहे की काय?"

"असे हो काय पप्पा."

"अगं पण तो आहे तरी कोण?"

"सांगितले ना, तुम्ही पाहिला आहे त्याला."

"कोण बुवा? हां तो देसायांचा दिलीप."

"मुळीच नाही."

"आपण हरलो बुवा."

"मग चला तर ओळख करून देते."

सवितेच्या हातात हात देऊन मी फरफटत बाहेरच्या खोलीत आलो कोचावर एक तरुण पाठमोरा बसला होता सविता म्हणाली, "हा पाहा माझा मित्र."

आमच्या येण्याची चाहूल लागताच त्याने मान वळवली. तो यादव होता. 'आश्चर्यचकित' या शब्दाने माझी मन:स्थिती व्यक्त होणार नाही, कसला तरी जबरदस्त प्रहार, सुखाचा की दु:खाचा, तो न कळणारा, माझ्या मस्तकावर झाला. शेवटी रक्ताचा शोध घेत रक्त आले तर - शेवटी सारे बंध तोडून - सारी गुपिते फोडून रक्ताने आपला शोध घेतला तर - यादवा - तुला कडकडून भेटू दे मला.

माझ्या मन:स्थितीवर एकदम ताण पडल्यामुळे असावा पण माझा तोल जात होता. विजेच्या चापल्याने पुढे होऊन यादवाने मला सावरले. त्याने आणि सवितेने हात धरून मला कोचावर स्थानापन्न केले.

"मी कित्येक दिवस यांच्यामागे लागले होते की पप्पा असताना तुम्ही घरी या. स्कॉलर आहेत ना, त्यांना कुठला वेळ! आणि आता तर परीक्षेची घाई. आमचे कोण ऐकणार?"

"वा, वा! म्हणजे कुलाब्याहून एवढा दादरपर्यंत आलो. तीन-चार तास अभ्यासाचे खर्च केले ते सगळेच फुकट गेले की काय?"

"फुकट नाही गेले महाराज, चहा देते, खायला देते. म्हणाल ते देत

गाणेसुद्धा म्हणून दाखवते मग झालं? ही मी आले. तुम्ही बसा पप्पांबरोबर गप्पा मारीत.''

नंतर बाहेर कोणी येईपर्यंत मी जवळपास गप्पच बसलो होतो आणि यादव बोलत होता. सवितेने आपली ओळख कॉलेजच्या गॅदरींगमध्ये कशी करून घेतली, ती कशी वाढवली, आणि तिने आपल्याला घरी कसे बोलावले, या घरी यायची अगदी बालपणापासून आपल्याला कशी उत्सुकता होती, दोनतीनदा तो आला त्यावेळेस माझी नि त्याची गाठ पडू शकली नाही याबद्दल त्याला वाईट कसे वाटले त्याच्या वडिलांच्या फोटोत माझे केवढे साम्य आहे; त्यामुळे माझ्याबद्दल त्याला केवढा आदर वाटतो हे तो पुन्हा पुन्हा सांगत होता. आदर दाखविण्याची रीत म्हणून तो सोफ्यावर टेकून बसला नव्हता, तर पुढे कलून तो बोलत होता. त्यावेळेस त्याचे सोनेरी केस पंख्याच्या वाऱ्यामुळे भुरभुरत होते. हे घर, रागिणी, मी आणि सर्वांत सविता त्याला कशी आवडते याचाही थोडासा भाग संभाषणात आला. या त्याच्या संभाषणात मला काही वावगे वाटले नाही. पण सविता हॉलमध्ये आली मात्र आणि ती ज्या तऱ्हेने यादवाबद्दल बोलू लागली, जो लाडिकपणा, लाघटपणा प्रेयसीच्या वागण्यात शोभतो तो जेव्हा ती दाखवू लागली आणि त्याला विरोध करायच्या ऐवजी रागिणीही तिची सूचकतेने मस्करीच करू लागली तेव्हा मात्र माझे डोके चढू लागले. मला हे काय होते आहे तेच कळेना. एवढ्या थोड्या परिचयानंतर यादवबरोबर लग्न करण्याचा आपला मनोदय ती कारटी व्यक्त करणार की काय?

दोन मिनिटांच्या आत रागिणीनेच तो प्रस्ताव मांडला. यादव म्हणत होता त्याहीपेक्षा खोल सवितेचा आणि यादवचा परिचय होता. यादव रागिणीलाही पसंत होता. हुशार होता आणि रागिणीच्या बोलण्यावरून हे कळत होते की ही परीक्षा पास होताच त्याच्या पुढील शिक्षणाची सोय गुलशनने एका पारशी ट्रस्टमार्फत केली होती; त्यामुळे तो कॅलिफोर्निया युनिव्हर्सिटीत जाणार होता. सविता अजून लग्नाची झाली नव्हती. थोरल्या बहिणींची लग्ने व्हायची होती. मी उपस्थित करू शकेन त्या सर्व अडचणींचा प्रारंभीच रागिणीने निकाल लावला.

एक एक वाक्याबरोबर माझे मस्तक फिरू लागले- ही काय अकस्मात बिलामत उत्पन्न झाली. हे संकट मी कदापिही अपेक्षिले नव्हते. कुठे यादव, कुठे सविता! काय चमत्कारिक कारटी आहे. हिला एलफिन्स्टनमध्ये का जायचे होते ते समजले आता! आणि मीही हे ओळखायचे नव्हे-उलट यादव भेटेल या अपेक्षेने- तिच्या त्या इच्छेतला अर्थ मी समजू शकलो नाही! एवढ्या चिमुकल्या

सवितेने प्रेम केले केव्हा-ते वाढवले केव्हा, रागिणीची मान्यता घेतली केव्हा-काय घडले, आणि काय गतीने घडले, माझ्या डोक्याला न पेलणारी अशी ही विलक्षण आपत्ती पुढे येऊन ठाकली.

मी काहीच बोलत नाही असे पाहून रागिणी म्हणाली, ''बोलत का नाही— पसंत नाही का माझं बोलणं—''

''काय सांगावं तेच समजेना.''

''त्यात काय आहे-मुलीची इच्छा दिसली, मुलगाही मला आवडला. भविष्य काढणारा आहे. देखणा आहे आणि मुलीचे त्याच्यावर मन बसले आहे. मग विरोध कशाला करायचा? जरा लवकर आणि अनपेक्षित होणार हे लग्न. पण मग यादवरावांचे अमेरिकेला जायचे केव्हा ठरेल ते कोणास ठाऊक...''

तरीही मी बोलू शकलो नाही. काय बोलणार? एकीकडे आड आणि दुसरीकडे विहीर, लग्न होऊ तरी कसे देऊ? माझ्या मुलाचे लग्न माझ्या मुलीबरोबर हो देऊ आणि लग्नाला विरोध कोणत्या तोंडाने करू? मुलगा का पसंत नाही म्हणून सांगू? मुलींना आम्हीच शहाण्या केल्या, स्वातंत्र्य दिले आणि त्या त्यांच्या बुद्धीचा आणि स्वातंत्र्याचा अपहार कसा करू? एकदा यादवकडे, एकदा सवितेकडे आणि एकदा रागिणीकडे मी पाहत होतो अजूनही मला समोर चाललेला हा प्रसंग स्वप्नवत वाटत होता. सविता म्हणाली, ''पप्पा तुम्ही बोलत का नाही, मी चुकले का?''

यादव म्हणाला, ''मला वाटते मीच चुकलो अन् तुमच्यासारख्या थोर-श्रीमंताच्या सुंदर मुलीवर मी प्रेम केले. पण खरे सांगू, या सर्व प्रेमात माझा वाटा फार थोडा आहे. तुमच्या मुलीची ही सर्व कमाई आहे. मी अजून मिळवता नाही अशा परिस्थितीत लग्नाचा मी विचार करणेच गाढवपणाचे. पण आईनीही ह्यात गैर काही नाही अशी ग्वाही दिली त्यामुळेच मी इथे यायचे तरी धारिष्ट्य केले.''

एक क्षणभर तो थांबला, मी उत्तरत नाही म्हणून तो म्हणाला, ''माझ्या वडिलांनाही मी कालच पत्र टाकले आहे. तेसुद्धा माझ्या या लग्नाला हसतील. हे अभ्यासाचे-कर्तृत्वाचे वय एवढ्यात लग्नाच्या बेडीत अडकून घ्यावे असे त्यांचेसुद्धा मत पडणार नाही.''

रागिणी चटकन म्हणाली, ''नाही, त्यांना जरूर हा संबंध आवडेल सवितेसारख्या मुलीला ते मुळीच विरोध करणार नाहीत.''

''मुळीच नाही. हे लग्न होता कामा नये.'' माझ्या डोक्याला विचारांचा भार असह्य होऊन अगदी चिडखोरपणाने मी म्हणालो.

रागिणी, सविता माझ्याकडे पाहतच राहिल्या. रागिणीच्या योजनेस विरोध आणि तोही या पद्धतीने! या घराला हे पाहायची सवय नव्हती. तो विरोधही लग्नासारख्या बाबतीत. होणाऱ्या जावयासमोर म्हणजे परक्यासमोर, मुलीसमोर आणि काही पूर्वसूचना नसताना इतक्या तीव्रतेने! रागिणी क्षुब्ध तर झालीच होती— पण कोणत्या शब्दांत तो राग व्यक्त करावा एवढ्यासाठी ती थांबली. पण तिला हे बोलण्याची संधी न देता मी संतापून उभा राहून म्हणालो, ''रागिणी तुला मी शहाणी समजत होतो आणि सविता तुलाही. पण कॉलेजच्या केवळ सातआठ महिन्यांच्या काळात तू जे हे दिवे लावलेस ते पाहिले म्हणजे तुम्हा मुलींची जबाबदारी एकट्या रागिणीवर टाकली ते चुकलेच असं मला वाटू लागलंय. तू एलफिन्स्टनला का गेलीस तेही उघड दिसतंय आता. तिचे एक असो, रागिणी, ती अजाण मूलच आहे. पण तूही एवढी शहाणीसुरती. एवढ्याशा वयात तू सवितेचे लग्न करायला निघालीस आणि तेही अद्यापि कॉलेजात शिकणाऱ्या मुलाशी?''

''तुमचे बोलून संपले म्हणजे सांगा मला.''

''म्हणजे?''

''तुम्हांला पसंत असो वा नसो हे लग्न होणारच—मी तसा शब्द दिला आहे यादवरावांना. माझ्या शब्दावर विश्वास ठेवून त्यांनी आपल्या वडिलांना पत्र लिहिले आहे. त्यातून या मुलाची निवड करण्यात काय चुकले आहे हे तुम्ही न सांगताच जे हे आकांडतांडव चालविले आहे ते आमच्या बुद्धीला समजण्यापलीकडचे आहे. मला यादवराव पसंत आहेत, मला ते मुलाप्रमाणे प्रिय आहेत. माझ्या मुलीला ते पसंत आहेत. त्यांच्यात मला कोणतेच वैगुण्य दिसत नाही. उगाच केवळ काडीची काठी करण्यात काही अर्थ नाही.''

''माझ्या संमतीशिवाय हे लग्न होणार—''

''नाही, पण तुमच्या या पोरकट आकंडतांडवामुळे हे लग्न थांबेल एवढेच. मुलगी वयात आली की मग तिचे ते लग्न होईल. पण लहानपणापासून मनात भरलेला हा मुलगा तिच्या नशिबाने तिने मिळवला आहे. त्यावर दरवडा घालणारे आपण कोण? जर आपल्याजवळ सबळ कारण नसेल तर केवळ आपल्याला पटत नाही म्हणून काही हे लग्न रद्द होणार नाही. दोन तरुण माणसांच्या आशा आकांक्षा केवळ कुणाच्या लहरीसाठी जमीनदोस्त होणार नाहीत.''

माझा माझ्यावर ताबा राहील असे वाटेना. राग, अगतिकता आणि दुर्बलता माझ्या ठिकाणी एवढ्या प्रमाणात उत्पन्न झाली की यापुढे मी वादविवादात

भाग घेण्यात काही अर्थ नव्हता. मी उठलो आणि बाहेर जाण्यासाठी दरवाजात येऊन म्हणालो, ''माझ्या अपरोक्ष हे लग्न तुम्ही ठरवलेत खरे. पण हे लग्न होण्याचे दैवात नक्कीच लिहिलेले नाही. नियतीने जे जीव एकत्र बांधायचे नाहीत असे ठरविले आहे ते बांधू नका. त्यांचा तर त्यात सर्वस्वनाश आहेच पण मी-मीही हे पाहायला जिवंत राहू शकणार नाही.''

मी घरातून बाहेर पडलो खरा, पण जाणार कुठे? करणार काय? इकडेतिकडे वेळ घालविला तरी अखेर घरी गेलेच पाहिजे. दुपारचे बारा वाजल्यानंतर मी घरी परतलो. रागिणी वाट पाहत होती. मुली घरी नव्हत्या. मी न बोलता बेडरूममध्ये जाऊन अंग टेकले, रागिणी आत आली दार बंद करून घेत ती म्हणाली, ''विसू काय झालं तुला?''

''काही सांगता येत नाही.''

''पण मग असे काय वागतो आहेस! सकाळी यादवरावांसमोर केवढा तमाशा केलास.''

''मी तमाशा केला?''

''मग कुणी?''

''तुम्ही सर्वांनी! तरी बरे तुमच्या नातवाच्या बारशालाच नाही बोलवलत मला!''

''विसू, शट अप!''

''तर मग लग्नापर्यंत गोष्टी आल्या तरी मला सुगावा लागू दिला नाहीत तुम्ही!''

''आम्ही हे हेतूपूर्वक केले नाही.''

''कसेही असो, लग्नाची प्रत्यक्ष बोलणी झाल्यावर केवळ उपचार म्हणून मला तुम्ही कळवलेत ते काय मी या घरातला बाहुला आहे म्हणून?''

''विसू ते काही असो, क्षणभर आम्ही चुकलो. असे असले तरी...''

''क्षणभर! आयुष्यभर तुम्ही चुकता आहात. मी आजवर मूग गिळून गप्प बसत आलो. या घरात मी शोभेची वस्तू नाही. कोणत्याही महत्वाच्या गोष्टीबद्दल माझे मत विचारात घेतले पाहिजे.''

''पण मी नाही कधी म्हणाले विसू? जरूर आम्ही विचारात घेऊ. आपण सर्व, यादवराव, सविता, मी व तू एकत्र बसू, चर्चा करू- तुझे आक्षेप ऐकू— मग निर्णय घेऊ.''

''निर्णय तर झालाच आहे— हे लग्न होता कामा नये.''

"विसू, तुझ्या मनात तरी काय आहे ते सांग. कोणतेही स्पष्टीकरण न करता आपण सवितेला काय उत्तर द्यायचे? आपण मोठी माणसे असलो, आपल्या हाती सत्ता असली तरी बदलत्या काळाबरोबर आपणही बदलले पाहिजे. असली अरेरावी चालणार नाही यापुढे. मुले काय, गप्प बसल्यासारखे दाखवतील पण हा राग आणि द्वेष मनात बाळगून वेळ येईल तेव्हा घरातून पळ काढतील. मला वाटते तुझ्या निर्णयाला काहीतरी तर्कशुद्ध कारण तूच शोधून काढलेस तर बरे होईल."

"रागिणी, मला आता काही विचारू नकोस. काय वाटेल ते करून हे लग्न होऊ देऊ नकोस."

"तुझा हट्ट तू सोडू नको आणि सविता तर तिचा हट्ट सोडणे शक्य नाही. ती एक मूल आहे आणि तू- मला स्वतःला हे लग्न थांबविता येईल असे वाटत नाही."

"ठीक आहे, मीच हे तोंड काळे करतो. कुठेतरी बेपत्ता होतो."

"हे अगदी वेड्यासारखे बोलण्यात काय अर्थ आहे. एवढ्या तुझ्या सहजीवनात हा प्रसंग सोडला तर तू कधीच असा निर्बुद्धपणे वागला नाहीस. तुझ्या बोलण्याला एवढी ईर्षेची, जिद्दीची धार का आली आहे ते जर तू सांगितलेस तर ठीक होईल."

"तू त्याचा आग्रह न करशील तर बरे."

"म्हणजे?"

"तुझ्या मर्मावर घाव व्हावा असे ते एक विचित्र सत्य मला उघड करावे लागेल आणि ते सांगितल्यावाचून मला गत्यंतर दिसत नाही म्हणूनच मीही ते सांगायला उद्युक्त झालो आहे."

"कशाबद्दल म्हणतोस तू?"

अग्नी गिळताना जेवढा त्रास व्हावा तेवढा ते सत्य गिळताना रागिणीला आणि सांगताना मला झाला.

सर्व हकीकत जेवढ्या सौम्य प्रकारे, यादवबद्दल कमीतकमी आपुलकी दाखवीत सांगता आली तशी अखेर मी सांगितली. ती प्रथम स्तंभित झाली, नंतर दुःखीत झाली मग व्यथित झाली. पण हे दुःख झाले तरी पुढे वाढून ठेवलेले दुःखाचे ताट काही दूर होत नव्हते. माझ्या धिक्कारासाठी तिला शब्द पुरत नव्हते. पण तूर्त तरी आम्ही एकाच बोटीतून प्रवास करीत होतो. अखेर ती म्हणाली.

"तुला क्षमा करावी असा तुझा अपराध नाही. माझ्या जीवितावरचा एक काळाकुट्ट डाग म्हणून यापुढे मला त्या तुझ्या मुलाची-यादवची आठवण होईल. त्याच्याबद्दलच्या सर्व मुदू भावना आता जळून खाक झाल्या आहेत. त्याला जेव्हा जेव्हा पाहीन तेव्हा एका बाजारबसवीच्या तोंडात तू तोंड घालीत आहेस असे दृश्य माझ्या नजरेसमोर येईल. वाटेच्या वाटसरूलासुद्धा उपलब्ध असणाऱ्या एका खाणावळीत उपाशी पोटी राहिलेल्या, वखवखलेल्या प्रवाशाप्रमाणे, तू भूक शमवलीस हे मी विसरू तरी कसे? आणि त्याचं चालतंबोलतं प्रतीक मी पाहू तरी कशी? माझ्या कोवळ्या मुलीच्या अंत:करणावर एक जबरदस्त प्रहार करून जाणारं हे तुझं पाप. विसू, एवढा चांडाळ तू का झालास - का झालास? पण काय उपयोग हे बोलून? आता मी तुला सोडून दूर जाऊ शकणार नाही. पण लक्षात ठेव वीस वर्षांपूर्वीच्या तुझ्या या गुन्ह्याबद्दल क्षमा जरी नाही, तरी दुर्लक्ष मी एकाच अटीवर करीन ती अशी की पुनश्च तू या मुलाचं तोंडसुद्धा पाहता कामा नयेस. कबूल आहे काय तुला?"

मी मान हलवली. दरवेशाचे अस्वल ज्या दुर्बलतेने मान हलवते त्यापेक्षाही अगतिक होऊन मी संमती दिली. त्या संमतीत काही अनर्थ आहे हे माझ्या ध्यानी आले नाही. अमंगल सुखाच्या एका खोट्या क्षणासाठी माझ्या आयुष्यावर जे मी काटे पसरीत चाललो होतो त्यातलाच हा एक प्रसंग.

रागिणीच्या स्वभावाची मला एवढी परीक्षा असून मी तिच्यावर ती जबाबदारी टाकावीच का? आणि जर टाकली तर मग परिणामाची तयारी का ठेवू नये? मुळातच रागिणी कशी होती! त्यात मी कथन केलेल्या दुष्कृत्याची भर! कुटुंबाच्या प्रतिष्ठेचा, मुलीच्या सौख्याचा, आणि त्याहीपेक्षा स्वत:च्या जीवनमरणाचा प्रश्न समजून ती वागणार हे उघड होते.

रात्रौ गाठ पडली तेव्हाही ती काय करणार ते मी आपण होऊन विचारू शकलो नाही. दिवसामागून दिवस चालले तरी रागिणीच्या मनाचा थांग लागेना. तिचे वागणे पूर्ववत होते. तिने आपला अपमान गिळला होता हे खरे. पण त्या मानिनीला हे सहन करणे अवघड होते. तिच्या वाणीत, कृतीत काहीही बदल आढळत नव्हता. तो फक्त मलाच आणि तोही तिच्या मिठीत असताना मला जाणवे. तिच्या मिठीत तो पुढाकार नव्हता. ती हाक नव्हती. जवळपास पंचवीस वर्षे संसार करूनही तिच्यात जी तृप्तता, थकवा आणि रूक्षता आजवर दिसली नव्हती ती मला जाणवू लागली.

आणखी काही दिवसांनी सायंकाळी घरी येतो तो फुरंगटून बसलेली

सविता दिसली. मला पाहताच ती माझ्या खोलीत आली आणि मला म्हणाली, ''पप्पा, मला तुमच्याशी बोलायचंय.''

''मग बोल ना.''

''तुम्ही आत्ताच बाहेरून आलात.''

''काही हरकत नाही. बोल.''

''तुम्ही रागावणार नाही ना?''

''नाही रागावणार.''

''पप्पा, तुम्ही यादवला काही बोललात काय? त्याला भेटला होता काय? तुम्ही काहीतरी त्याला टाकून बोलला असला पाहिजेत. त्याशिवाय तो असा वागणार नाही. काय बोललात त्याला?''

''काय म्हणतेस बेटा?''

''पप्पा, त्याची खरोखरीच चूक नाही हो. तो खरेच मुलींच्यात कधी हिंडला नाही. मुलींच्या मागे लागला नाही. मुलींच्या कोणत्याच गोष्टीत त्याला फारसा रस वाटला नाही. मला तो फार आवडला होता. लहानपणी जेव्हा मी त्याला लष्करी पोशाखात पाहिले होते तेव्हापासून तो मला आवडत होता. त्याचा फोटो आपल्या घरात होता, त्यामुळे त्याची छबी माझ्या हृदयात रोज रोज ठसत होती. तो एलफिन्स्टनमध्ये आहे असे मला माझ्या मैत्रिणीकडून कळले म्हणून केवळ त्याच्यासाठी मी त्या कॉलेजात नाव घातले. त्याच्या ओळखीसाठी धडपडले आणि अखेर त्याला जिंकले. पप्पा, आपल्या मनातली गोष्ट जिंकण्यासाठी बायका केवढा आटापिटा करतात याची तुम्हांला कल्पना नाही. मी माझ्या मनातल्या देवाला जिंकण्यासाठी जे जे केले त्याची तुमच्या एका नकाराने माती माती झाली, पप्पा तुम्ही एवढे कठोर, निष्ठूर कसे हो झालात?''

ती क्षणभर थांबली. उत्तर काय द्यावे ते मी शोधीत होतो. कारण माझ्या ध्यानात येऊन चुकले की आपल्या पाडसाला जपण्यासाठी रागिणीने त्या एकाकी असहाय्य मुलाच्या वर्मावर प्रहार केला असला पाहिजे. त्याला खरे रहस्य सांगण्याची गरज नव्हती. त्याचा बाप कोण? कुठे आहे? तो आणून उभा कर एवढे सांगितले असते तरी पुरे होते. त्याची आई देहविक्रय करणारी कुलटा आहे एवढे कळल्यावरसुद्धा तो सवितेच्या आयुष्यातून दूर जाणार होता.

रागिणीने तेच केले असले पाहिजे.

लिली, आणि गुलशन माझ्याशी वचनबद्ध असल्यामुळे माझ्या नावाची गुप्तता फोडू शकले नसले पाहिजेत.

आणि बिचारा यादव!

केवळ आपली प्रियतमा उद्याच्या आयुष्यातले सुखस्वप्न—एवढेच तो गमावून बसला नव्हता. तर सारी मनाची शांती, पावित्र्य आणि अभिमान तो घालवून बसला असला पाहिजे. कुणाच्याही आयुष्यात येऊ नये अशा मानहानीच्या अवस्थेत तो असेल.

सविता म्हणाली, ''पप्पा, यादवची काय स्थिती झालीय हो. गेले कित्येक दिवस मी त्याला भेटायचा यत्न केला - तो भेटला नाही. कॉलेजात स्टडीरूमध्ये कुठेही दिसला नाही. परीक्षेलासुद्धा तो बसला नाही. त्याच्या घराचा पत्ता मिळवून मी त्याच्या घरी गेले. मृत्यू समोर दिसावा असा त्याचा भयप्रद चेहरा मला दिसला. तो माझ्याशी बोलायलाच तयार नव्हता. मग माझ्यावर तो भयंकर संतापला. माझ्या थोबाडीत देखील त्याने मारलीन. काय झालंय तरी काय ते मी त्याला विनवून विनवून विचारले. पण तो अधिकच आक्रस्ताळेपणा करायला लागला. पुन्हा भेटले तर जीव देण्याची त्याने मला धमकी दिली. पप्पा असं का केलंत तुम्ही? वाटलं तर नाही करणार मी त्याच्याशी लग्न. पण त्याला वाचवा हो.''

मी सवितेला जवळ घेतले. सवितेच्या रूपाने खरे म्हणजे मी यादवलाही जवळ घेतले. दोन्ही माझी संतानेच—दोघांच्याही देहांत माझेच रक्त सळसळत होते, आणि दोघांच्याही आयुष्यात दु:ख अगदी शिगोशीग भरून होते. फरक एवढाच की सवितेचे दु:ख काही काळानंतर विसरण्याजोगे होते आणि यादवचे दु:ख कालमानाने वाढणारे होते. लिली, ते घर त्याचा जन्म हे सारे त्याला आता किळसवाणे वाटणार होते. आपल्या जन्माचा तो तिरस्कार करणार होता आणि केवळ सुरक्षित अशा या किल्ल्यात बसून रागिणीकडून मी यादवच्या जीवनाचा नायनाट करायला उद्युक्त झालो होतो.

सवितेची मी समजूत घालू शकत होतो. मी घातली नसती तरी रागिणी होती, तिच्या बहिणी होत्या. आणि त्याहीपेक्षा तिचा भविष्यकाळ होता. यादवसमोर मात्र आता काळाकुट्ट गडद अंधार होता. त्याचे अश्रू पुसण्याजोगे या जगात माझ्याशिवाय कोणी नव्हते. दुसऱ्या कोणाच्याही सहानुभूतीने त्याला सुखापेक्षा दु:खच झाले असते.

असे असूनही मी यादवला भेटू शकत नव्हतो! कदाचित यादव माझ्यावर विश्वास ठेवणार नाही. आणि ठेवला तरी माझा तिरस्कार करील. आपण यादवला भेटलो हे रागिणीला कळले तर?

वीस-पंचवीस वर्षांच्या संसाराची तमा न बाळगता ती खुशाल मुलींना घेऊन माझ्या घरातून चालतीसुद्धा होईल. माझ्या जीविताचे रहस्य समजल्यावर या मुली तरी माझ्यावर प्रेम करतील काय?''

कुणाच्याही मनात माझ्याबद्दल सहानुभूती राहणार नाही.

चारसहा दिवसांनी गुलशन ऑफिसात आला- तो बसला. वीस वर्षांपूर्वीचा हाच का गुलशन? त्याच्यावर-माझ्यावर-लिलीवर-रागिणीवर कालपुरुषाने प्रक्रिया केल्या होत्याच. पण गुलशनसारख्या माणसात त्याचा फरक जाणवतो. गुलशनला प्रौढ पुरुषाच्या भूमिकेत पाहायला मन तयार होत नाही. गुलशन हा गुलजारच हवा. जगातल्या सर्वांत नाजूक फुलांची विक्री करणारा हा बागवान सुरकुत्या पडलेला टक्कल पडलेला पाहायचा तरी कसा. सौंदर्य हे ज्याचे भांडवल आणि तोच ज्याचा विक्रीचा माल, त्याच्यातले सौंदर्य उडून गेल्यावर मग राहिले काय?

पण कालपुरुषाजवळ भेदाभेद नसतो. जितका माझ्यात तितकाच त्याच्यात फरक पडला होता. रंगेल नजर होती पण त्यात आव्हान नव्हते. तरुण उमर होती पण त्यात झेप नव्हती. तारुण्याची रग होती. पण आता रंग नव्हता. म्हणजे सुगंध काढलेला पिवळा चाफा, कडवटपणा काढलेली बीअर— आदा नसलेली नायकिणीची बैठक—या जशा ओक्याबोक्या तसाच आताचा गुलशन! त्यात नव्हती मस्ती नव्हता रंग नव्हती झेप! तो एक काचेचा बैदूल झाला होता. पण केवळ सवयीने आणि फक्त सवयीनेच सौंदर्याचा विक्रेता म्हणून जगत होता.

आज गुलशन आणखीनच वाईट दिसत होता. जागरण झाल्याप्रमाणे तारवटलेले डोळे —मृत्यूच्या समीप वावरल्यासारखा चेहरा— खरोखरीच चकित होऊन मी विचारले, ''गुलशन यह क्या हो गया है तुम्हे?''

''नही तो.''

''नाही, नाही- काय ते सांगशील तर यार.''

''देशपांडे! मी काय सांगू आणि कसं सांगू? मला सारा प्रकार कळला आहे. तुमच्या बायकोने यादवची त्या दिवशी फार फार निर्भर्त्सना केली. त्याच्या बापाचा पत्ता विचारला. बापाचीच म्हणून जी प्रतिमा घरात आहे ती त्याच्या बापाची नव्हे— केवळ त्याला फसविण्यासाठी मी आणि लिलीने बनावट गोष्ट सांगितल्याचे त्यांनी त्याला सांगितले. तेव्हापासून देशपांडे या एका साध्या सोज्ज्वळ मुलाचा पार तोल सुटला आहे. तो वाईट संगतीत आहे. दारू जुगार यांची त्याला ओळख झाली आहे. अगदी घाणेरड्या लोकांत तो हिंडतो-फिरतो आहे. देशपांडे, केवळ तुम्हीच त्याला वाचवू शकाल. कृपा करा आणि तुमच्या

पंखाखाली या पिल्लाला घ्या. त्याचा अध:पात वाचवा. नाहीतर गेली वीस वर्षे ज्या खस्ता केवळ तुमच्याखातर मी काढल्या त्या अगदी पाण्यात गेल्या आहेत असे समजा.''

मी गुलशनला समजाविण्याचा यत्न केला. पण त्याची समजूत पटेना. मी यादवला भेटणे रागिणीच्या आणि मुलींच्या कोपाला कारण होईल आणि सर्व संसार बघता बघता हवेत विरून जाईल. यापैकी कोणत्याही सांगण्याने तो विरघळू शकला नाही. तो एवढेच म्हणाला, ''पाहा देशपांडे, मी अखेरचा तुमच्या दारी आलो आहे. या मुलाच्या जिंदगी आणि मौतचा सवाल आहे. तुम्हांला देव सुबुद्धी देवो.''

पण देवाच्या इच्छेचा मुळी प्रश्नच नव्हता. मला इच्छा नव्हती असे थोडेच होते. नुसती इच्छा नव्हे, तर अनावर ओढ होती. यादवला पाहावे, विनाशाच्या काठावर उभ्या असलेल्या त्या माझ्या प्रतिमेला मागे ओढावे. पण आजवरच्या भल्यावाईट निर्णयाच्या परिणामाने माझा विश्वास दुखावला होता. न जाणो शिशुपालाने केलेल्या १०८ व्या अपराधांप्रमाणे हा अपराध मानून रागिणी मला एकाकी सोडून जायला कमी करायची नाही.

म्हणजे पुन्हा स्वार्थच. स्वत:ची सुरक्षितता, मुलींची सुरक्षितता, बायकोचे प्रेम, समाजाची भीती आणि तिकडे यादवचे काही झाले तरी फिकीर नाही.

हे असेच असते.

पोटापर्यंत पाणी असते तोपर्यंत मांजरी आपल्या पिलाला पाठीवर घेते. पण गळ्यापर्यंत पाणी आले की तीच पिलावर स्वार होते.

यादवचे काय होते आहे याकडे पूर्ण दुर्लक्ष करावयाचा माझ्या मनाने निर्धार केला की काय कोणास ठाऊक- पण माझ्या मनालाही वाटेल त्या दिशेने फिरविणारी ती अद्‌भुत शक्ती मला हसत होती.

स्टँडला एक चांगले पिक्चर आले होते. त्याचे दोन पास आमच्या पब्लिसिटी डिपार्टमेंटच्या केकीने मला दिले होते. असा लोभ मधून मधून तो मजवर दाखवी. त्याला कारण एवढंच की त्या खात्याची बिले मजकडून पास होत. फार थोड्या खर्चात कोणाला खूश करायचे असेल तर नाटक अगर सिनेमाचा पास द्यावा. घेणाऱ्याला आपण फार ऋणबद्ध होतो असे उगाचच वाटते. अर्थात कोणाही नि:स्पृह माणसाला मोहात पाडणारी लाच असते ही. मीही ती पत्करली. वास्तविक मी आता चीफ अकाऊंट्स ऑफिसर झालो होतो.

एक गाडी ठेवली होती. पण या फुकट पासाचा मोह होऊन मी तो स्वीकारला खरा. रागिणी आणि मी एका रात्री या चित्रपटाला गेलो.

चित्रपट अगदीच सुमार निघाला. इतका सुमार की रागिणी तर आळोखेपिळोखे द्यायला लागली. काहीकाही चित्रपटांनी माझी फारच फजिती केली त्यांपैकीच हा एक. बरे, मधून उठून जावे तर लोक आपल्याला गाढव मानतील ही भीती. एवढ्यासाठी डोळे चोळत डुलक्या घेत आम्ही चित्रपट पाहत होतो. अखेर चित्रपट संपला. गर्दी टाळण्यासाठी डाव्या बाजूच्या गल्लीतून मी गाडी काढली आणि पुढे निघालो.

पुढे निघालो हे म्हणणे चुकीचे होते. कारण गाडी पुढे काढता येईल असे दिसेना. बरीच गर्दी. चारदोन पोलीस, दोनतीन दारुड्यांची बडबड यामुळे रस्ता व्यापला होता. जोरजोराने हॉर्न वाजवीत मी गाडी पुढे काढू लागलो. लोक बाजूला झाले आणि समोर...

समोर यादव आणि त्याचे दोन दोस्त दारूने झिंगून बडबडत होते. मारामारी करीत होते आणि दोनतीन पोलीस त्यांना आवरीत होते. मारपीट करीत होते. बहुधा ते आणखी पोलीस येण्याची वाट पाहत असावेत.

तो यादव असावा, आणि रागिणीला त्याचे त्या स्वरूपात दर्शन व्हावे यासारखे दुःख नव्हते. काहीही असले तरी यादवचे हे स्वरूप मला पाहवणे शक्य नव्हते. मला काय करावे तेच समजेना. रागिणीकडे मी व रागिणी माझ्याकडे बघतच राहिलो. पण अकस्मात एखाद्या कोड्याचे उत्तर सुचावे तसा ताडकन मी म्हणालो, ''रागिणी, तू घरी जा गाडी घेऊन. मी थांबणार आहे.''

''का?''

''तुला कळतंय सारं! यादवला या अवस्थेत टाकून मला येणं शक्य नाही घरी.''

''विसू— तू मला काय कबूल केलं होतंस?''

''ते फक्त सर्वसामान्य परिस्थितीत. यादवच्या या परिस्थितीतही मी त्याला भेटायचं नाही तर मी त्याचा बाप कशाला?''

''तू त्याचा बाप नाहीच आहेस. जगाच्या दृष्टीने तू एक अब्रूदार जबाबदार प्रापंचिक आहेस. असल्या दारुबाज मुलासाठी, अशा कुलशील नसलेल्या मुलासाठी एका घराचं घरपण घालवू नकोस.''

''रागिणी, आजपर्यंत मी तुझ्या अर्ध्या वचनात राहिलो. पण ही वेळ ती नाही. माणसाला अनेक कर्तव्यं असतात. तुम्हांला सर्वांना मी सुख दिले. मुलींना

मोठं केलं. प्रतिष्ठित केलं, आता माझं अन्य कर्तव्य आहे ते मी करणार आहे. त्यापासून तुला मला थांबवता येणार नाही— माफ कर.''

''विसू, विसू.''

त्या हाका माझ्या कानांत घुमत होत्या. त्या हाकांत माझा पंचवीस वर्षांचा संसार होता. त्या हाकांत रागिणीशी केलेला पहिला एकांत होता. त्या हाकांत माझ्या सुखासाठी तिने वेचलेला प्रत्येक कणन्कण होता. २५ वर्षांपूर्वींच्या नितळ देहाने-नखरेल शृंगाराने माझा देह सुखविणाऱ्या रागिणीचा सर्व रंग त्यात होता. एकामागोमाग तीन अपत्यांना प्रसवूनही ताज्या, रसपूर्ण आणि चविष्ट राहिलेल्या रागिणीचा लोभसपणा, संसाराची शान आणि दक्षता होती. क्रमाक्रमाने विकसलेल्या या संसारकमलाच्या पाकळ्या बेबी, रंजना, सविता समोर उभ्या होत्या. समृद्धी आणि रसिकता यांचा पंचवीस वर्षांचा सुगंध होता त्या हाकेत. माझ्या सर्व सुखी जीवनाची ती हाक होती. तागडीत माझा शिगोशीग भरलेला संसार होता. हेवा वाटावा असा, मत्सराला कारणीभूत व्हावा असा. अद्यापिही तिशीत राहिलेली रागिणी, एकाहून एक सुंदर मुली, समाजातली मान्यता, नोकरी आणि सामाजिक स्थान त्यामुळे आलेली स्वस्थचित्तता हे सारे मला एका तागडीत दिसत होते. दुसऱ्या बाजूला फक्त यादव— तोही मलीन, निर्बल, दुबळा, अधन. पण पारडे एकदम खाली गेले यादवचे. कारण यादवमध्येच मी समाविष्ट झालो होतो. मग यादवला काय कमी होते. यादव आता एकाकी नव्हता. दुबळा नव्हता आणि त्याहीपेक्षा जगात तो एकाकी जन्मला नव्हता. त्याच्यामागे त्याचा बाप, आजोबा, पणजोबा ही सारी वंशावळ होती. त्यांची परंपरा होती. मग यादव कसा कोठे कमी पडेल? यादवसाठी जिवाचे रान करण्यास मी उद्युक्त झालो तेव्हाच एका हाताने पंचवीस वर्षांच्या तपश्चर्येच्या पुण्याईवर मी आपणहून पाणी टाकले.

* * *

यादव- त्याचे मित्र- आलेले पोलीस आणि त्या सर्वांच्या मागून बऱ्याच अंतरावर मी, असे लटांबर पोलीस स्टेशनमध्ये एकदाचे आले. पोलीस स्टेशनवर माझी बरीच मंडळी ओळखीची होती. चार्जशीट, पंचनामा, आदि पोलीस सव्यापसव्य होण्यापूर्वींच मी इन्स्पेक्टर मलकानीकरवी योग्य तो बंदोबस्त केला. टॅक्सी मागवली व पोलिसांच्या मदतीने यादवला ताब्यात घेतले.

यादव शुद्धीवर नव्हता. तथापि दारूचा पूर्ण अंमल त्याच्यावर झाल्याकारणाने त्याची बडबड व मस्ती बरीच मंदावली होती आणि त्यामुळे मी त्याला लिलीच्या फ्लॅटवर कसाबसा आणू शकलो. लिली घरात होती. माझ्याकडे आश्चर्याने बघत यादवसकट मला तिने आत घेतले. तिने ताबडतोब यादवसाठी बिछाना तयार केला आणि आम्ही दोघांनी त्याला झोपवले.

यादवच्या उशाशी मी आणि लिली बसलो होतो. काही बोलावे अशी इच्छा नव्हती. हिच्याच मिठीच्या मोहाच्या क्षणाचे हे चालते बोलते स्वरूप होते. त्या वेळी वासनेवर यौवनाचे आवरण तरी होते. ते शोभत होते. पण आता रंगारोपणात लपू न शकणाऱ्या तिच्या वयस्क चेहऱ्यावरील रेषा स्पष्ट दिसत होत्या. तिच्या स्वभावाचे मोठे कौतुक करायला हवे. जिच्या उदरात अंकुर जन्मतो त्या धरतीला त्याबद्दल कधीच फिकीर नसते. आपल्या उदरातील रक्तामांसावर पोसलेल्या या आपल्या मुलाच्या सुखदु:खाबद्दल तिला कधी प्रेम वाटले नसावे. राग आला नसावा. ती मोठ्या निर्विकारपणे आजपर्यंत वीस पंचवीस वर्षे घडत आलेल्या या मुलाकडे पाहात होती.

अशा भावनाशून्य स्त्रीबरोबर मी या त्याच्या अवस्थेबद्दल काय बोलणार होतो? ती माझ्याकडे बघत होती. तिच्यापुढे बऱ्याच वर्षांपूर्वी भोगलेला एक नर होता. त्याच्याकडे तिची बुभुक्षित नजर होती. त्या नजरेत पहिल्या आठवणी होत्या, उन्माद होता. आणि त्या आठवणींनी उत्पन्न केलेले खोटे अवसान होते आणि म्हणूनच ते सारे किळसवाणे होते. ज्या स्त्रीमुळे माझा हा सोन्यासारखा मुलगा पैदा झाला त्या स्त्रीबद्दल आणि तीही यावेळी-मला एवढी किळस वाटावी- विलक्षण महिमाच म्हटला पाहिजे.

तासामागोमाग तास गेले. लिली केव्हा उठून गेली तेही मला कळले नाही. मला डुलकीतून जाग आली तो अंथरुणात हालचाल दिसली. यादवने डोळे उघडले होते. तो माझ्याकडे रोखून बघत होता. "तुम्ही सवितेचे पप्पा, तुम्ही इथे कसे या वेळी? हो हो समजलो. तुमच्या बायकोला पाठवून समाधान झाले नाही म्हणून जखमेत मीठ चोळायला आलात होय तुम्ही? Get out."

"यादव" त्या माझ्या हाकेत करडेपणाची एक तीव्र छटा आली. हवी होती अनुकंपा-दया-सहानुभूती. पण काहीतरी विचित्र सत्य सांगण्यासाठी मी मनाची तयारी करीत होतो आणि त्यासाठी मला हा बुरखा सोईचा वाटला. माझ्या स्वरातला कठोरपणा त्याला जाणवला. तारुण्याची सळसळ अंगात होती आणि नैराश्याची कमाल मर्यादा साथीला होती. त्या माझ्या कठोर संबोधनाची

हेटाळणी करण्यासाठीं खलनायकाप्रमाणे तो हसला नि म्हणाला.

"काय? आवाज वाढवला म्हणजे नमायला मी काही सविता नाही तुमची समजलात! माझा मी मुखत्यार आहे, मला नाही बाप, नाही आई! सविता मला मिळाली नाही हे बरेच झाले! जग केवढे विशाल आहे. रुपया बारा आण्यांत हव्या तेवढ्या सविता मिळतात इथे डंकनरोडवर-फोरासरोडवर."

मला राहवले नाही. मी उठलो आणि यादवाच्या ताडकन एक कानशिलात लगावली. का कुणास ठाऊक पण मजपेक्षा अनेक पटीने बलवान असूनही त्याने माझा हात आडवला नाही. उलट त्याची रग एकदम कोसळली. आवाज बदलला आणि तो रडू लागला. अगदी मुसमुसून एखाद्या लहान मुलासारखा! साऱ्या दु:खांना वाट करून देणाऱ्या डोळ्यांतून त्याच्या शल्यांचा-यातनांचा-अनुतापाचा ओघ वाहू लागला, आणि मी वास्तविक माझ्या हातांनी त्या यातना झेलायला हव्या होत्या, त्याऐवजी या माझ्या दुष्ट हातांनी मी त्याने बांधलेला दु:ख सागराचा बंधारा मोडून तोडून टाकला.

त्याने मान वर केली तेव्हा न राहवून मी त्याच्याजवळ गेलो. कुशीत शिरत तो म्हणाला, "रागवू नका सवितेचे पप्पा, पण मी कशासाठी आणि कोणासाठी मोठं व्हायचं? माझ्या आयुष्याला काही अर्थ नाही. ज्या कोणाच्या क्षणभराच्या खेळाने माझ्या आयुष्याच्या वाटेवर चिखल झाला आहे तो-तो या वेळेस माझ्यासमोर हवा होता. खरेच तो इथे हवा होता."

मी या सत्याला सामोरा जाऊ काय? माझ्या सर्व जीवनाची किंमत या एवढ्या सत्यात आहे, मी काय करावे?

पण मी तर यादवाचे दु:ख हलके करायला आलो होतो, त्याला पुन्हा मार्गी लावायला आलो होतो. आणि तो जर पुन्हा सरळमार्गी होणार असेल तर त्याला तो कोण आहे हे कळायलाच हवे होते.

"यादव, जरा लक्ष देऊन ऐक. तुला तुझ्या बापाला भेटायची-त्याच्यावर रागवायची अगदी ओढ लागलीय ना? तू त्याला जाब विचारणार आहेस ना? यादवा, तुझ्याप्रमाणेच तुझ्या बापालाही तुला भेटायची फार ओढ लागलीय रे."

"खरंच तुम्हांला माहीत आहेत माझे वडील? सांगा, सवीचे पप्पा सांगा ना, मी तुमचे उपकार कधीही विसरणार नाही."

"तुझ्या बापाची दुर्दैवी कहाणी तुला मी सांगितली पाहिजे."

"पण मला आधी माझे बाबा कोण ते सांगा. ते कुठे आहेत ते सांगा. त्यांना भेटण्यासाठी आफ्रिकेलाच काय, पण उत्तर ध्रुवावर सुद्धा जायला मी

तयार आहे. सांगा.''

"इतके लांब नको जायला. तुझ्या-तुझ्यासमोरच ते बसले आहेत.''

"म्हणजे!'' चोहीकडे बघत तो म्हणाला, "मग मला कसे दिसत नाहीत ते!''

"डोळे नीट उघड यादव. लहानपणी तुला मांडीखांद्यावर खेळवणाऱ्या वडिलांची तुला आठवण आहे काय? तुझ्याकडे त्यांचा फोटो आहे तो तू नीट पाहिला आहेस काय? आठव, नीट आठव. तुझ्याप्रमाणे दिसणारे, वागणारे तुझे वडील तुला अजून दिसू नयेत? रक्ताला रक्ताने अजून ओळखू नये? यादव तुझ्या जवळपास असूनही तुला वडिलांची ओळख पटू नये? यादव नीट बघ, माझ्याकडे बघ.''

आश्चर्यचकित होऊन, थक्क होऊन, आणि मग बोध होताच उन्मादित होऊन त्याने माझ्याकडे झेप घेतली. वर्षानुवर्षे माझ्या अंत:करणातल्या वात्सल्यग्रंथी ज्या स्पर्शासाठी स्फुरण पावत होत्या त्या, त्या अद्भुत स्पर्शाने तृप्त झाल्या. त्या मिठीत अद्यापि तीन वर्षांचा चिमुरडा यादव होता. तो मुळी वाढलाच नव्हता. न्याय, नीती, कामना, चारित्र्य या साऱ्या समाजबंधनांना फेकून देऊन रक्त रक्ताला मिळाले. आणि त्या उन्मेषात धुंद झाले. ज्या सुखाला बरोबरी नाही अशा त्या दैवी सुखात मी बुडून गेलो होतो. जुन्या आठवणींचे पूर आले, सर्व दु:खाच्या, सुखाच्या, अपरिहार्यतेच्या क्षणांची उजळणी झाली. स्वत:चे धिक्कार झाले, दुसऱ्याचे कौतुक झाले. माझ्या सर्व संसाराचे कानेकोपरे दुसऱ्या पिढीला गेले, जबाबदारी वाटली गेली, झालेल्या चुकीची माफी झाली, होत्याचे नव्हते झाले!

पहाट होत होती. यादवच्या कपाळावर त्याच्या सोनेरी केसांची झुलपे लोंबत होती. माझ्या मिठीत यादव तृप्त मनाने सामावला होता. पहाटेचा गार वारा आणि उमदा प्रकाश खोलीत प्रवेश करत होता. यादवाचे आयुष्यही आज उजळून निघणार होते. फक्त यादवाला या अमंगळ वातावरणातून काढून त्याच्या स्वत:च्या घरात घेऊन जायचे बाकी होते. त्या घराचा शास्ता, पुढच्या पिढीचा दुवा, त्या घराला मिळाला म्हणजे माझे त्या घरासाठीचे कर्तव्य पूर्ण झाले.

मी म्हणालो, "यादव, चल आपण आपल्या घरी जाणार आहोत. तुझं सामान, कपडे सगळं घेऊन चल तुझ्या घरात.''

यादव हसला.

"वाटलं तर सामान नंतर नेऊ. चल, आपण लवकर जाऊ. घरी काय

झालं असेल कुणास ठाऊक?''

यादवला काही तरी बोलायचे होते. पण तो बोलला नाही. कारण या नव्या जाणिवेने, सुखाने तो अगदी धुंद झाला होता. तोंड धुऊन कपडे चढवून तो तयार झाला आणि आम्ही घराच्या दिशेने निघालो.

खरे पाहता या प्रसंगाला मी एकट्याने जायला हवे होते. रात्री एकट्या रागिणीला मी सोडून दिली आणि ती का तर तिला सर्वांत ज्या गोष्टीमुळे संताप येईल त्यामुळे. तिने काय केले असेल? घर सोडून गेली असेल? त्या घराला आता भिंतींमुळेच घरपणा उरलेला असणार.

घराची खिडक्यादारे बंद दिसली. तरी पण मी कॉलबेल दाबली. दार उघडताच बाहेर जाण्याच्या तयारीत असलेल्या रागिणी, बेबी, रंजना आणि सविता दिसल्या.

आम्हांला पाहून त्या जितक्या आश्चर्यचकित झाल्या असतील त्यापेक्षा त्या चौघींना बाहेर जाताना पाहून मी आश्चर्यचकित झालो.

भोवताली सामान वगैरे बांधलेले आहे किंवा काय ते पाहिले. त्याचा अर्थ ध्यानी घेऊन रागिणी म्हणाली.

''नाही! आम्ही घर सोडून चाललो नव्हतो. तुम्हांला व यादवला आणायला चाललो होतो.''

''काय म्हणतेस काय रागिणी!''

''होय विसू, खरे म्हणते, यापूर्वीच आम्ही निघालो असतो. पण काल रात्री गाडी घेऊन एकटी आले तेव्हा किरकोळसा अपघात झाला.''

''काय?''

''रागात होते. मन थोडे बेफाम झाले होते. गाडी गॅरेजमध्ये घेताना मडगार्डने मार खाल्ला. ॲक्सिडेंटमुळे बेफाम मन भानावर आले नि नीट विचार करू लागले, तेव्हा या उतार वयात या मुलींना या घरापासून, तुमच्यापासून घेऊन जाण्यात केवढा धोका आहे त्याची जाणीव झाली. या सर्व मुलींचे भवितव्य जेवढे यादवाशी संबंध ठेवण्यामुळे धोक्यात होते त्याहीपेक्षा त्यांना अकस्मात-अकारण तुझ्यापासून दूर नेण्यात होते. त्यापेक्षा या मुलींना हे सारे सांगणे आणि येणाऱ्या परिस्थितीला तोंड देण्यास तयार करणे मला इष्ट वाटले. त्यांना ही सर्व गोष्ट सांगताच त्यांनी तुला आणि यादवालासुद्धा भेटण्याचा हट्ट घेतला. तिकडेच निघालो होतो आम्ही.''

या सर्व भाषणाकडे मुलींचे लक्ष कितपत होते कुणास ठाऊक! त्या

विस्मयाने यादवकडे पाहत होत्या. केव्हा, कुणास ठाऊक त्या यादवाजवळ गेल्या आणि आपल्या भावाभोवती त्यांनी फेर केला. त्या अद्‌भुत क्षणासाठी त्या वाट पाहत होत्या. या घरात जे सुख नव्याने प्राप्त झाले त्याचा अन्वयार्थ लावण्यात त्या मग्न होत्या.

यादवमुळे या घराला शोभा उत्पन्न होणार होती. रागिणीला शोभावा असा तिचा हा मुलगा दिसत होता. या घरात फक्त खुपला असता त्याचा जन्म.

यादवला घेऊन त्या तीन चिमण्या स्वैर भरारी मारण्यासाठी गगनात उड्डाण करीत होत्या आणि मी आणि रागिणी दोघेच उरलो. तिच्यात आणि माझ्यात केवढे अंतर उत्पन्न झाले होते. हे कशाने दूर होईल आणि या संसाराला पूर्वीचा फुलोरा येईल? यादव जेव्हा जेव्हा रागिणीला दिसणार तेव्हा तिला तो शल्याप्रमाणे बोचणार!

थोड्या गोडीने मी तो प्रस्ताव केला. यादव आता या घरात राहणार असे सुचविले. तिच्या डोळ्यांत एक अंगार क्षणभर फुलला पण लगोलग संयम, विवेक यांनी तिचे हास्य फुलवले. यादवचा तिने स्वीकार केलाच तर तो ती नाखुशीने करणार.

ती येवढेच म्हणाली, "एका मागोमाग माझ्या हृदयावर जे प्रहार तू केले आहेस त्यांनी मी अगदी विद्ध झाले आहे. यादव या घरात येण्याने या घराबद्दल तुमच्याबद्दल आणि त्याहीपेक्षा या मुलींच्याबद्दल लोक काय बोलतील याची कल्पना आहे का तुम्हांला? या मुलींची लग्ने व्हायची आहेत."

मी क्षणभर स्तब्ध झालो. कारण रागिणी म्हणत होती ते काही खोटे नव्हते. यादवला प्रतिष्ठा मिळेल खरी, पण मुलींच्या चारित्र्यावर, माझ्या चारित्र्यामुळे शिंतोडे उडतील यात मुळीच शंका नव्हती. म्हणजे एकाच्या भविष्यासाठी तिघींच्या सर्वनाशाची मी तयारी करीत होतो.

"बोलत का नाहीस विसू?"

मी बोलण्यासारखे फारसे नव्हते. काय वाटेल ते झाले तरी यादवला या घरी आणण्याचा केलेला निश्चय कोणत्या तोंडाने मी रागिणीला सांगणार?

* * *

पुन्हा पाखरे किलबिलत आली. सविता लाडे लाडे माझ्या पाठीवर पडली. सतरा-अठरा वर्षांची घोडी झाली पण तिला माझ्या आणि रागिणीच्या

अंगाखांद्यावर खेळायची सवय होती. शेंडेफळ आणि त्यातही तिचा लाघट स्वभाव, रूप यांमुळे तिचे कौतुक होई. ती म्हणाली, ''पण यादव आता घरी राहणार ना?''

रागिणीने माझ्याकडे सूचकतेने पाहिले. मग यादवकडे पाहिले. मी किंवा रागिणी उत्तर देण्यापूर्वी यादव माझ्याजवळ आला, एक हात सवितेच्या खांद्यावर आणि दुसरा बेबीच्या खांद्यावर ठेवून तो म्हणाला,

''बाबा, तुम्ही मला इकडे घेऊन यायला निघालात तेव्हाच मी तुम्हांला सांगणार होतो ते आता सांगतो. तुम्ही, आईंनी आणि या सर्व बहिणींनी मला घरात आणण्याचा जो विचार चालवला आहे; त्यामुळे जरी मी अगदी सर्वोच्च सुखाच्या सागरावर असलो तरी तुम्ही या सर्व प्रकरणाचा खोलवर विचार केलेला नाहीत. वीस वर्षांचा मुलगा एखाद्या प्रतिष्ठित घरात काय आकाशातून टपकतो! मी कोण? कुठे होतो, इतके दिवस काय करीत होतो? काय सांगाल तुम्ही लोकांना? तुमच्या चारित्र्यावर बाबा कोणी शिंतोडे उडवलेले मला आवडायचे नाहीत, आणि या माझ्या निरागस साध्यासुध्या बहिणी. यांची लग्ने होताना चिकित्सक लोक तुमच्या चारित्र्याची चिरफाड करतील आणि त्यांच्या भविष्यावर अकारण गंभीर परिणाम घडेल. मला आता वडील आहेत, आई आहे, बहिणी आहेत, घर आहे, तुम्हा सर्वांचे प्रेम आहे. आता मला काही कमी नाही, मी कुठेही असलो तरी आता तुमचाच आहे. पण या घरात राहून मी तुमच्या जीवनाच्या मार्गात धोंड होणार नाही. बाबा, तुम्ही माझी काही चिंता करू नका. मी या घरी येईन, तो या बहिणींचा मामेभाऊ, चुलतभाऊ म्हणून! तेच सोईचे होईल. ऐकणार ना माझे?''

मी थक्क झालो होतो. या मुलाने माझी अब्रू तारली होती... चमत्कारिक प्रसंगातून वाचवले होते. मी काही बोलण्यापूर्वीच रागिणी पुढे झाली आणि यादवला तिने घट्ट मिठीत घेतले. आज यादवला खरीखुरी आई मिळाली, घर मिळाले, आधार मिळाला, आता त्याला काय कमी आहे?

-०-०-०-

आडवाट

- ९ -

विमानतळावरची ती गर्दी, धांदल आणि सारं चकचकीत वातावरण पाहून संगीता खूश झाली. बरेच दिवस तिला विमानतळ पाहायचा होता. पप्पांची खूप वेळ मनधरणी करून झाली. पण त्यांनी कधी मनावर घेतलं नव्हतं. जेव्हा जेव्हा पप्पा विमानानं परदेशी किंवा परगावी जायला निघत तेव्हा तेव्हा संगीता हट्ट धरून बसे. पण विमानतळ पाहण्याची तिची हौस तशीच राही. 'फ्लाईंग क्लब' च्या एका विमानातून पप्पांनी तिला एकदा हिंडवून आणलं तेव्हापासून तिला विमानाचं जबरदस्त आकर्षण वाटू लागलं. आकाशातून रात्री आपले हिरवे-तांबडे डोळे मिचकावीत, कानठळ्या बसविणारा आवाज काढीत, फुलपाखरासारखी दिसणारी ती विमानं भरारी घेत, तेव्हा संगीताचा जीव अगदी कासावीस होई. अशा एका फुलपाखराच्या पाठीवर बसून चंद्रापर्यंत झेप मारावी आणि त्या चंद्रकोरीला लोंबकळून खाली उभ्या असणाऱ्या पप्पांच्या हातात उडी मारावी अशी काहीतरी खुळी स्वप्नं ती करीत असे.

विमानतळावर नेण्याची पप्पांनी इतकी अळंटळं का करावी हे संगीताला कधीच कळलं नाही. पप्पांच्याबरोबर विमानतळावर निरोप घ्यावा आणि अवकाशात ते विमान हळूहळू विलीन होत त्याचा एक स्थिर ठिपका बनावा आणि तो पाहताना पप्पांच्या विरहानं आपल्या डोळ्यांत पाणी यावं अशी त्या पोरीची एक कल्पना. परंतु ड्रायव्हर असूनसुद्धा पप्पा एकटेच गाडी घेऊन जात आणि विमानतळावरच गाडी ठेवीत. त्यामुळे विमानतळ तिला अजून चांगलासा पाहायला मिळाला नव्हता. आज मात्र असा योग आला की पप्पांचा राग न ओढवून घेता पप्पा विमानात बसण्याच्या वेळेला संगीताला विमानतळावर येणं शक्य झालं. पप्पा जेव्हा गाडीतून विमानतळावर उतरतील तेव्हा त्यांना सामोरे जाऊन आपण चकित करायचं असं तिनं ठरविलं. तिच्या शाळेतील वर्गाला विमानतळ

दाखविण्यासाठी आजच नेमकं इथं आणलं जावं या गोष्टीचा तिला विलक्षण हर्ष झाला. विमानतळावरच्या अनेक गोष्टी पहाताना तिचं मुळी धड लक्षच नव्हतं. दिल्लीचं विमान सुटण्याची वेळ बारा वाजताची असल्यामुळं अकरा वाजल्यापासूनच ती अस्वस्थ झाली होती. थोडा वेळ इकडेतिकडे फिरल्यानंतर विमान कसं सुटतं हे दाखविण्यासाठी सगळ्याच मुलींना 'लाऊंज' मध्ये आणलं तेव्हा तर संगीताचा हर्ष मनात मावेनासा झाला.

संगीताला पप्पा केव्हा एकदा भेटतील असं झालं होतं. आपल्या पप्पांच्या देखणेपणाविषयी तिला फार अभिमान वाटत असे. इतर मुलींना आपल्या वडिलांना पाहून काय वाटेल याविषयी ती मनात तर्क करीत होती. तेवढ्यात लांब दूरवर त्यांची परिचित गाडी तिला थांबलेली दिसली. ती गाडी 'पार्किंग लॉट' मध्ये स्थिर होत होती. तेव्हा ओरडून पप्पांना हाक मारावी असं तिच्या मनात आलं. परंतु लोक काय म्हणतील या भयानं तिनं संयम केला. गाडी थांबली आणि त्यातून तिचे पप्पा उतरले. उंचनिच, सडपातळ, गोरीगोरी पान आणि घवघवीत हसणारी त्यांची मूर्ती पाहताच मुलींचा घोळका सोडून ती धावत त्यांच्याकडे निघाली. मधलं अंतर बरंच होतं. पण तिच्या दुडदुडत्या पायांनी ते निम्मं कापलं. त्या वेळेपर्यंत पप्पांच्या बरोबर अत्यंत प्रेमानं बोलत असणारी एक स्त्री गाडीतून उतरताना तिला दिसली. तिला पाहताच संगीतेची चाल थांबली. त्या बाईनं आपल्या बापाशी एवढ्या सलगीनं बोलावं याचा तिला विलक्षण राग आला. तिचं एक असो, पप्पांनी तिचा हात हातात घ्यावा आणि पप्पांना कधीही ज्या स्निग्धतेनं बोलताना आपण पाहिलं नाही त्या स्निग्धतेनं त्यांनी तिच्याशी बोलावं, तिला गाडीतून उतरताना मदत करावी या गोष्टीचं तिला विलक्षण वैषम्य वाटलं. आपल्या आईशी बाबा असे कधीच वागत नाहीत हे तर तिने अनुभवलंच होतं. आईचं आणि पप्पांचं ज्या ज्या वेळेला भांडण होई, आणि ते जवळपास रोजच होई त्या त्या वेळेस पप्पा आपल्याला जवळ घेतात, आणि खोटं का होईना केवळ आपल्याशीच खेळतात, हसतात, बोलतात या गोष्टींचा तिला अभिमान वाटे. आपल्याशिवाय बाबांना खेळायला दुसरं कोणी नाही याची तिला खात्री होती. तिचा थोरला भाऊ प्रताप याला होस्टेलमध्येच ठेवलेलं असल्याकारणानं पप्पांचं आणि त्याचं एवढं सख्य नाही अशी तिनं आपली समजूत करून घेतली होती. त्यांना तिच्याशिवाय कुणाशी बोलतानाही तिनं फारसं पाहिलं नव्हतं. त्यामुळे इतक्या समरसतेने एका अपरचित स्त्रीशी बोलताना पाहून तिला प्रथम धक्का बसला आणि मग विलक्षण चीड आली. आपल्या अधिकाराच्या वस्तूचा

कोणी अपहार करीत आहे या जाणिवेनं जी चीड यावी त्याच जातीची ती चीड होती. तिच्या मनात आलं, असंच पळत पळत पुढं जावं, त्या बाईचा हात पप्पांच्या हातून हिसकावून घ्यावा आणि त्या दुष्ट बाईला बाबांच्याकडून ठोक देववावा, पण बाबा कुठले तिला मारणार? ते पाहा कसं, लाडंलाडं बोलताहेत तिच्याशी आणि चिकटून तरी किती चालले आहेत जवळनं!

त्यांना जवळ येताना पाहत संगीता एका खांबाआड लपली. बाबांनी आपल्याला त्या स्थितीत पहाता कामा नये असं ज्या त्वरेनं तिच्या मनात आलं त्याच त्वरेनं तिनं हालचाल केली. नचपेक्षा त्या दोघांची दृष्टभेट अटळ होती. संगीताच्या मनात एक अनामिक भीतीही तरळून गेली. आपले बाबा आपल्याला कायमचे तर मुकले नाहीत ना? आज सकाळी जेव्हा आपल्या आईचं आणि बाबांचं भांडण झालं, त्या वेळेस बाबा दरडावून आईला म्हणाले, ''खबरदार, आता तुझ्या मूर्खपणाची हद्द झाली. तुझ्यापासून दूर कुठेतरी निघून गेल्याशिवाय आता माझी सुटका नाही.'' तेव्हा आई म्हणाली, ''तुम्हांला सुटका खूप हवी असेल पण मी दिली पाहिजे ना...'' ''काय! काय गं करशील?'' बाबा ओरडले, ''काय करीन? तुमचा जीव घेईन. तुम्हाला सुख म्हणून कधी लाभू देणार नाही.''

या संभाषणाचा परिणाम एवढाच झाला की नेहमीप्रमाणे आईला फीट आली. डॉक्टरांना बोलवावं लागलं आणि सारी सकाळ वाया गेली. शाळेला जाते वेळी बाबांना आपल्याकडं केविलवाणेपणाने पाहिलेलं तिला चांगलं आठवलं. आपल्याला जवळ घेऊन बाबा रडले, युनिफॉर्मची इस्त्री बिघडली म्हणून तिने कुरकुर केली तेव्हा ते म्हणाले, ''बेटा तुझं पुढं कसं होणार कुणाला ठाऊक? तुला होस्टेलमध्ये ठेवायला हवी होती, म्हणजे हा रोजचा तमाशा तुला बघावा लागला नसता. पण तुला डोळ्यांआड करायची कल्पनाच सहन होत नाही गं. तू नाहीस म्हणजे मी कुणाला जवळ घ्यायचं? कुठे अश्रू ढाळायचे? एक दिवस वैतागून मी कुठेतरी नक्की जाणार. तेव्हा तू येणार माझ्याबरोबर?'' संगीता त्यावर काहीच बोलली नव्हती. तिनं फक्त घाबरून त्यांना घट्ट मिठी मारली आणि पप्पांनी उचलून शाळेत जाण्यासाठी तिला गाडीत आणून ठेवली तेव्हा तिने नाइलाजानं ती सोडली. हे सारं आता संगीताला आठवलं. 'तुझ्याशिवाय मला कुणी नाही' हे बाबांचं बोलणं खोटं होतं तर एकूण! 'ही बाई कोण? हिची बाबांशी ओळख केव्हा झाली? आपल्याला ती आजवर का दिसली नाही?' अशा अनेक प्रश्नांनी तिच्या बालमनात गर्दी केली. आपल्या आईपेक्षा ही बाई कितीतरी साधी आहे आणि तितकी सुंदरसुद्धा नाही. तिचे कपडे आपल्या

मास्तरीणबाईंसारखे आहेत. पांढरेशुभ्र, परीट घडीचे. त्या पांढरेपणात संगीता क्षणभर गुदमरून गेली. ती दोघं जेव्हा तिला ओलांडून पलीकडे गेली, तेव्हा तिच्या नाकात एक सुगंधाचा भपकारा शिरला आणि तो सेंट बाबा नेहमी वापरत तसाच तो होता. कदाचित बाबांनीच तिला हा सेंट दिला असेल.

तिच्या पप्पांना सुगंधाचं खूप वेड होतं. परगावी गेले की ते नाना प्रकारचे सेंट्स आणि अत्तरं घेऊन येत आणि आईला तर सुगंधाचा विलक्षण तिटकारा होता. कुठलाही उग्र वास आला की ती संतापून उठे, आणि केवळ यापायीसुद्धा त्या चिमुकल्या घरात कलहाचा वडवानल पेट घेई. त्यामुळे आपली सुगंधाची हौस ते प्रवासात पुरवीत असावेत. कारण जेव्हा जेव्हा ते परगावाहून येत तेव्हा तेव्हा त्यांच्या कपड्यांना निरनिराळे सुगंध येत. त्या गर्द सुगंधात एक गंध संगीताच्या चांगल्या परिचयाचा होता. 'मॉसियर' किंवा असंच काहीतरी त्याचं नाव होतं. कसलातरी हळुवार स्पर्श व्हावा, नवागत आम्र मंजिरीचं अस्तित्व जाणवावं, एखाद्या सशाच्या डोळ्यांतलं कुतूहल नि भाबडेपणा दिसावा असा काहीतरी विचित्र भास त्या गंधात होता. गाभुळलेली चिंच खाताना अंगावर रोमांच उठतात ना तसंच या गंधाच्या दरवळानं होई. पप्पांच्या रंगीबेरंगी रुमालाला हा गंध हमेशा येई. आता दोघांच्या अंगावरून विशेषत: त्या बाईच्या अंगावरून जो गंध सोसाटत अंगावर आला तो गंध पप्पांच्या त्या खास गंधासारखाच होता, ही जाणीव होताच संगीता बावचळली, आणि पप्पा व ती बाई आपल्या दृष्टीबाहेर जात चालली हे तिच्या ध्यानात आलं. तिला वाटलं अजूनही धावावं; पप्पांना अडवावं, त्यांना पापा द्यावा आणि 'टाटा' करून निरोप द्यावा. पण आता तो पूर्वीचा उत्साह राहिला नव्हता आणि तिच्या मनात एक अनामिक भीती घर करून राहिली. पप्पा त्या बाईचा हात सोडून विमानाच्या दिशेने चालायला लागले. तेवढ्यात त्यांनी मागं वळून हात वर केला. संगीताला वाटलं, त्यांनी आपल्यालाच हात वर केला म्हणून तिनं खूश होऊन जरा पुढे जाऊन बाबांना हात दाखविण्याचा प्रयत्न केला. तिच्या आणि पप्पांच्या दरम्यान ती शुभ्रवस्त्रांकित स्त्री उभी होती, आणि उत्साहानं ती हलवीत असलेल्या हाताला बाबा जबाब देत होते. संगीता हिरमुसली झाली. आपलं काहीतरी चोरीस गेलंय या भावनेमुळे तिच्या दु:खाला पारावर राहिला नाही. आपल्या आणि पप्पांच्यामध्ये आज एक नवी भिंत उभी राहिली हे तिच्या लक्षात आलं आणि पप्पा परत आल्यावर याबाबत काहीतरी निकाल लावून घेतला पाहिजे याविषयी तिनं खूणगाठ बांधली.

-०-०-०-

- २ -

विमान हललं तरी मनीषा हात दाखवीतच होती. विलक्षण आतुरतेनं त्या विमानाकडे ती पाहत होती. दोन तीन दिवसतरी निदान तिचा लाडका चंद्रकांत आता तिला भेटणार नव्हता. अशा प्रवासात पुष्कळ वेळा तीही बरोबर जात असे. पण दर खेपेला असं जाणं सोईस्कर नाही आणि चंद्रकांतसारख्या नामवंत उद्योगपतीला हे इष्टही नाही हे ओळखण्याइतकी ती चतुर होती. त्याला ओळखणारे अनेक लोक दिल्ली, कलकत्ता, मद्रास इथे होते. चंद्रकांत वारंवार प्रवासाला जाई आणि जेव्हा जेव्हा वाच्यता होण्याचा संभव नसे तेव्हा तेव्हा तो मनीषाला बरोबर घेई. पण या खेपेला तो अशा काही कामाला चालला होता की तिथे मनीषाला गुप्तपणे नेणं शक्य नव्हतं.

मनीषाला या चोरटेपणाचा अतिशय कंटाळा आला होता. स्त्रीपुरुषाचा संबंध अंधारात, एकांतात, क्षणार्धात संपवावा आणि केवळ क्षणिक गरजेसाठी जीवनाचा आटापिटा करावा ही तिला अत्यंत किळसवाणी गोष्ट वाटत होती. पण तिच्या नशिबी हे असलं विचित्र जिणं आलं होतं. तिला अनेकदा वाटे की चंद्रकांतला सांगावं की 'थकले रे'. असं एकटं जगणं तिला इतकं असह्य होत होतं की तिला वाटे, एक दिवस झोपेच्या गोळ्या घेऊन आयुष्याची इतिश्री करावी. उदास संध्याकाळी, भीषण रात्री किंवा वणवणत्या दुपारी या एवढ्या आलिशान बंगलीमध्ये एकट्यानं राहायचं, सुस्कारे सोडायचे, वाट पाहायची आणि मरगळून देह थकला की डोळे मिटायचे. हे काय जीवन आहे का? ती एकटी असे तेव्हा ती असाच विचार करीत असे.

'आपण अशा अभागी का? की सामान्य स्त्रीला मिळतात ती सुखंसुद्धा आपल्याला मिळू नयेत? आपल्या प्रियकराच्या मिठीतून पहाटेच्या पहिल्या प्रहरी हळूच अंग सोडवून घ्यावं, त्याच्या देखण्या पौरुषदर्शक उघड्या अंगावर पांघरूण टाकावं, दुखणारी गात्रं सैल होऊ देत,

रात्रीच्या एकांतातील सुखसंवाद आठवीत, तो उठताच सारं घर त्याला नीटनेटकं दिसलं पाहिजे या जिद्दीनं अंग सावरून घर आवरीत तो जागा होण्याची वाट पहावी, आणि तो उठताच त्यानं केलेल्या कौतुकानं, चेष्टेनं लाजून चूर व्हावं. सुंदर सुंदर पदार्थ साक्षेपानं त्याला खाऊ घालावेत. स्नानगृहात दोघांनी एकत्र हसतखेळत स्नान करावे, तो कामावर निघाला की रोजच्या रोज व्याकूळ होऊन त्यास निरोप द्यावा. त्याच्या माघारी घराची शोभा वाढवावी. तो परतेल तेव्हा त्याला आवडतं त्या रंगाचं वस्त्र नेसून त्याच्या बरोबर घरात आणि नंतर बाहेर घुटमळावं, रात्रीच्या मंद दीपात शेजारी शेजारी बसून आमोदप्रमोद करीत भोजन करावं आणि सुस्त झालेल्या गात्रांना परस्परांच्या विद्युतस्पर्शानं चेतना देऊन आमंत्रण करीत आणि त्या मऊसर सुरकुतीविरहित बिछान्याला शोभा आणावी असा साधा दिनक्रम कोणत्याही गृहस्थितीला मिळत असेल. मला का मिळाला नाही? मीच का दुर्दैवी? चंद्रकांतची आणि माझी गाठभेट झाली आणि त्याच्या व्यक्तिमत्त्वानं मी भारूनच गेले. माझं स्वत:चं अस्तित्व, आकांक्षा यांचा मला विसरच पडला. स्वत:चं काही जीवन असतं हे ज्या क्षणी मी विसरले त्याच क्षणी या विचित्र जीवनात मी अडकून पडले.

चंद्रकांत सुंदर आहेत. कुठल्याही स्त्रीला त्यांचा मोह पडावा असं त्यांचं व्यक्तिमत्त्व आहे. त्यांच्या हाताला अमाप यश आहे. त्यांनी जे जे हाती घेतलं त्या त्या ठिकाणी त्यांना अपयश कधी भेटलं नाही. पण परमेश्वराला संपूर्ण सुख कुणाला लाभू द्यायचं नसतं. एवढ्या संपन्न माणसाच्या शांत निळ्या डोळ्यांत एक अपार दु:ख मला पहिल्या भेटीतच जाणवलं. ते अबोल दु:ख माझ्या हृदयात कायमचं घर करून राहिलं. त्यानंतर जेव्हा जेव्हा चंद्रकांतची आणि माझी पुन्हा गाठभेट झाली त्या त्या वेळेस ते दु:ख जाणून घेण्याच्या जिज्ञासेमुळे मी त्यांच्या जवळजवळ सरकत गेले. स्त्रियांशी वागताना बहुतेक पुरुषांच्या डोळ्यांत आदराच्या नावाखाली जी एक अकारण लाचारी दिसते, तिचा मागमूससुद्धा चंद्रकांतच्या डोळ्यांत दिसला नाही. उलटपक्षी माझ्याशी परिचय वाढवून घेण्याची त्यांची इच्छा प्रथम तरी खासच नव्हती.

चंद्रकांतची आणि माझी पहिली गाठभेट केव्हा बरं झाली? मला वाटतं हॉटेल मॅनेजमेंटचा अभ्यासक्रम पूर्ण केल्यानंतर दिल्लीच्या 'ग्रीन्स' हॉटेलमध्ये मी नोकरी पत्करली होती. 'ग्रीन्स' सारख्या खानदानी हॉटेलमध्ये मला नोकरी करायला मिळाली हे तेव्हा भाग्याचं वाटत होतं, आता वाटत नाही असं नाही. पण तिथे मी नोकरी करीत नसते तर माझी आणि चंद्रकांतची गाठही पडली

नसती. कुणीतरी सामान्य का होईना, पण संपूर्ण माझ्या मालकीचा पुरुष मला भेटला असता आणि इतर चारचौघींसारखं माझं आयुष्य सरळ आणि सुखाचं गेलं असतं. मुळातच एकटेपणानं वाढलेल्या माझ्यासारख्या मुलीला निदान पुढे तरी आयुष्यात हवी तशी सोबत नको होती का मिळायला? पण असल्या गोष्टींना काही नियम नसतात हेच खरं. माझ्यासारख्या खंबीर मुलीला जे टाळता आलं नाही ते कमकुवत मनाच्या स्त्रीला टाळता येईल हे मला मुळीच खरं वाटत नाही.

चंद्रकांत देसाई हे नाव त्यापूर्वीही मला अपरिचित नव्हतं. 'इंडियन चेम्बर्स ऑफ कॉमर्स'चे ते अध्यक्ष होते. त्यांच्या मालकीच्या एकदोन कापड गिरण्या होत्या. एक कागद गिरणी होती. उदार हातानं सर्व सांस्कृतिक चळवळींना मदत देण्याबद्दल त्यांचा लौकिक होता. वर्तमानपत्रांत त्यांचा फोटो अनेक वेळा येई. दिल्लीत कामानिमित्त ते जेव्हा जेव्हा येत तेव्हा ते 'ग्रीन्स' मध्येच उतरत असत. दिल्लीच्या महाराष्ट्र भवनाचे ते एक विश्वस्त होते. मला वाटतं कदाचित याचमुळे असेल, पण चंद्रकांत देसाई हे नाव माझ्या कानांवरून अनेकदा गेलं होतं. चंद्रकांतची आणि माझी 'ग्रीन्स'च्या रिसेप्शन काऊंटरवर जेव्हा प्रथम गाठ पडली तेव्हा ते माझ्याकडे पाहून हसले. साडी नेसणारी मुलगी या पाश्चिमात्य हॉटेलच्या नोकरवर्गात पाहून त्यांना वाटणारं आश्चर्य त्यांच्या निळ्या डोळ्यांतून ओसंडून बाहेर पडत होतं. त्या पहिल्या भेटीतच, का कोणाला माहीत माझ्या मनाच्या कोपऱ्यात प्रीतीचं बीज रुजलं. एवढा प्रौढ इसम, एवढा श्रीमंत कारखानदार अविवाहित असणं अशक्य आहे, एवढं मला त्या वेळेला सुचायला हवं होतं. पण नाही सुचलं आणि मला वाटतं ते वेळच्यावेळी सुचत नाही. म्हणूनच प्रेमाला सुसाट वाऱ्याची उपमा देतात. माझ्या मनाचे खंबीर बुरुज त्या वाऱ्यात केव्हाच जमीनदोस्त झाले आणि माझा 'कोट' प्रतिकाराशिवाय शत्रूच्या हातात पडला!

मला वाईट वाटतंय ते आता माझ्याबद्दल नाही. चंद्रकांतच्या दु:खाचा मी कोणत्याच प्रकारे परिहार करू शकत नाही म्हणून, आणि आमचं दोघांचं लोकविलक्षण प्रेम असूनही आम्ही एकमेकांपासून आजन्म दूर राहणार, चोरूनमोरून भेटणार, त्या गाठीभेटीनंतर व्यथित अंत:करणानं निरोप घेणार आणि पुन्हा प्रतीक्षेच्या दालनात जळत राहणार हे आम्हां दोघांनाही आता पुरतं ठाऊक झालं आहे म्हणून गंमतीची गोष्ट अशी आहे की, गेली दोनतीन वर्षे आम्ही एकत्र आलो आहोत, पण मी कुठून आले? माझं पूर्वायुष्य काय? याविषयी कसलीही

जिज्ञासा चंद्रकांतनं दाखविली नाही. माझ्या संगतीतला प्रत्येक क्षणनक्षण केवळ माझ्या सुखासाठीच वापरला पाहिजे असा त्यानं निश्चय केला असावा. एखाद्या लहान मुलाप्रमाणे माझ्या मांडीवर डोकं ठेवून तो जेव्हा माझ्याकडे पाहतो तेव्हा माझ्या मनात अनेकदा अशी कल्पना येते की जग काय म्हणायचं असेल ते म्हणू दे, चंद्रकांत माझा पतीच आहे.

-०-०-०-

- ३ -

चंद्रकांत तिचं दु:ख हलकं करण्याचा इतका निकराचा प्रयत्न करी की अखेरीस त्या केविलवाण्या प्रयत्नांमुळे मनीषाला हसू येई. हे भलतंच आडवाटेचं जिणं या मुलीच्या वाट्याला आपल्यामुळे आले आहे याची जाणीव त्याच्या प्रत्येक कृतीत मनीषाला जाणवत असे. परंतु या सापळ्यातून आता दोघांचीही सुटका नाही हे दोघांनाही कळून चुकलं होतं. वास्तविक अशा पुरुषाला दु:खी करण्याची आणि स्वत:ही दु:खी राहण्याची त्याच्या बायकोला-देवकीला कोणती गरज होती? मनीषाने कधीही आपण होऊन त्याच्या खासगी गोष्टींत रस दाखविला नाही. कारण त्या ऐकण्यापासून चंद्रकांतचं दु:ख चेतवण्यापलीकडे काही फायदा नव्हता. केव्हातरी अती झालं म्हणजे तो आपण होऊनच देवकीबद्दल काही तरी सांगे! कुठल्या तरी संस्थानिकाची मुलगी या नात्यानं चंद्रकांतच्या साऱ्या संसारावर अहंकार, गुर्मी, तुच्छता, आळस या साऱ्या गोष्टींनी तिनं मळभ आणलं होतं. चंद्रकांतशी लग्न करून आपण त्याचा उद्धार केला आहे अशी काहीशी मूर्खपणाची कल्पना तिच्या डोक्यात वावरत असे. हा सारा भाग्योदय आपल्यामुळेच झाला आहे. त्यामुळे चंद्रकांतवर ती सदैव हुकूमत ठेवण्याचा यत्न करी. प्रवृत्तीनंच गरीब, कलहापासून दूर राहू इच्छिणारा चंद्रकांत अब्रूच्या भीतीनं तमाशाही करू शकत नव्हता आणि ते दु:ख सहनही करू शकत नव्हता. जसाजसा घरातला त्रास वाढू लागला तसतसं त्यानं बाहेरच्या व्यापात जास्त लक्ष घातलं आणि मूळच्याच असणाऱ्या श्रीमंतीत त्यानं उभारलेल्या नव्या औद्यागिक साम्राज्याची भर पडली.

चंद्रकांत देसाई या नावाला व्यापारी जगात एक स्वतंत्र प्रतिष्ठा होती. ती प्रतिष्ठा केवळ त्याच्या श्रीमंतीवर अवलंबून नव्हती किंवा त्याच्या औदार्यावरही अवलंबून नव्हती. सिंधी, पंजाब्यांनी बिघडवलेल्या या जमान्यातही त्यानं नेकी आणि सचोटी यांचं एक आदर्श उदाहरण

घालून दिलं होतं. त्याच्या गिरण्यांत अद्यापि एकदाही संप झाला नव्हता किंवा सरकारचे कोणतेही कायदे किंवा कानून तोडल्याबद्दल एक पै चाही दंड त्याच्या कारखान्यानं आजवर भरला नव्हता. शेअर बाजारात 'मोहिनी' आणि 'जय' या दोन्ही गिरण्यांचे शेअर्स स्थिर मानले जात. कापड बाजारात कित्येक वेळा चंद्रकांतच्या धोरणाने बदल घडत असे. नव्यानं आलेल्या साऱ्या सुधारणांचा अवलंब त्याच्या गिरण्यांतून होत होता, आणि त्यामुळे मुंबईतील अत्यंत अद्ययावत गिरण्या म्हणून त्याच्या गिरण्यांचा लौकिक होता. उद्योगाच्या निमित्ताने त्याचा प्रवास अखंड चालू असे आणि घरात स्वास्थ्य नसल्यामुळे तो अशा प्रवासाची संधी सहसा चुकवीत नसे. अशाच एका प्रवासात त्याची आणि मनीषाची गाठभेट झाली आणि बुडत्या प्रवाशाला काडीचा आधार मिळावा आणि त्यानं ती काडी जिवापाड जतन करावी अशी त्याची अवस्था झाली होती. दिल्लीतल्या एका सफरीत दोन टपोऱ्या डोळ्यांत आत्मविश्वास, सुगंधित मैत्री आणि सोबत त्याला भेटली, आणि ढगाळलेल्या आकाशात प्रकाशाची किनार उगवली.

दिल्लीला ज्या कामासाठी चंद्रकांत गेला होता ते काम व्यापार मंत्री अकस्मात दौऱ्यावर गेल्याकारणाने होऊ शकत नव्हतं. विमानाचं रिझर्वेशन दुसऱ्या दिवशीचं होतं आणि हा संबंध दिवस म्हणण्याजोगं त्याला काही काम नव्हतं. तसं पाहायला गेलं तर चेंबरचं किंवा महाराष्ट्र समाजाचं काम सोडलं तरी अन्य काही मंत्र्यांना किंवा मित्रांना व्यवहाराच्या दृष्टीनं भेटणं योग्य ठरलं असतं. पण मानसिक अस्वास्थ्यामुळे त्याला उत्साह कसा तो नव्हता. दिल्लीच्या हवेमुळे तब्येतही मनासारखी नव्हती, म्हणून नेहमीच्या पद्धतीप्रमाणे 'ग्रीन्स'वर जाऊन आराम करावा आणि मग बरं वाटलं तर संध्याकाळी हालचाल करावी असं त्यानं ठरविलं. समुद्राच्या पृष्ठभागावर कुठूनतरी दोन ओंडक्यांची टक्कर व्हावी आणि एकमेकांत गुंतागुंत होऊन त्यांचा प्रवास पुढे चालू व्हावा असं काहीतरी घडणार होतं म्हणून तर त्याला 'ग्रीन्स' मध्ये यायची बुद्धी झाली नसेल?

'ग्रीन्स'च्या काऊंटरवर त्या चकचकीत पांढऱ्याशुभ्र कपडे पेहेरलेल्या आणि डोळ्याला डोळा भिडल्याबरोबर हसून गिळून टाकणाऱ्या त्या मुलीशी त्याची गाठ पडली तेव्हा तो नुसता बघतच राहिला. तसं पाहायला गेलं तर अभिजात सौंदर्याचा कोणताच विशेष तिच्या ठायी नसताना केवळ प्रसन्न, निर्मळ अशा मुद्रेवर आणि डौलदार देहाच्या ठेवणीवर एखादी स्त्री एवढी मोहिनी घालू शकेल हे त्याला खरंच वाटेना. तो तिच्याकडे बघत राहिला तेव्हा त्याच्या ध्यानात आलं की हिचा गौरवर्ण उसना नसावा, डोळ्यांतलं काळेपण हेसुद्धा

काजळाचं नसावं. तिचे ओठ लालबुंद नव्हते. पण त्या पातळ ओठांना एक ओलसर गुलाबीपणा होता. तिचे केस तोकडे होते पण त्यांची रचना इतकी आधुनिक होती की त्यांचा तोकडेपणा जाणण्याऐवजी तिचा व्यवस्थितपणा जाणवावा. कपडे साधे होते पण त्या साधेपणात विलक्षण नेटकेपणा होता. तिच्या हातांची बोटं ती टेलिफोन घेत असताना त्यानं पाहिली आणि त्यांचा सडसडीतपणा आणि चापल्य त्याच्या ध्यानी आलं. महाराष्ट्रीय मुलीला न शोभणारा धिट्‌कलेपणा त्याला ताबडतोब जाणवला. तिच्या शेजारी असंच उभं राहून तिच्याकडे पाहत रहावं असं क्षणभर त्याच्या मनात आलं. तिच्या डोळ्यांत उगाचच चमचमणारा एक मिस्किलपणा होता. त्या मिस्किलपणात तिच्या नाकाचं अपरेपण, भुवईच्या केसाचा विरळपणा असे किरकोळ दोष कुठल्या कुठे उडून गेले. मागे उरला तो एक प्रसन्न सुगंध, सेंटचा नव्हे तर निरोगी यौवनाचा! मंत्रमुग्ध करणारा!

'ग्रीन्स' हॉटेलमध्ये त्याचा त्या दिवसाचा वेळ फार चांगला गेला. तिला महाराष्ट्र समाजात राहायला जागा हवी होती ती मिळवून देण्याच्या निमित्तानं तो तिला घेऊन समाजात गेला. तेथे जागा मिळविण्याची व्यवस्था करून तो तिला जेवायला घेऊन गेला. सोबतीसाठी आसुसलेल्या पुरुषाला आणि वयात आलेल्या निरोगी स्त्रीला कसं वागायचं आणि कसं बोलायचं हे कुणी शिकवावं लागत नाही.

त्यानंतरच्या दिल्लीच्या प्रत्येक खेपेत कणाकणानं त्यांचा स्नेह वाढत गेला. चंद्रकांतनं एक्सपोर्ट-इंपोर्टच्या लायसेन्सच्या कामाची एक छोटी कचेरीच दिल्लीला काढली आणि तिथे मनीषाची नेमणूक केली. महाराष्ट्र समाजातली जागा सोडायला लावून तिच्यासाठी एक छोटासा फ्लॅटही त्यानं पैदा केला. तिच्या आग्रहाखातर हळूहळू तो हॉटेलच्याऐवजी फ्लॅटवर उतरू लागला. कणाकणानं त्यांचा स्नेह उजळत होता. घरात त्याला कसलंही सुख नाही, हे काहीही न बोलतासुद्धा तिला कळल्यावाचून राहिलं नाही. नाकासमोर चालणाऱ्या या सरळमार्गी पुरुषाची सर्वच बाबतींत केवढी उपासमार होते आहे हे पाहून तिला कळवळून येई. वास्तविक कोणतीही गोष्ट हक्कानं किंवा जबरदस्तीनं साध्य करून घेता येणं त्याला शक्य असताना दु:ख भोगण्यासाठीच आपला जन्म झाला आहे असं मानून त्यानं आयुष्य का वाया घालवावं, हेच तिला कळत नव्हतं, आणि एका करुणेच्या आक्रमक लोटानं तिचा सारा विवेक, संयम वाहून गेला. त्यानं पुढाकार घेतला असता तर पहिल्याच क्षणी मनीषा त्याची झाली असती. पण या

कामातसुद्धा पाप-पुण्याच्या चमत्कारिक वलयात तो अडकून पडला होता. त्याच्या निष्कपट मनात वासनेचे मोहोळ उठलेच नसेल असं कसं म्हणता येईल? परंतु इतका रस्ता चालूनही तो चाचरत चाचरत वळचणीलाच उभा होता.

हे सारं जेव्हा असह्य झालं तेव्हा मनीषानंच त्याच्यासाठी सुखाची दारं उघडली. तिच्या या आपुलकीनं भारावून जाऊन चंद्रकांतच्या डोळ्यांतून अश्रू ओघळले. परकेपणाचे तट फुटले, सुगंधी प्रवास चालू झाला. पण त्या पहिल्या मिठीची आठवण मात्र तो कधीही विसरू शकला नाही.

आपल्याहून नाही म्हटलं तरी वयानं दहा वर्षांहून लहान अशी ही एकाकी मुलगी आपल्या आश्रयाला आली आहे. ती अजून कुमारिका आहे. पुरुषसुखाचा तिला अनुभव नाही. तिला वासनेच्या भुलभुलैय्यात फिरवून अधांतरी सोडण्यापलीकडे आपण काय करणार? तिच्याशी लग्न करायला आपले हात मोकळे नाहीत. तिच्या सुगंधी मिठीचा हव्यास धरणं किती अन्यायजनक आहे, हिचं आणि आपलं नातं काय ठेवायचं? पैशानं, स्वामित्वानं, पौरुषानं हिला विद्ध करण्यात या कोवळ्या फुलाला कुस्करल्यासारखं नाही का होणार? या अनेक विचारांत गुदमरून जाऊन चंद्रकांत अधिकाधिक व्यथित होत होता. त्याच्या शरीरसुखाची उपासमार तर होतच होती. पण जिथे आपण विश्वासाने मान टेकवू अशी जागाही त्याला दुर्लभ होती. त्याच्या नशिबानं ही सुखद सोबत त्याच्या वाटेवर त्याला लाभली होती. ती तशीच जर टिकवायची असेल तर कितीही अनावर झाली तरी तिच्या निरोगी तारुण्याची आसक्ती आपण दूर ठेवलीच पाहिजे हा विचार त्याच्या गात्रागात्रांतील चेतना हरवून टाकीत होता. मनीषाच्या अंत:करणात वासना रसरसत होती. चंद्रकांतच्या अंत:करणातील हे विचारयुद्ध तिला समजण्यासारखं नव्हतं. तिला हवा होता तसा पुरुष तिला भेटला होता. पुढे काय होणार याचा विचार करण्याची तिच्या उसळत्या यौवनाला गरज नव्हती. तिची गात्रं तापली होती आणि क्षणाचीही उसंत न पाहता ती तृप्त होणार होती.

एक दिवस रात्री चित्रपट पाहून परत आल्यानंतर भारावलेल्या मन:स्थितीत ती दोघं कपडे बदलू लागली. पोलक्याची पाठीवर लावलेली बटने घामाने भिजल्यामुळे काही केल्या निघेनात. काहीतरी चिडखोर उद्‌गार काढून ती अधिक यत्न करू लागली. आपल्याला हाक मारली या समजुतीनं चंद्रकांतनं स्वयंपाकघरात डोकावलं. पोलक्याशी चाललेली झटापट पाहून तो हसला आणि नुकत्याच पाहून आलेल्या चित्रपटातील नायकाची नक्कल करीत तो म्हणाला, "बेबी, कॅन आय हेल्प यू?" त्यावर शरमण्याऐवजी ती म्हणाली, "येस, थँक यू." पुढं

होत चंद्रकांतने पोलक्याची बटनं काढली. ती काढत असताना त्याचा स्पर्श तिच्या ओलसर पाठीला जाणवला. जे आजवर अनेक शब्दांनी साधलं नाही ते त्या स्पर्शानं साधून गेलं. पाठ फिरवून ती त्याच्या समोर उभी राहिली. गव्हाळ त्वचेच्या आणि मुक्त अनावृत वक्षभागाच्या दर्शनानं चंद्रकांतच्या डोळ्यांत कधी नव्हे तो अग्नी पेटला आहे हे त्या चतुर स्त्रीनं ओळखलं आणि तो विझण्याच्या आधीच त्याच्या खांद्यावर हात ठेवीत ती म्हणाली,

"चंद्रकांत, काय झालं?"

"काही नाही." पण त्याच्या आवाजात आलेला घोगरेपणा त्यालासुद्धा जाणवला.

"मी तुम्हांला आवडत नाही का?"

"कोण म्हणतं?"

"म्हणायला कशाला हवं? बाकी आहेच काय माझ्यात म्हणा आवडण्यासारखे?"

"ए, उगाच काहीतरी बोलू नकोस. मला तू फार आवडतेस. फार म्हणजे इतकी की मला सांगताच येणार नाही. तू मला आवडतेस ना म्हणूनच तुला जवळ घ्यायची भीती वाटते."

"ती का?"

"आपल्या आवडीची वस्तू आपल्या अगदी जवळ असली तर आपण काय करतो?'

"त्यात काय अवघड आहे? वस्तू खाण्यासारखी असली तर ती चघळत चघळत खाऊन टाकतो. पाहण्यासारखी असली तर हातात घेऊन सगळ्या बाजूंनी निरखून डोळे तृप्त होईतो पाहतो. वस्तु सुगंधी असली तर मन एकाग्र करून तिचा अंत:करण भरून सांडेल एवढा गंध आपण ओढून घेतो. वस्तू मखमाली असेल तर हळुवार हातानं तिच्यावरून आपण हात फिरवतो. जशी वस्तू तसं आपण वागतो."

"पण अशी एखादी वस्तू असली की जिचा आपल्याला स्पर्श आवडतो, गंध आवडतो, चवही आवडते आणि रूपही आवडतं तर मग काय करायचं?"

"अशी वस्तू मुळी नसतेच."

"पण माझ्याजवळ आहे ना अशी एक वस्तू"

"कुठंय दाखवा पाहू?"

"ही पाहा." आपल्या हातांनी तिला किंचित उंच करीत आणि शेजारच्या

आरशाजवळ नेत तो म्हणाला.

"डोळे उघड ना, बघायची आहे ना ती अप्राप्य वस्तू?" तरीही मनीषानं डोळे उघडले नाहीत. अवचित लाभलेल्या चंद्रकांतच्या स्पर्शामुळे ती विरघळून गेली. त्याच्या एवढ्या निकट ती कधीच उभी राहिली नव्हती. तिच्या उघड्या पाठीवर त्याचा जो हात विसावला होता तो तसाच चिरंतर तेथे रहावा अशी वांच्छा तिच्या मनात जागी झाली. तिच्या अंगावर अशी शिरशिरी यापूर्वी कधी आली नव्हती. वास्तविक तिच्या वयाच्या मुलीला हा अनुभव यापूर्वीच यायला हवा होता. पण सारं आयुष्य कॉन्व्हेंटमध्ये गेल्याकारणाने पुरुषाचं वारंच अंगावरून गेलं नाही. पुढे हॉटेल मॅनेजमेंटच्या कोर्ससाठी हेडमिस्ट्रेस फोन्सेकाच्या आग्रहाखातर ती गेली. त्या धंद्याबद्दल आणि त्या धंद्यातल्या माणसांबद्दल तिच्या मनात एक विलक्षण अप्रीती उद्भवली होती. त्यामुळे तिथे भेटलेल्या चांगल्या चांगल्या पुरुषांपासून ती फटकूनच राहिली होती. तशात तिथे भेटणारी सारी माणसं पंजाबी, सिंधी, पारशी, ख्रिश्चन अशी होती. कोणत्याही कारणामुळे का असेना आज तिच्या अभुक्त देहाला पुरुषाच्या स्पर्शाचं चंदन लागलं आणि तो सर्वच्या सर्व गंधित होऊन गेला. साऱ्या अंगावर कसलंतरी कोवळं कोवळं मुलायम उबदार पांघरुण पडल्यासारखं तिला वाटलं. एका अज्ञात स्पर्शासाठी प्रत्येक मादीचं मन सैरावैरा भटकत असतं. त्या ओढाळ मनाला तो स्पर्श भेटला की त्या मादीच्या जीविताची कृतकृत्यता होऊन जाते. नर आणि मादी अशा नैसर्गिक संज्ञा लुप्त पावून मानवी नाती जडतात आणि अंतरात अशी एक कळ ठुसठुसत राहते की तो स्पर्श वारंवार लाभूनही ती तशीच शिल्लक उरते. तृप्ती आणि अतृप्तीचा तो खेळ आयुष्य सुंदर करतो.

मनीषाला तो स्पर्श सापडताच तिच्या मनाचं गोकुळ झालं. साऱ्या सामान्य हालचालींची रासक्रीडा झाली. साऱ्या आवाजांचे बासरीचे सूर झाले. खरखरीत माळ जमुनेचे तीर झाले. सारे संकेत, सारे विधिनिषेध जमुनेच्या पाण्यात बुडून गेले. मागे उरला तो सर्वव्यापी मुरलीधर!

त्या रात्री दोघांचं नवं नातं जडलं. त्या नात्यात अनर्थ दडून बसला आहे याची जाणीवही दोघांना नव्हती. अज्ञात सुखाच्या प्राप्तीत विश्वाचे सारे नियम फेकून दिले गेले. चंद्रकांतच्या आयुष्यात आजवर असलेला अपुरेपणा आणि व्यथा आता संपल्या. साऱ्या सुखाचा दरवाजा मनीषाच्या स्पर्शानं उघडतो हे कळल्याकारणानं चंद्रकांत तृप्त झाला. मनात कुढणारा, कष्टी होणारा, एकटेपणाचं अपार दुःख सहन करणारा आणि जीवितातली साधी सोबतीसारखी, कामतृप्तीसारखी,

सुखसंवादासारखी, सुखं अप्राप्य असणारा चंद्रकांत दिसेनासा झाला.

दिल्लीला आता त्याची वारंवार कामं निघू लागली. टेलिफोन कॉल्सही वाढू लागले. पत्रांना तर अंतच नव्हता. त्याच्यातला पोरकट उत्साहाचा वास्तविक मनीषाला अभिमान वाटला असता. कारण कोणत्याही तरुण स्त्रीला आपल्यावर अनुरक्त असणारा पुरुष आपल्यासाठी वेडा झालेला पाहणं सुखाचं वाटणं स्वाभाविक आहे. मनीषाला ते सुख जाणवत नव्हतं असं मुळीच नव्हे किंवा नको होतं असंही नव्हतं. परंतु चंद्रकांत हा काही सामान्य पुरुष नव्हता. त्याच्यामागे प्रचंड व्याप हाता. हजारो कामगारांचा तो पोशिंदा होता. त्याच्या व्यवसायातला त्याचा नावलौकिक, व्यवसायातील त्याचं कर्तृत्व या सगळ्याला काळिमा लागेल असं अधिरेपण त्याच्या ठायी उत्पन्न झालेलं पाहून मनीषा सचिंत झाली.

खरं सांगायचं तर चंद्रकांत प्रेमात पडला नव्हता, तर प्रेमानं झापटला होता. केवळ एका स्त्रीच्या शरीरसुखासाठी हे वेड खचितच नव्हतं, तर आयुष्यभर सोबतीशवाय जगावं लागल्याकारणानं त्याचं मन स्नेहासाठी हपापलं होतं, त्याचा तो उद्रेक होता. व्यवहाराच्या प्रचंड पसाऱ्याची ती जबाबदारी त्याच्या शिरावर होती त्याखाली तो अगदी चिणल्यासारखा झाला होता. घरातल्या कटकटींमुळे आयुष्याला तो अगदी वैतागला होता. घरातील सततच्या कलहामुळे हक्काच्या स्त्रीसुखालाही तो पारखा झाला होता, आणि बाहेरचं स्त्रीसुख मिळविण्यासाठी जो पुढाकार घ्यावा लागतो तो घेण्याची त्याच्यात धिटाई नव्हती. पुरुषांचे दोन प्रकार असतात. एक वर्चस्व गाजवणारा आणि गाजवून घेणारा. वर्चस्व गाजवण्याची त्याची सारी हौस त्याच्या व्यावसायिक पसाऱ्यात तृप्त होई. बायकोकडून सत्ता गाजवून घेण्याची हौस पुरी झाली असती, पण तिच्या अहंमन्यपणात एक वेडसरपणाची झाक होती. कुठल्याही पुरुषाला किळस वाटावी इतक्या चमत्कारिक तऱ्हेनं ती आपल्या भावनांचा क्षोभ व्यक्त करीत असे. त्यामुळे आक्रमक स्त्रीच्या पंखाखाली राहण्याची इच्छा असूनसुद्धा चंद्रकांत आणि देवकी यांचं पटू शकलं नाही.

मनीषेला त्यानं प्रथम पाहिली तेव्हा तिच्या डोळ्यांतला तो मिश्किल भाव, तिचं असाधारण व्यक्तिमत्त्व आणि कॉन्व्हेंटमध्ये शिकल्यामुळं आलेला आक्रमक मोकळेपणा यांमुळे तो विद्ध झाला. नंतर त्याच्या हळूहळू ध्यानात आले की ती संभाषणात चांगलीच चतुर होती. तिचं इंग्रजीवरचं प्रभुत्व तर असाधारण होतं. समाजात वावरतानासुद्धा तिच्या रुबाबाला सारं काही वश होत असे. तिचं हस्ताक्षर इतकं सुंदर होतं की तिची पत्रं वास्तविक फाडायला हवी

असूनसुद्धा त्यानं ती फाडली नाहीत. ती बोलताना नेहमी प्रश्नार्थक बोलायची. त्यामुळे समोरच्या माणसाची मोठी पंचाईत होत असे. तिच्या स्वरातला जिव्हाळा आणि झंकार दुसऱ्याला जिंकून टाकी. 'ग्रीन्स' सारख्या हॉटेलात तिला नोकरी मिळाली होती ती काही उगीच नव्हती. त्या हॉटेलात खानदानी, श्रीमंत आणि हट्टी गिऱ्हाइकांनासुद्धा त्या तिच्या स्वरांनी ती ताब्यात ठेवीत असे. पुढे हॉटेलची नोकरी सोडून ती जेव्हा चंद्रकांतच्या खासगी ऑफिसचं काम पाहू लागली तेव्हाही त्याला तोच अनुभव आला. तिच्या व्यक्तिमत्त्वाला माणसं वश होतात हे त्याच्या लक्षात आलं, आणि दिवसेंदिवस तो तिच्या व्यक्तिमत्त्वात अधिकाधिक गुरफटत गेला. कर्तृत्व असूनही तिच्या वागण्यातली नम्रता तर त्याच्या काळजात फार खोलवर शिरली. ज्या क्षणी मनीषा त्याची झाली त्या क्षणी त्याची सारी दुःख त्यानं तिच्या स्वाधीन करून टाकली आणि तो काळजीतून मुक्त झाला.

- ० - ० - ० -

- ४ -

विमान हवेत उंच गेलं तरीही मनीषाच्या सहवासातील उत्कट क्षण चंद्रकांतच्या देहाला चिकटून हवेत तरंगत त्याच्याबरोबर आले. थोडाच अवधी पण कसा अत्तरासारखा, सुखानं एकवटलेला. या निसटत्या गाठीभेटीनंसुद्धा मनीषा त्याचं आयुष्य बदलून टाकी. चंद्रकातंच्या मनात नेहमी विचार येई की देवकीऐवजी मनीषा आपली बायको असायला हवी होती. तिनं आपलं आयुष्य उजळून टाकलं आहे. हे सारं वैभव, कीर्ती, आरोग्य या साऱ्यांचं चीज करण्यासाठी लागणारी अभिजात रसिकता, अपार आपुलकी आणि अचूक आस्वादशक्ती तिच्या ठायी खचित आहे. निदानपक्षी या गोड मुलीचं आयुष्य आपल्या हातून बरबाद व्हायला नको होतं. जिच्या विभ्रमातसुद्धा सुगंध दरवळतो, जिच्या संगतीत आपला आपल्याला शोध लागतो त्या निरागस कोवळ्या मनाला आपण आडवाटेला फुललेल्या निखाऱ्या-वरून चालायला लावतो आहोत याची अनावर शरम त्याला त्रासून टाकत होती. पण आता कोणतीच गोष्ट त्याच्या हातात राहिली नव्हती. सन्मानपूर्वक आयुष्य मनीषाच्या वाट्यात घालणं हे जसं त्याच्या हातात नव्हतं, त्याचप्रमाणे देवकीच्या रूपानं त्याच्या आयुष्यात आलेलं दुर्दैव दूर सारणंही त्याला शक्य नव्हतं.

मनीषानं आडवाटेला असलेल्या त्या छोट्याशा घरकुलात अशी एक छोटीशी दुनिया वसविली होती की त्या दुनियेत पाऊल टाकताना प्रत्येक वेळेला चंद्रकांतच्या डोळ्यांतली आसवं गोठून जात. त्या दुनियेतील प्रत्येक हालचाल, प्रत्येक प्रसंग याला एक वेगळेपण होतं. केवळ चहा पिण्याचा साधा प्रसंग तो काय, पण त्यासाठी केवढी तत्परता, केवढा जामानिमा, केवढे सोपस्कार. आकर्षक जपानी चित्र असणारी टी कोझी, त्याखाली दडलेली, वाफाळलेली दोन अडीच कप सामावू शकणारी छोटेखानी चहादाणी, सौम्य रंगाच्या चकचकीत कपबशा, चहा तयार करण्यातली सफाई, या साऱ्यांपेक्षा कुठल्यातरी अनोख्या

स्वादाचा तो चहा घोटभर तोंडात घेऊन पसंतीची पावती मिळेतो आपला कप अधांतरीच ठेवून वाट पाहणारी मनीषा, यातलं अद्‌भुत काव्य चंद्रकांत कसा विसरणार? नीटनेटकेपणा, स्वच्छता आणि सौंदर्यदृष्टी यांमुळे या चार खोल्यांच्या छोट्या बंगल्याला तिनं एक निराळं रूप आणलं होतं. फुलांचा तिचा सोस तर ठायी ठायी दिसत होता. आजपर्यंतच्या तिच्या दीर्घ सहवासात अगदी पहाटेच्या पहिल्या प्रहरीसुद्धा मलिन किंवा अव्यवस्थित अशा मनीषेचं दर्शन त्याला कधी झालं नव्हतं. त्याला जाग येण्याच्या आत संगयुद्धात झालेली पडझड दुरुस्त झालेली त्याला दिसे. तिच्या प्रफुल्लितपणाला सदैव ताजा सुगंध येत असे. चंद्रकांतला आश्चर्य वाटत असे. असं विचित्र आयुष्य या मुलीच्या वाट्याला येऊनसुद्धा चिडकेपणा, असंतोष या साऱ्यांपासून हिची सुटका कशी झाली? अजाणतेपणानं का होईना, हिच्या हातून अव्यवस्थितपणा घडावा किंवा हिनं चिडाचीड करावी असं आपलं त्याला उगीचच वाटे.

गेल्या खेपेला मनीषाला घेऊन तो बंगलोरला गेला होता. तिकडच्या एका कारखान्यात त्याचे हितसंबंध गुंतलेले होते. त्यासाठी त्याची ही भेट होती. विमानतळावर आपल्या स्वागतासाठी कुणी येईल अशी त्याला मुळीच कल्पना नव्हती. पण विमानतळावर बरीच माणसं त्याच्या येण्याची वाट पहात होती. त्याचं हे येणं थोडसं अनपेक्षित होतं. बंगलोरच्या महाराष्ट्रीय समाजात कसलातरी कार्यक्रम होता आणि त्यानिमित्त होणाऱ्या उत्सवात चंद्रकांतनं पाहुणा म्हणून यावं अशी विनंती करण्यासाठी सर्व जबाबदार मंडळी तिथे जमा झाली होती. स्थानिक अध्यक्षांऐवजी आयत्या वेळेस मिळणारा हा मोठा पाहुणा त्यांना काहीही करून हवा होता.

चंद्रकांतनं असलं हे अनपेक्षित आमंत्रण नाकारण्याचा खूप यत्न केला. पण ज्या कारखान्यातल्या कामासंबंधी तो बंगलोरला आला होता, ते विश्वनाथ नायक स्वत:च त्या मंडळीचे म्होरके होते. कोणतीही सबब न चालल्यामुळे त्याला सभास्थानी जावं लागलं. मनीषाची ओळख करून देण्यापूर्वीच मिसेस देसाई असा तिचा उल्लेख करण्यात आल्यामुळे नाइलाजानं तसंच नाटक पुरं करणं भाग पडलं. चंद्रकांत आणि मनीषा मात्र त्या प्रसंगानं अगदी भांबावून गेली. एवढी की, बक्षीस समारंभाच्या वेळेला बक्षीस देताना तिच्या अंगाला कंप सुटला. केव्हा हा समारंभ संपतो असं तिला झालं. भोजनासाठी किंवा चहापानासाठी न थांबता उभ्याउभ्याच पुन्हा एकदा मद्रासहून परतताना बंगलोरला येऊ असं विश्वनाथ नायकांना आश्वासन देऊन त्यांनी बंगलोर सोडलं. मिसेस देसाई म्हणून

म्हणवून घेण्यात केवढं सुख आहे, याचा अनुभव जसा मनीषाला आला तसंच हे असं म्हणवून घेणं धोकादायक ठरेल त्याचीही तिला कल्पना आली. बंगलोरची वर्तमानपत्रं चंद्रकांतच्या बायकोच्या- देवकीच्या हातात पडणार नव्हती म्हणून ठीक. परंतु त्या समारंभाचे जे फोटो प्रसिद्ध झाले होते त्यांवरून क्षणभराचं ते सुख फार मोल मागण्याची शक्यता होती. बंगलोरहून घाईगर्दीत निघून ती दोघं म्हैसूरला येऊन राहिली.

कसल्याही गंभीर प्रसंगाची चर्चा करायची नाही अशी इच्छा असूनसुद्धा अनपेक्षितपणे घडलेल्या त्या प्रसंगामुळे दोघांनाही परस्परांचं ते शल्य हलकं करण्याची फार फार इच्छा झाली. एकांतात 'रेनबो' हॉटेलच्या मऊ मऊ पलंगावर परस्परांच्या मिठीत शिरत त्यांनी सुखदुःखाची किती देवघेव केली त्याला अंत नव्हता. रात्र सरली तरी गप्पा सरल्या नव्हत्या. ते अपमानाचं, लाचारीचं आडवाटेचं जिणं जगताना मनीषा केवढी विव्हल होत असेल या दुःखानं चंद्रकांत कावराबावरा झाला. पण त्याच्या कुरळ्या केसांतून हात फिरवीत, रडव्या डोळ्यांना ओठ भिडवीत, तिनं ती सारी दुःख विस्मृतीच्या दर्यात लोटली. तो अथांग, अपार डोह कितीतरी कडू आठवणींनी भरलेला होता. ज्याला अंत नाही आणि ज्याला इलाज नव्हता अशी ती अपार दुःखं भोगताना तरतरीत तारुण्याने भडकलेली कामज्वाला, बेहोष सुखाचे वाहणारे पाट हे सारं काही निष्प्रभ झालं असतं. पण मनीषेच्या चातुर्यानं दुःखाचा परिहार केला व पुनश्च आसक्तीचा लोट वाहू लागला. आतासुद्धा विमानात बसल्याबसल्या चंद्रकांतला हे सारं आठवत होतं. मनीषाचा स्पर्श तर त्याच्या कणाकणांना जाणवत होता. मनीषेमुळे त्याच्या या हेतूशून्य प्रवासाला अर्थ लाभला होता. लवकरात लवकर परतायचं ते केवळ तिच्यासाठी आणि आपल्या संगीतासाठी.

संगीताच्या आठवणीसरशी त्याच्या मनाला आणखी एक नवीनच कोंब फुटला. तिच्या सौंदर्यापेक्षा तिची समज कुणाच्याही ध्यानात राहिली असती. आईबाबांचा बेबनाव संपावा म्हणून ती काही गमती योजीत असे. तिच्या युक्त्या कित्येक वेळा चंद्रकांतच्या अंगावर येत. तरीपण तिचा चुणचुणीतपणा, लवलवतं बालपण, विलक्षण तीव्र जिज्ञासा, यामुळे तिला एक लोभस व्यक्तिमत्त्व आलं होतं. तिच्या वयाच्या मानानं तिला खूप समज आली होती आणि तिचं चैतन्य हा एकमेव दिलासा त्याच्या आयुष्यात नसता तर चंद्रकांतचा संसार उजाड झाला असता. लोकदृष्ट्या तरी चूलबोळक्याचा मांडलेला हा संसार ठीकठाक होता. सुंदर बायको, सोन्यासारखी मुलं, अमाप संपत्ती, आणि दिगंत कीर्ती असलेल्या

चंद्रकांतच्या आयुष्यात डोकावून त्यातलं खोल दडलेलं दु:ख हुडकण्याची कुणाला काय गरज?

संगीताचं हे लोभसवाणं चैतन्य हा एक सुखदायक दिलासा चंद्रकांतला जगायला लावीत होता. संगीता त्याच्या जीवनाला व्यापून टाकीत होती. परंतु मनीषानं त्याच्या जीवनात प्रवेश केला तेव्हापासून प्रत्येक गोष्टीची चौकशी करणारी, बापावर स्वामित्व सांगणारी आणि दिनक्रमातील प्रत्येक समयावर पहारा ठेवणारी संगीता त्याला त्रासदायक वाटू लागली. संगीताला फसविण्यासाठीं अकारण त्याला खोटं बोलावं लागे आणि वेळ मारून न्यावी लागे. कित्येक वेळेस ममता हीसुद्धा एक सोनेरी साखळी होते. मुक्तपणानं, अधाशीपणानं मनीषाच्या संगतीचे चार घोट घटाघटा प्यायच्या वेळी संगीता मोठाच अडथळा होऊन राहिली होती.

संगीता आणि प्रताप या आपल्या लेकरांबरोबर मनीषाशी संसार करायला मिळाला तर आपल्यासारखे भाग्यवान आपणच असा विचार त्याच्या मनात नेहमी येऊन जाई.

- ० - ० - ० -

- ५ -

विमान सुटून गेले तरी संगीता मात्र विमानाच्या दिशेने फडफडलेल्या मनीषाच्या रुमालाकडे पहात होती. या बाईने कोणत्या जादूने आपल्या बाबांना आपल्यापासून हिरावून घेतलं तेच तिला समजेना. या बाईचा पिच्छा करायला पाहिजे आणि तिला खडसावून सांगितलं पाहिजे, "खबरदार माझ्या बाबांना लगटून चाललीस तर." पण तेवढ्यासाठी तिच्याशी बोललं पाहिजे. तिला अडवायला पाहिजे ती तर निघाली आणि गाडीजवळ पोहोचलीसुद्धा. नेहमी ज्या गाडीतून ती शाळेला जायची तीच ही गाडी. आता पाहा किती दिमाखानं आपली गाडी चालवते आहे? तिच्या मनात एक विलक्षण असूया जागी झाली. ही बाई कोण? हिच्याशी आपल्या बाबांची ओळख केव्हा झाली? आपली गाडी हक्कानं तिला चालवायला का मिळावी? हे आणि असे अनेक गुंतागुंतीचे प्रश्न तिच्या मनात डोकावून गेले. त्या प्रश्नांचं उत्तर शोधण्यासाठी आपण शाळेतल्या मुलींबरोबर सफरीला आलो आहोत हे ती विसरून गेली. त्या स्त्रीला दृष्टिपथातून बाहेर न होऊ देण्याच्या इच्छेनं तिच्या मागोमाग ती खेचली गेली. इतकंच नव्हे तर ती गाडी चालू होताच समोर दिसणाऱ्या एका टॅक्सीला अडवून त्यात बसून ती तिचा पाठलाग करू लागली.

संगीताचं वय ते काय? परंतु बापाबरोबर अनेकदा अनेक ठिकाणी हिंडून फिरून तिच्या वयाच्या इतर मुलींच्या मानाने तिला व्यवहारातल्या पुष्कळच गोष्टी समजत होत्या. व्यवहारातली सफाई, माणसांशी बोलता-चालताना पाळायचे रीतिरिवाज आणि त्याहीपेक्षा आपल्या मनातलं रहस्य कळू न देता समोरच्या माणसाकडून काम करून घेण्याचं कसब हे त्या चिमुकल्या मनाच्या मुलीला आता समजू लागलं होतं. टॅक्सीत बसता बसताच ती म्हणाली, "टॅक्सीवाले, त्या समोरच्या गाडीतनं माझी ममी जाते आहे. ती कुठे जाते आहे हे मला शोधून काढायचंय.

तिच्या गाडीच्या मागोमाग गाडी जाऊ देत. माझ्याजवळ पैसे आहेत हं त्याची काळजी करू नका.''

टॅक्सीतून फार तर तीन चार मिनिटं संगीता गेली असेल, तोच जुहूच्या रस्त्याला एका छोट्या फाटकातून समोरची गाडी वळलेली पाहिली त्यासरशी तिनं टॅक्सी थांबवली. टॅक्सीवाल्याचे पैसे देऊन ती टॅक्सीतून बाहेर पडली. ज्या फाटकातून गाडी आत गेली तिथे ती पोहोचली तेव्हा खूप मोठ्या आवारातली ती छोटी बंगली तिला एकदम आवडली. खेळायला कितीतरी जागा होती. केवढे मोठे कारंजे आणि बाग तर इतकी चांगली होती की तशी बाग तिनं फोटोतच किंवा सिनेमातच पाहिली होती. लंपडाव खेळायला किती तरी वेलीचे कुंज होते. टिपरी खेळायला फरसबंद पायरस्ता होता. बागेत फुलं तर एवढी फुलली होती की, ती फुलं तोडून घेण्याचा मोह आवरणं तिला अशक्य झालं. गुलाबांचे इतके प्रकार तिथे होते की ती लालभडक कळी खुडावी की ती निळसर गुलाबी अर्धस्फुट फुलं काढून घ्यावी याचा निर्णय लागायच्या आत कुणाचा तरी कठोर आवाज तिला ऐकू आला, ''कोण आहे बाहेर?''

काय उत्तर द्यावं तेच संगीताला कळेना. तरीपण तिचा सभाधीटपणा जागा झाला आणि ती म्हणाली, ''मी संगीता, चंद्रकांत देसाई यांची मुलगी. तुम्हांला मला भेटायचंय.'' या शब्दाबरोबर लगबगीनं कुणीतरी बाहेर आलं, आणि समोरच्या त्या मुलीला पाहून विस्मयचकित होऊन उभं राहिलं. संगीतानं ओळखलं हीच ती बाई. मघाशी बाबांच्या अंगाला घसटून चालणारी.

''कोण तू?''

''सांगितलं ना, मी संगीता, चंद्रकांत देसाई यांची मुलगी म्हणून.''

''कोण चंद्रकांत देसाई?''

''वा वा! कमालच करता की हो बाई तुम्ही? चंद्रकांत देसाई तुम्हांला माहीत नाहीत?''

''खरंच नाही.''

''कुणाच्या गाडीतून तुम्ही एरोड्रमवरून आलात हो?''

''म्हणजे तू माझा तिथून पाठलाग करीत आली आहेस की काय?''

''माझ्या प्रश्नाचं नीट उत्तर द्या. चंद्रकांत देसाई तुम्हांला माहीत आहेत की नाहीत? बोला ना, आता का गप्प आहात? चंद्रकांत देसाईंची तुमची ओळख नाही म्हणता मग एरोड्रमवर ज्यांच्याबरोबर मिरवलात ते गृहस्थ कोण हो?''

समोरची बाई हसलेली संगीताला दिसली. वास्तविक हसण्यासारखं त्यात काय होतं? तरी पण आपल्याला चिडवण्यासाठी असेल किंवा खोटं दडविण्यासाठी असेल. पण तिच्या हसण्यामध्ये असलेली तुच्छता संगीताच्या मनाला फार लागली. इतका वेळ आणलेला प्रौढपणाचा बुरखा आता फाटला आणि तिचा तोल जाऊन तिची चीड बाहेर पडू लागली. "तुम्ही अगदी वाईट बाई आहात. माझे पप्पा किती किती चांगले आहेत. तुम्ही त्यांना तुमच्या जाळ्यात पकडलंय म्हणून माझे बाबा माझ्या आईशी वाईट वागतात. पप्पा आले की त्यांना सांगून तुमची मी खोड जिरवीन. नाहीतर आईला सांगीन की बाबा दुसऱ्या एका बाईला चोरून भेटतात..." आणखी काय बोलायचं ते संगीताला कळेना आणि तिच्या तोल सुटलेल्या बोलण्यावर कोणता पवित्रा घ्यायचा हे मनीषाला कळेना. मनीषाला एवढंच कळत होतं की हे समोरचं नाजूक फूल दुखवता कामा नये. कुठल्यातरी मर्मावर प्रहार व्हावा आणि कळ मात्र दुसरीकडेच उठावी असं तिचं आत्ताचं वागणं असलं पाहिजे. ती पुढे झाली आणि तिच्या खांद्यावर हात ठेवू लागली. संगीतानं ते हात झटकून टाकले आणि ती अंग चोरून दूर होऊ लागली.

मनीषा म्हणाली, "तू चंद्रकांत देसाई यांची मुलगी ना? मग त्यांना शोभेल असं वागायला नको का? मी समजा वाईट आहे, पण तुझे बाबा तर चांगले आहेत ना? मग मी कोण, माझी आणि बाबांची ओळख कुठली, तुझ्या शहाण्या पप्पांनी माझी ओळख का ठेवली हे कळून घ्यायला हवं का नको तुला? तू आत चल..."

"मुळीच नाही मी तुमच्या घरात येणार."

"मोठ्या माणसांच्या मुली असं वागत नाहीत. एवीतेवी तू माझ्या घरात आलीच आहेस... आणि हे घरसुद्धा माझं नाही. तुझ्या बाबांचंच आहे. म्हणजे पर्यायाने तुझंच. तेव्हा तुझ्या घरात यायला तुला संकोच वाटायचं काही कारण नाही. चल बघू आत." तिच्या संमतीची वाट न पाहता तिचा हात हातात घेऊन मनीषा चालू लागली. मनीषाला पाहून संगीता मनात रागावली होती हे खरं. त्याचप्रमाणे तिचा अपमान व्हावा असंही ती वागत होती हेही खरं. परंतु संगीताचा हात धरून मनीषा जेव्हा तिला बैठकीच्या खोलीत घेऊन गेली तेव्हा तिला तिथला चकचकीतपणा, सुंदर सुंदर चित्रं, डोळे दिपवतील अशा कितीतरी अनेक गोष्टी, विलक्षण स्वच्छता आणि थोडा लक्षात यावा असा नीटनेटकेपणा, पाहताच, तिचा राग थोडा ओसरला. ती थोडीशी चकित होऊन साऱ्या गोष्टींकडे भिरभिरत पाहू लागली. तो तिच्या नजरेत एक चारपाच फूट उंचीचं चित्र आलं.

पप्पांनी गेल्या दिवाळीत तिला आणि तिच्या प्रतापला जवळ घेऊन काढलेल्या फुलसाईज फोटोग्राफवरून हे चित्र काढलं असलं पाहिजे. चित्रकारानं केलेल्या गमतीमुळे त्या चित्रात एक विलक्षण जिवंतपणा आला होता. ते चित्र पाहिल्यावर तिचा राग पुन्हा उसळून आला. ती किंचाळून ओरडली, ''आमचा फोटो आम्हांला परत द्या. तुम्ही कोण लावणार तो.'' असं म्हणत मनीषाचा हात सोडून ती त्या चित्राकडे धावली आणि ते चित्र ओढून काढण्याचा प्रयत्न करू लागली. मनीषा चटकन पुढे झाली आणि तिनं तिला ओढून मागं घेतलं आणि ती म्हणाली, ''दुसऱ्याच्या घरात जाऊन अशी दांडगाई करणं बरं दिसत नाही...''

''पण आत्ताच तू म्हणालीस की हे घर माझ्या पप्पांचं आहे म्हणून.''

''होय ना, मी नाही कुठे म्हणते? पण म्हणून तुला इथं अशी दंगामस्ती नाही करता येणार.''

''करीन, करीन. वाटेल ते करीन. तू कोण मला अडवणार?''

''हे पाहा, असला मूर्खपणा मी इथे चालू देणार नाही. तू काही लहान नाहीस. आपल्या वडिलांना त्रास होईल असं तू वागता कामा नये.''

''पप्पांना माझ्यामुळे त्रास होणारच नाही मुळी. तुझ्यामुळेच पप्पांना त्रास होतो.''

''पप्पा असं कधी म्हणाले का?''

क्षणभर संगीता गप्प बसली. पप्पांना खरंच काय आवडेल आणि काय नाही हेच तिला कळेना. त्या तिच्या अवस्थेचा फायदा घेऊन मनीषा पुढे झाली. तिच्या दोन्ही खांद्यांवर हात रोवत ती म्हणाली, ''मोठ्या माणसांच्या प्रश्नात तुझ्या वयाच्या मुलांनी तोंड घालू नये. तुला अजून काही कळत नाही बाळ. चल आत चल, मी तुला काही खायला देते, घर दाखवते...''

''काही नको मला खायला आणि घरही बघायचं नाही मला. लोकांच्याकडे खायचं नाही असं मला आईनं शिकवलंय?''

''पण मी लोक कुठाय.''

''मग कोण आहेस तू?''

''अगं खुळे, तुझ्या पप्पांची आणि माझी ओळख आहे हे तू आज पाहिलंच आहेस. तुमची मोटार माझ्याकडे ठेवण्याइतका त्यांचा माझ्यावर विश्वास आहे ना? मग मी परकी कसली?''

''काही नका सांगू. तुम्ही माझ्या कुणी नाही आणि पप्पांच्याही कुणी नाही. पप्पा येऊ देत तर खरे.'' असं म्हणत पाठमोरी होत मनीषाच्या हाकांकडे

लक्ष न देता ती खोलीतून बागेत आणि बागेतून फाटकाबाहेर बघता बघता नाहीशी झाली.

हाका मारून मारून मनीषा वेडीपिशी झाली. संगीता आता हाताबाहेर गेली हे तिनं ओळखलं. माथं फिरलेली ही मुलगी आपलं आडवाटेवरचं हे आयुष्य उद्ध्वस्त करणार याविषयी तिला कसलीही शंका नव्हती. पण स्वत:च्या भवितव्यापेक्षासुद्धा या कोवळ्या मुलीला हा आघात सोसावणार नाही याविषयी तिची खात्री झाली. अकस्मात बसलेला हा प्रहार तिच्यातील साऱ्या शक्ती आणि चेतना गोठवून नेईल. सर्वसामान्यत: कोठूनही अरिष्ट येणार नाही असा रस्ता निवडला म्हणजे माणूस ऐसपैस चालतो. अस्मानातून एखादा घात झाल्यावर त्याचा प्रतिकार करण्याऐवजी तो अंग चोरण्याचा प्रयत्न करतो. केवळ अकल्पितता म्हणून नव्हे, किंवा केवळ प्रहार तीव्रतर असतो म्हणूनही नव्हे. पण विरोधाच्या साऱ्या ग्रंथी एकदम कार्याला लागूच शकत नाहीत. म्हणून असा प्रहार निमूटपणे सोसणं अखेर नशिबी येतं.

त्या क्षणापासून आयुष्यात कधीही जाणवली नाही अशी धास्ती तिच्या अंत:करणाला करपवून गेली. चंद्रकांत येणार केव्हा, तो आल्यावर हा प्रहार झेलणार केव्हा आणि त्याला तोंड देणार कसा या साऱ्या प्रश्नांनी तिला अस्वस्थ करून टाकलं.

मनीषाला काही कामधंदाही सुचेना. अलीकडे ती सांताक्रूझच्या एका अनाथाश्रमांचं काम पाहत असे. सारं आयुष्यच दारूच्या कोठारावर उभं आहे या भयानं ती अंतर्बाह्य घाबरून गेली. काहीतरी करायला हवं. हातपाय हलवायला हवेत हे कळूनसुद्धा ती सुन्नपणे बसून राहिली.

टेलिफोनची घंटा वाजत होती हे लक्षात यायलासुद्धा तिला खूप वेळ लागला आणि मग तिच्या लक्षात आलं की नेहमीप्रमाणे मुक्कामावर पोहोचल्यावर चंद्रकांतनंच केलेला हा टेलिफोन असला पाहिजे. एकदम तिच्या गात्रागात्रांत बळ आलं. पाच सहा तास आपण असं सुन्नपणे बसून वेळ वाया घालवला यातील मूर्खपणाही तिच्या ध्यानात आला. चंद्रकांतचा तो स्निग्ध आवाज ऐकताच तिच्या साऱ्या चिंतांचा परिहार झाला.

"चंद्रकांत तू परत केव्हा येणार आहेस?"

"का गं? आत्ता तर मी इथे पोहोचलोय. अजून कपडेसुद्धा बदलले नाहीत."

"तू वाटेल ते करून ताबडतोब यायचा प्रयत्न कर. ताबडतोब म्हणजे

अगदी ताबडतोब हं. फार महत्त्वाचं काम आहे.''

''काय ते सांगशील की नाही टेलिफोनवर.''

''टेलिफोनवर सांगण्यासारखं नाही रे ते.''

''अगं पण तुझा एवढा घाबरल्यासारखा का आवाज येतोय? ''

''घाबरलेच आहे रे. मी फार घाबरले आहे. म्हणून म्हणते. ताबडतोब ये.''

''अगं पण काहीतरी कल्पना दे.''

''नाही, फोनवर नाही मी काही सांगणार. उगीच तू काळजी करीत बसशील.''

''काहीच सांगितलं नाहीस तर जास्त नाही का काळजी वाटणार?''

''मला संगीता भेटली होती.''

''ती कशी?''

''कुणास ठाऊक, पण बहुतेक ती एरोड्रमवर आली असावी. तुला सोडून मी एरोड्रमवरून परत आले तो माझा पाठलाग करीत ती आली. तिच्या ध्यानात काहीतरी आलं असलं पाहिजे, आणि माझं न ऐकता ती संतापून घरी परत गेली आहे.''

''माय गॉड! आता गं?''

''म्हणून म्हणते, ताबडतोब परत ये. माझी चिंता नको रे करूस. त्या खुळ्या मुलीनं माथं फिरवून घेतलं तर मात्र ती तुझ्याशिवाय कुणाचं ऐकणार नाही. इथे आलास की सरळ तिच्याकडे जा. अगदी ताबडतोब मुळीच वेळ घालवू नकोस.'' विलक्षण ओझं अंगावर पडल्याचा एक सुस्कारा कानी आला आणि टेलिफोनचा आवाज बंद झाला.

विमान सुटलं तेव्हा चंद्रकांत इतका अस्वस्थ झाला होता की, त्याचा अस्वस्थपणा एअर होस्टेस शैला वासवानी हिच्या ध्यानात आला. शैलाची आणि त्याची तोंडओळख होती. वारंवार प्रवासात गाठभेट झाल्यामुळे एकदोन शब्दांची देवघेव किंवा कोणालाही सुलभ असणारं खुललेलं हास्य ती त्याला इतमानानं देऊ करी. चंद्रकांत देसाईंचा नावलौकिक तिला ठाऊक होता. त्याच्याबरोबर मधूनमधून प्रवास करणारी स्त्री ही त्याची बायको नव्हे हे ओळखण्याइतकं स्त्रीसुलभ चातुर्य तिच्या ठायी खचितच होतं. विमान सुटेपावेतो आणि सुटल्यानंतर थोड्या वेळानं तिची दैनंदिन 'निष्काम सेवा' संपली आणि चंद्रकांत देसाईंच्या जवळ येऊन ती म्हणाली, ''तुम्हांला बरं वाटत नाही का?''

"छे, छे, तसं काही नाही. मी ठीक आहे."

"पण तुम्ही फार अस्वस्थ दिसता. तुम्हाला कॉफी देऊ का थोडीशी? तुमची हरकत नसेल तर कुणाच्या लक्षात येणार नाही अशा बेतानं तुम्हांला थोडी ब्रँडीसुद्धा आणून देऊ शकेन."

"नो थँक्स, कॉफीच आणून द्या."

"आणते हं." असं म्हणत आपल्या कमावलेल्या चालीत शैला स्टोअर्सकडे गेली आणि परतचालीनं येऊन वाफाळ कॉफीचा कप तिनं त्याच्या हातात ठेवला. तिच्या हातून कॉफी घेता घेता चंद्रकांत हसला. त्या हसण्यात एक प्रकारचा केविलवाणेपणा होता. त्या जाणकार स्त्रीच्या तो ध्यानात आल्यावाचून राहिला नाही. लहान मुलाला थोपटावं तसं त्याच्या खांद्यावर थोपटून त्याच्याकडे मिश्किलपणे पाहत ती दुसऱ्या उतारूकडे गेली.

तिच्या त्या हास्यात चंद्रकांतला दिलासा सापडला. असं भिरभिरतं निर्मळ हास्य मनीषाच्या डोळ्यांत त्याला नेहमी दिसे. ते हास्य म्हणजे त्याच्या दु:खावर फुंकर होती. जीवनाविषयीचा अपार उत्साह आणि आशावाद व्यक्त करणारी ओठांची आणि डोळ्यांची ती भाषा त्याच्या परिचयाची होती. आणि त्या आठवणींना उजाळा मिळाल्यामुळे मनीषाची आठवण त्याच्या अंत:करणात तीव्रतेनं जागी झाली.

मनीषाच्या कित्येक लकबी त्याला मुळीच आवडत नसत. परंतु कसलाही आग्रह किंवा सूचना न होताच त्याच्या सवयी आपोआप बदलल्या व मनीषाच्या लकबी त्यानं उचलल्या, चहा पिताना असो, जेवताना असो, शय्येवर असो, संगीत ऐकताना असो, किंवा प्रत्यक्ष रतिक्रिडेच्या वेळीही असो, अपार सौंदर्यदृष्टी, नेटकेपणा आणि स्वच्छता यांविषयीचा तिचा आग्रह कधीही कमी झाला नाही. दिवसातून तीन तीन वेळा ती ब्रशनं तोंड धुत असे. अंतर्वस्त्रं दोनतीनदा बदलत असे. अंथरुणावर तिला सुरकुतीही पडलेली चालत नसे. दाढी केल्याशिवाय चंद्रकांतचा स्पर्श तिला उत्तेजित करू शकत नसे. पायातली पादत्राणं काढून नीट ठेवली पाहिजेत याविषयीचा तिचा आग्रह असे. इतकी वर्षं संबंध येऊनही तिच्या अंगावर तर राहोच, पण घरातही कधी मलिन कपडा त्याला दिसला नाही. तिला स्वत:ला स्वयंपाक करण्याची हौस होती. पण ती स्वयंपाक केव्हा करते, आवराआवर केव्हा करते हेसुद्धा चंद्रकांतला कळत नसे. तिच्या केसांना कधी तेल लागत नसे. पण त्याचा तुकतुकीतपणाही कधी कमी होत नसे. जेव्हा जेव्हा चंद्रकांतनं काही करावं असं तिला वाटत असे त्या त्या वेळेस पेहेरावा असा वाटणारा

कपडा, वापरावी अशी वाटणारी वस्तू ती आपल्या बुद्धीनं अगोदरच आणून ठेवीत असे. स्नानगृहात दोघांनी एकत्र आंघोळ करावी अशी तिची इच्छा होती. पण आपल्या या हौसेची सुरुवात आपल्या पाठीला साबण लावण्याच्या निमित्तानं चंद्रकांतला बोलावून तिनं केली आणि मग तिच्या अद्भूत आरोग्याला मोहित होऊन चंद्रकांतलाच त्या सुखाची चटक लागली. रतिसुखातसुद्धा गाण्याप्रमाणे कृतींना काही अनुक्रम आहे, आणि ख्यालातून द्रूतात जाण्यासाठीसुद्धा बराच रस्ता आक्रमावा लागतो हे तिनं चंद्रकांतच्या लक्षात आणून दिलं. देवकीच्या आणि त्याच्या वैवाहिक संबंधांत ज्या आसक्तीचा अनुभव कधीच आला नाही ती आसक्ती मनीषानं जागी केली. कामसंग हा एक मनोहर खेळ आहे आणि त्या खेळाचं वैशिष्ट्य असं की, त्यात आपल्या जोडीदाराच्या सुखाची अधिक काळजी घ्यावी लागते, तरच सरस सुरत-सुख मिळतं हा नवा अनुभव चंद्रकांतला आला. या सुखाचे भिन्नभिन्न प्रकार योग्य वेळी परस्परांच्या अनुमतीनं आपणच हुडकून काढायचे असतात हा शोध लागल्यावर सुखाचं आणखी एक दार उघडलं. स्त्री पुरुष संबंधात, तसं कशाला वसुधेतील यच्चयावत सुखाच्या जाणिवेत, नैसर्गिक भिन्नता अभिन्न करण्यात केवढा अद्भुत आनंद आहे त्याचा प्रत्यय त्याला आला. रक्तामांसाच्या या देहात कितीतरी सुखाच्या जागा आहेत आणि परस्पराला सुखी करण्याच्या प्रतिज्ञेत सामील झालेले स्त्रीपुरुष सारी दुःखं, साऱ्या चिंता यांचा परिहार परस्परांच्या साहाय्यानं करू शकतात हाही बोध अद्भुतच होता.

मनीषाच्या आठवणीमागोमाग आठवणींचे सर त्याच्या अंतःकरणात ओघळू लागले. जे जे सुंदर, नाजूक, पवित्र त्या त्या ठायी मनीषाचं अद्भुत स्वरूप त्याला दिसलं, चित्तातल्या साऱ्या विवंचना, दुःख यांचा विसर पडून त्याचं चित्त मनीषामय होऊन गेलं. मनीषाच्या सुगंधी चिंतनात त्याचं मन इतकं गुंतून गेलं होतं की बेल्ट बांधण्याची सूचनाही त्याला ऐकू आली नाही. शैला त्याच्याजवळ आली, त्याच्या खांद्यावर हात ठेवून तिनं त्याला जागं केलं आणि ती बेल्ट बांधायला मदत करू लागली. ओशाळलेल्या चेहऱ्यानं चंद्रकांत तिला म्हणाला, "माफ करा हं, मला ऐकूच आलं नाही."

"छे, छे! त्यात काय मोठं? तुमचं मन अस्वस्थ दिसतंय एवढं मात्र खरं. मी तुम्हांला काही मदत करू शकेन का?" तेव्हा हसत हसत पट्टा बांधण्यात गर्क असणाऱ्या तिच्या हाताला त्यानं स्पर्श केला आणि तो म्हणाला, "थँक यू व्हेरी मच! आय ॲम ऑलराइट."

विमानातून उतरून टॅक्सी मिळविण्यासाठी तो बाहेरच्या पोर्टिगोमध्ये

आला. तेवढ्यात केविलवाणेपणाने हसण्याचा घवघवीत यत्न करणारी मनीषा त्याला दिसली. मधलं अंतर त्यानं ज्या जलदीनं काटलं, त्यामुळे मनीषाच्या डोळ्यांत चटकन आश्चर्य उमटलं. वास्तविक तिच्या डोळ्यांना अशा आतुरतेची सवय होती. प्रत्येक गाठभेट अशी बेभान होऊनच होत असे. स्थळ, काळ यांचा हिशेब कधी ठेवला गेला नाही, आणि याच आतुरतेची मनीषाला भीती वाटत आली होती. अवचितपणे भेटल्यानंतर किंवा नाइलाजाने दूर होताना चंद्रकांतचा सारा संकोच गळून पडत असे, आणि लोक काय म्हणतील याचा विवेक सुटून तो मनीषाच्या निकट येई.

"मी या विमानानं येणार हे तुला कसं कळलं?"

"त्यात काही अवघड नाही. मी एवढ्या तळमळीनं फोनवर सांगितल्यानंतर एक मिनिट तुम्ही तिथं राहणं शक्य नाही. तुमच्यासारख्या बड्या माणसाला विमानात जागा मिळवणंही फारसं कठीण जाणं शक्य नाही. अशा परिस्थितीत दिल्लीहून निघणारं विमान मुंबईला पोहोचतं केव्हा एवढंच काय ते मला फोनवर विचारावं लागलं."

"या विमानात जागा मिळणं शक्यच नव्हतं. पण केवळ योगायोग म्हणून मला मुदलीयार एरोड्रमवर भेटला. तो मुंबईला यायला निघाला होता. मी त्याला गळ घातली. पुढच्या विमानानं त्याला जागा मिळवून दिली आणि हे विमान मला मिळालं, काय झालंय? मला नीट सांग पाहू सारं!"

"इथे? एरोड्रमवर? असं उभ्या उभ्या?"

"मग घरी चल."

"आत्ता घरी नको, आधी तुम्ही तुमच्या घरी जा. संगीताला भेटा आणि मग मी सगळं सविस्तर सांगेन. तिची आणि तिच्या आईची अजून गाठ पडली नसेल. तेव्हा तुम्ही आता वेळ न घालविता ताबडतोब संगीताला भेटा, प्लीज."

तिच्या आवाजातली आर्तता चंद्रकांतला समजली. त्याला प्रथम समजूत घालायची होती मनीषाची. पण मनीषाच त्याची समजूत घालीत होती. चंद्रकांतसाठी सारं आयुष्य धुमसत घालवणाऱ्या मनीषाला एखाद्‌दुसऱ्या क्षुद्र अपमानानं आणखी दु:ख काय ते होणार होतं? याची जाणीव होताच चंद्रकांत पुरताच खजील झाला. तिच्या मनाचा आणखी एक उदार कप्पा त्याला जाणवला. तरी पण घरी जाण्यासाठी त्याचे पाय घुटमळू लागले. त्याच्या पायांतले त्राण एकदम हरवून गेले. तिचा हात पकडून तो गाडीत जाऊन बसला आणि गाडी सुरू करण्यापूर्वी तिच्या कानात म्हणाला, "तडक घरी जायला माझ्या पायांत बळ नाही. क्षणभर

तुझ्या सावलीला बसतो आणि मग काय घडलंय ते निस्तरण्याचा यत्न करतो.''

त्या क्षुब्ध मन:स्थितीत सुद्धा गाडी चालवण्यातली त्याची सफाई, खानदानी श्रीमंतीला कर्तृत्वानं आणलेला तरतरीतपणा आणि त्याचा नित्याचा प्रसन्नपणा कमी झालेला नव्हता. खूप मोठमोठ्या जबाबदाऱ्या शिरावर घ्यायची एकदा सवय लागली की माणसं सुख आणि दु:खं यांचे निरनिराळे कप्पे आपल्या मनात करू लागतात, दु:ख माणसाला टाळता येत नाही, हे तर खरंच; पण ते जेव्हा भोगणं भाग असतं तेव्हाच भोगायचं अशी सवय लागते. दु:खाचा परिहार नाही तरी मर्यादित अनुभव घेत राहण्यामुळे त्यांचं गजबजलेलं आयुष्य सुसह्य होतं. साऱ्याच दु:खांची गल्लत करून ती सदैव डोक्यात वागवायची असं ठरवलं तर अशा व्यापक जीवनात जगावं लागणाऱ्यांच्या नशिबी दु:खावाचून काही येणार नाही.

त्याची मोटार बंगलीच्या नीटस प्राकारात शिरताच चंद्रकांतचं मन स्थिर झालं. दरवाजा उघडून आत जाता जाताच मनीषाच्या पुष्ट देहाभोवती त्यानं विळखा घातला आणि तिच्या खांद्यावर मस्तक ठेवण्याचा यत्न केला. वास्तविक मनीषाची कुठल्या तरी प्रकारे आपण समजूत घातली पाहिजे अशी मनात इच्छा असूनही समजूत मात्र तोच करून घेणार होता. सांत्वन मात्र त्याचंच होणार होतं. त्यानं घातलेल्या मिठीला दुसऱ्या मिठीची दाद मिळाली. उत्तमांगांचा स्पर्श झाला, सुगंधी श्वास त्याच्या नाकात घुसला. चिंतांची जळमटं दूर झाली. ओलाव्यासाठीं उत्सुक असणारे दोन शुष्क ओठ एकमेकांना भिडताच स्निग्ध झाले. एकाकी भिरभिरणारी दोन पाखरं मंद लयीत साथ करू लागली. अंगावर रोमांचांनी गालिचा विणला. घामेजलेल्या पाठीवर आधारासाठी विसावलेला चंद्रकांतचा हात अधिक उबदार स्पर्श शोधू लागला. त्यातली एक परिचित ओढ मनीषाला जाणवताच तिनं अंग चोरलं आणि त्या विळख्यातून त्याच्या लक्षातही आलं नाही इतक्या हलक्या अंगानं स्वत:ची सुटका करून घेतली आणि ती म्हणाली

''आता नाही.''

''का?''

''ही वेळ नाही. या घटकेला संगीताचं दुखावलेलं मन सांभाळलं पाहिजे. एक मिनिटसुद्धा न घालविता तुम्ही घरी जा. अनर्थ अजूनसुद्धा वाचवता येईल. माझा देह काय कोणत्याही क्षणी तुमच्याच मालकीचा आहे. पण ही वेळ नाही. प्लीज चंद्रकांत! हरी अप! तुझ्या फोनची मी वाटत पाहते.''

- ० - ० - ० -

- ६ -

घरात पाऊल ठेवताच एकदा चंद्रकांतच्या मनावर भीतीची छाया उमटली. सकाळपासून देवकी अजूनही घरी आलेली नाही हे पाहून त्याला बरं वाटलं. संगीताची समजूत आपण घालू शकू असा त्याला विश्वास वाटत होता. तरीपण आपल्या गुन्ह्याची कबुली आपल्या मुलीसमोर देणं आपल्याला कितपत शक्य होईल याविषयी तो अंदाज बांधू लागला. संगीतासारख्या आडमुठ्या वयाच्या मुलीशी कोणत्या शब्दांत बोलावं याची तो मनात जुळणी करू लागला. परंतु आपल्याला स्वत:चं समर्थन करून संगीताच्या मनाची समजूत घालता येईल या विषयीचा त्याचा विश्वास क्षणाक्षणाला विरघळू लागला.

आणि त्याच्या त्या भ्रमिष्ट अवस्थेत संगीता त्याच्यासमोर एकदम येऊन उभी राहिली. तिचे डोळे रडून रडून सुजले होते. पण चेहऱ्यावर काही विचित्र आणि कठोर निर्णय घेतल्याचा भाव दिसताच चंद्रकांत अधिकच विदग्ध झाला.

"काय गं बेटा? काय झालं रडायला तुला?"

उत्तराऐवजी संगीतानं एक हुंदका दिला.

"आई रागावली का?"

नकार कळावा एवढी कामापुरती मान हलवून तिनं आणखी हुंदका दिला.

"अगं मग झालं तरी काय? मला सांगणार नाहीस?"

त्यावर काहीच उत्तर न देता ती मुसमुसत राहिली. संगीताला जवळ कुशीत घेत तो म्हणाला, "तू सांगितलं नाहीस तर कळणार तरी कसं मला? आई काही बोलली का? का शाळेत काही घडलं?"

"हो."

"काय घडलं?"

"मला शाळेत यायला बंदी केली."

"पण का? काय केलंस तू?"

“मी, मी...”

“आज सकाळी तू ट्रिपला जाणार होतीस ना?”

“गेले होते.”

“मग?”

“बाईंना न विचारता मी दुसरीकडे गेले. त्यामुळे त्या मला शोधत बसल्या. मी सापडले नाही म्हणून घाबरल्या. घरी आई नव्हती म्हणून त्यांनी पोलिसांत तक्रार केली. तेवढ्यात मी शाळेत पोहोचले. हेडमास्तरीण बाई तर फार रागावल्या. शाळेचा दुर्लौकिक झाला, म्हणून त्यांनी मला सांगितलं, पालक भेटायला आल्याशिवाय शाळेत येऊ नकोस.”

“हात् तिच्या! मी जाईन भेटायला शाळेत. आईलासुद्धा नाही सांगितलंस तरी चालेल.”

“पण आईला कळेलच.”

“ते कसं?”

“शाळेनं पत्रं लिहिलंय आणि शिवाय बाईंची आणि आईची ओळख आहे.”

“बरं समजा तिला कळलं, काय बिघडलं त्यात? कळलं तर कळलं.”

“असं कसं? ती मला विचारेल? मी कुठे गेले होते म्हणून?”

“बरं मग? सांगायचंस कुठे गेली होतीस ते. गेली तरी कुठे होतीस?”

“मी... मी...”

“सांग ना.”

“मी कुठे गेले होते हे सांगितलं तर चालेल आईला?”

“चालेल की, पण गेली तरी कुठे होतीस तू?”

“मी होय, मी गेले होते त्या बाईकडे.

“कोणती बाई?”

“ती सकाळी तुमच्याबरोबर एरोड्रमवर होती ती.”

“म्हणजे मनीषाकडे गेली होतीस तू?”

“हो.”

“का?”

“सांग ना, उत्तर का देत नाहीस? का गेली होतीस?”

संगीता काहीच बोलेना. त्यामुळे किंचित कठोर आवाज काढून चंद्रकांत म्हणाला, “संगीता, बोलत का नाहीस तू?”

संगीता खाली मान घातलेल्या स्थितीत म्हणाली, “कोण आहे ही बाई?”

"हा प्रश्न तू सरळ मलाच विचारू शकली असतीस. तेवढ्यासाठी शाळेचा नियम मोडण्याची काय गरज आहे?"

"मला ती बाई कोण आहे हे शोधून काढायचं होतं."

"मग काय शोधलंस, काय शोधलंस?"

एक दोन मिनिटं तशीच स्तब्धतेत गेली आणि संगीता म्हणाली, "तिच्यामुळे तुम्ही आईशी भांडता का हो पप्पा?"

"नाही. तिची माझी ओळख होण्यापूर्वीपासून तुझी आई वाईट वागते आहे."

"पण तुम्ही मला चोरून अन् आईला चोरून तिच्याकडे का जाता पप्पा?"

चंद्रकांतनं एक आवंढा गिळला आणि तोंडात आलेले शब्द त्यानं मागं भिरकावले. खरं पाहता त्याला खूप ओरडून सांगायचं होतं काहीतरी. पण अर्थात ते संगीतासमोर नाही. तो म्हणाला, "बेटी अजून तू लहान आहेस. माणूस आयुष्यात सुखासुखी लपंडाव खेळत नाही. तुझ्यापासून तरी वास्तविक मनीषाची आणि माझी ओळख लपवायचं कारण नाही. पण तू लहान आहेस. तुला कुठं, काय बोलावं हे कळण्यासारखे नाही. म्हणून फक्त तुला सांगितलं नव्हतं."

"पण पप्पा, ही मनीषा कोण आहे तुमची?"

'कोण आहे? कोण आहे ही मनीषा?' त्याच्या मनात प्रश्न आला.

या देहातल्या अणूरेणूवर, श्वासोच्छ्वासावर प्रत्येक रोमांचावर जिचं स्वामित्व आहे, ती मनीषा माझी कोण? कसं सांगू पोरी? कोणत्या शब्दांत सांगू की मनीषा माझी कोण आहे? आयुष्यातली सारी सुखं जिच्या एका स्पर्शासाठी मी दान करून टाकेन. जिच्या एका कटाक्षासाठी माझं हे सारं औद्योगिक साम्राज्य मी बेचिराख करीन. स्त्रीपुरुषाच्या नात्यातला सर्वोच्च पवित्र, सुंदर असा हा एक साक्षात्कार आहे. माझ्या देहातील सारी चेतना हरवली तरी त्या मधाळ स्पर्शानं मी पुन्हा सचेतन होईन. चंद्रकांतच्या डोळ्यांसमोर प्रकाशानं न्हाऊन गेलेली, दीप्तिमान, नीटस, घवघवीत अशी मनीषा साक्षात उभी राहिली. त्या दर्शनानं भांबावून जाऊन तो अवाक् झाला.

"सांगा ना पप्पा, मनीषा तुमची कोण आहे?"

अंत:करणातल्या भावनांना शब्दरुप देणं चंद्रकांतला काही जमलं नाही आणि अगतिक होऊन हताश स्वरात तो म्हणाला, "संगीता, तिचं आणि माझं नातं तुला कसं सांगू समजावून? पण, पण ती फार फार चांगली आहे."

"मुळीच नाही! मलासुद्धा तुम्ही मी शोधेपर्यंत काही सांगितलं नाहीत. तिनंच तुम्हांला तसं करायला सांगितलं असलं पाहिजे. ती दुष्ट आहे. माझ्यापासून

तिला तुम्हांला पळवायचंय, आपली गाडी तिला पळवायची आहे. आपले पैसे तिला हवे आहेत. तुमचं घर तर ती आधीच बळकावून बसली आहे. ती दुष्ट आहे, वाईट आहे.....''

''संगीता काय बोलतेस तू हे?''

''बोलणारच मुळी! मी तिथे गेले तर माझ्यावर ती ओरडली. माझा फोटो तुम्ही तिला का दिला? मला तो आता पाहिजे.''

''संगीता, तू काय वेडी आहेस का?''

''असू दे मी वेडी. तुम्ही तिच्याकडे जाता कामा नये. पप्पा, तिनं तुमच्यावर चेटूक केलंय. नाही ना जाणार पप्पा, तुम्ही तिथे? सांगा ना...''

चंद्रकांतला काय उत्तर द्यावं तेच कळेना. जो जो तो समजूत घालू लागणार, तो तो ती अधिकच बिथरू लागणार असं स्पष्ट दिसू लागलं. त्यामुळे तिच्या डोक्यातून हा विचार काढण्याचा काहीतरी नवीन इलाज योजणं भाग होतं. तो म्हणाला,

''संगीता तुझं माझ्यावर प्रेम आहे काय?''

''पण तुमचं कुठं माझ्यावर आहे?''

''अगं वेडे, तुझ्यावरचं प्रेम निराळं आणि मनीषावरचं प्रेम निराळं. तुझं मी काही कमी केलं का? मनीषाचा तू द्वेष का करतेस गं? तुझ्या पप्पाला एखादी गोष्ट आवडली तर तू नाही का ती आवडून घेणार? तुला आवडतात म्हणून मी नाही का हिंदी चित्रपटांना येत? मग मला आवडते म्हणून मनीषा तुला पण आवडली पाहिजे.''

''मला नाही ती आवडायची.''

''माझ्यासाठीसुद्धा?''

''अं हं!''

''अगं पण का? तिनं काय तुझं घोडं मारलंय?''

''मला ती आवडलीच नाही आणि ती चांगली नाहीही. मी तुम्हांला आवडते ना पप्पा. मग तुम्ही तिच्याकडे जाता कामा नाही.''

''असा हट्टीपणा शोभत नाही हं तुला.''

''असू दे आम्ही हट्टी.''

''असं नाही करायचं.''

''आम्ही करणार... मला नकळत तुम्ही तिच्याशी गट्टी केलीत. मला फसवलंत. ती मुळी दुष्टच बाई असली पाहिजे. माझी एक मैत्रीण म्हणाली की

काही चेटक्या असतात आणि त्या काही मंत्र टाकून दुसऱ्याला आपल्या जाळ्यात पकडतात आणि ज्याच्याकडून काय वाटेल ते करून घेतात. मनीषा चेटकीण आहे, चेटकीण. तुम्ही तिला सोडलंच पाहिजे.''

''खबरदार, असलं काही घाणेरडं बोलायचं नाही.''

''का नाही? ती तशी आहेच मुळी.''

यानंतर मात्र चंद्रकांतचा तोल सुटला आणि त्यानं तिच्या गालावर एक तीक्ष्ण प्राहर केला. आयुष्यात कधीही बापाचं हे रुद्र स्वरूप पाहण्याची सवय नसलेली संगीता आश्चर्यचकित झाली त्या आश्चर्यात एक विलक्षण संताप, एक अनावर चीड प्रतीत झाली. तिच्या डोळ्यांत एकदम पाणी तरारलं आणि ती एकदम ओक्साबोक्सी रडायला लागली.

''शाब्बास! मुलीवर हात उगारायला शरम नाही वाटत? काय झालं गं संगीता?''

''काही नाही. माजलीय कार्टी?''

''कार्टी माजली नाही, तुम्हीच माजले आहात. तुमचं सारं बोलणं मी ऐकतेय. एका ठेवलेल्या बाईच्या प्रतिष्ठेसाठी तुम्ही बायको-मुलांना मारायला निघालात?''

-०-०-०-

- ७ -

पुढचा सारा प्रसंग नेहमीचाच होता. कोणतंही कारण नसताना जिथे देवकी वेडीपिशी होत असे. तिथे आजच्या ह्या स्फोटक परिस्थितीत ती बेफाम झाली. घाणेरड्या शब्दांच्या फैरी झडल्या. मनीषाच्या नावाचा शेकडो वेळा उद्धार झाला. नोकराचाकरांना ऐकू जाईल असा हा तमाशा किती वेळ चालला असता कुणास ठाऊक. पण अखेर देवकी बेशुद्ध झाली आणि तशाही अवस्थेत शुश्रूषा करण्याचा प्रसंग चंद्रकांतवर ओढवला. अशा भांडणाच्या वेळी संगीताचा सहानुभूतीचा मृदू स्पर्श चंद्रकांतला बळ देई. पण आज संगीता मख्खपणे हा सारा तमाशा पाहत होती. मनातल्या मनात ती थोडी खूष झाली होती. संगीताच्या अंत:करणात हा दुष्टावा का यावा हे चंद्रकांतला कळणे शक्य नव्हते. एवढ्याशा वयाच्या मुलीच्या अंत:करणात दुष्टपणातून उद्‌भवणारा हा विकृत आनंद निर्माण होऊ शकला हा खरोखरीच दुर्दैवाचा भाग होता. ह्या एवढ्या बाबतीत तिच्या आईचा संस्कार तिने उचललेला पाहून त्याच्या अंत:करणात एक परमावधीची तीव्र वेदना उमटली. ज्या वयात भाबडेपणा, बालसुलभ निर्व्याजता जागी व्हायला हवी त्या वयात प्रौढांना शोभेल असा विकृत आनंद उत्पन्न होऊ लागावा याला कमनशिबाखेरीज दुसरे नाव काय द्यायचे?

त्या प्रसंगात चंद्रकांतचा उरलासुरला धीर संपत आला. उघडपणे एवढे स्फोटक शस्त्र देवकीच्या हातात मिळाल्यानंतर सुडानं झपाटलेल्या देवकीला स्वर्ग हातात आल्याचा आनंद झाला. घरातलं वातावरण वैशाखातल्या वणव्याप्रमाणे पेटले आणि काय करावं अन् काय नाही हेच चंद्रकांतला मुळी कळेना. तिकडे आपल्या काळजीने मनीषा दु:खात चूर झाली असेल याची जाणीव असूनही मनीषाला भेटणं किंवा तिला फोन करणं हाही एक साहसाचाच भाग होऊन बसला.

चंद्रकांतच्या दु:खाचा आता एक निराळाच प्रकार झाला. सारखं घालूनपाडून बोलणं, मनीषाचा वेडावाकडा

उल्लेख करणं, तिच्या चारित्र्याबद्दल अद्वातद्वा बोलत राहणं हा एक जणू देवकीचा चाळा सुरू झाला होता. जी गोष्ट अत्यंत काळजीपूर्वक आणि दक्षतेने सुरूवातीपासून गुप्त ठेवली ती गोष्ट आता कोणाही लुंग्यासुंग्या माणसाच्या कानांवर देवकी चविष्टपणानं घालू लागली. तिनं आपल्या बापाला, काकाला आणि सर्व वडीलधाऱ्या माणसांना गोळा केलं आणि स्वत:च्याच घरात चंद्रकांतला एक चेष्टेचा विषय बनवून सोडलं. प्रत्येक वडीलधाऱ्या माणसानं ऊठसूट चंद्रकांतला छेडावं, आपल्या मुलीच्या दुर्दैवाबद्दल नक्राश्रू ढाळावेत आणि स्वत:च्या दुबळ्या स्वभावामुळं चंद्रकांतनं ते मख्खपणे ऐकत राहावं, असा किळसवाणा दिनक्रम तिनं चंद्रकांच्या नशिबी आणून ठेवला.

या साऱ्या संभाषणातून हळूहळू देवकीने चंद्रकांतला सोडून द्यावं याचा प्रस्ताव पुढे आला आणि तशा त्या विचित्र अवस्थेतही चंद्रकांतला क्षणभर बरं वाटलं. कोणत्याही कारणास्तव का होईना, देवकीच्या तावडीतून जर का आपण सुटलो तर आपल्या सुखाला पारावार राहणार नाही अशी त्याची मनोमन खात्री होत गेली. वर्षानुवर्षं अज्ञातवासात, एकीकापणानं केवळ दु:खाचा वाटा स्वीकारीत वाट पाहत राहिलेल्या मनीषाला सुखाचे दोन तरी क्षण लाभणार असतील तर त्यासाठी वाट्टेल ती किंमत द्यायला चंद्रकांत केव्हाच तयार होता. जगातली कोणतीही गोष्ट अशी नव्हती की जी देऊन टाकण्यानं मनीषाच्या सहवासाची किंमत फिटली असती. परमेश्वराच्या ह्या अफाट दुनियेत मनीषाच्या मखमाली ओठांच्या सुगंधी आठवणीलाही कसलीच जोड नव्हती. कदाचित परमेश्वरच पुन्हा तसले ओठ निर्माण करू म्हणेल तर त्यालाही ते शक्य नव्हते.

वेळात वेळ काढून हजारो विषारी नजरा चुकवीत चंद्रकांत मनीषाकडे जाई. तिला कसलाही त्रास होऊ नये म्हणून त्यानं तिच्या घरात सोबतीची व्यवस्था केली. परंतु ह्या बाहेरच्या सुखाची, रक्षणाची, स्वास्थ्याची तिला मुळीच गरज नव्हती. ती मुळची खंबीर होती अन् या फार संकटाच्या काळात ती आणखीनच कडवी बनली. तिला गरज होती ती ह्या विचित्र परिस्थितीतून चंद्रकांत कसा सुटेल ह्याची. तेही स्वत:च्या स्वार्थासाठी नव्हे तर या सततच्या मानसिक ताणापुढे कोवळ्या वृत्तीच्या चंद्रकांतचा निभाव लागणार नाही म्हणून. तिला भय होतं, ते चंद्रकांतच्या हेकट आणि अविचारी बायकोकडून त्याला इजा पोहोचेल याबद्दल. ती पदोपदी कळवळून सांगायची ''अरे, ज्या माझ्या क्षणाच्या भेटीसाठी तुझे तासन्तास क्षुब्ध अवस्थेत जातात ती भेट आता तू घेऊ नकोस. तो विरह मी हसतमुखाने सहन करीन.''

-०-०-०-

- ८ -

संगीताची अवस्था आता अधिकच बिकट झाली होती. आपल्या बापाला आपण कोठेतरी नाजूक जागी दुखवलं आहे हे तिला मनोमन कळून चुकलं. आपलं काही चुकलं असं तिला वाटू लागे तोवरच घरातल्या सर्व वडीलधाऱ्या माणसांमधून चंद्रकांतविषयीची तीव्र नापसंती तिच्या कानांवर येई. संगीतामुळे चंद्रकांतचा हा लपंडाव आपल्या ध्यानात आला, त्यामुळे या युद्धात संगीता आपोआपच आपल्या बाजूला आहे असे देवकी गृहीत धरून चालली. एरवी जिने कधी ममतेचा एखादा सुखद स्पर्शसुद्धा संगीताच्या वाट्याला लाभू दिला नव्हता, ती आता जाता येता संगीताला आंबाळू चोंबाळू लागली. तिच्या अंत:करणात जागी होणारी बापाविषयीची अनुकंपा या अशा विचित्र वागण्यानं ओसरून जाई. बोलून चालून बालवयच ते. नेहमी बापाच्या कुशीत झोपायची सवय असलेल्या संगीताला आधी घडलेल्या रामायणाची आठवण असणे कसे शक्य होते, आणि म्हणून उठल्या उठल्या ती बापाच्या वत्सल दृष्टीचा शोध घेऊ लागे. परंतु त्या उदास, एकाकी चेहऱ्याकडे दृष्टी जाताच ती पुन्हा सावध होई आणि आपल्या हट्टवादाला चिकटून राही.

एक दिवस शाळा सुटल्यानंतर गाडी येणार नसल्यामुळे संगीता रमतगमत मैत्रिणींबरोबर घरी जायला निघाली. तसं त्यांचं घर शाळेपासून लांबही नव्हतं आणि शेजारच्या घरातल्या काही मुली तिच्या मैत्रिणीच होत्या अन् तिच्याच शाळेत होत्या. गलका करीत चारपाच मुलींचा तो घोळका रस्ता ओलांडण्यासाठी एका चौकात उभा राहिला असताना तिला कोणाची तरी हाक ऐकू आली. तिनं चमकून त्या दृष्टीकडं पाहिलं, तेव्हा तिच्या ध्यानात आलं की ती दुसरी तिसरी कोणी नसून मनीषाच असली पाहिजे. आपल्या घरात चाललेल्या साऱ्या अनर्थाचं हे मूळ समोर पाहताच क्षणभर तिच्या डोळ्यांत संतापाची आग चमकून गेली. मनीषाच्या ध्यानात ही गोष्ट आली नाही, असे नाही. तरी

पण जन्मजात स्वभावात रुजलेल्या शालीनतेनं आणि सहृदयतेनं तिच्यावर मात केली. मधलं अंतर दोन ढांगांनी काटून ती संगीताच्या जवळ आली आणि तिच्या खांद्यावर हलकेच थोपटून तिला म्हणाली, "कशी आहेस?" या तिच्या अकारण आपुलकीच्या दर्शनानं संगीता क्षणभर चमकली. समोरच्या स्त्रीचा आपण एकदा खूप अपमान केला होता आणि म्हणून तिनं आपल्यावर रागावणं रास्त होय असा तिचा हिशोब होता. पण तो हिशोब साफ चुकलेला पाहून ती आश्चर्यचकित झाली. या तिच्या गोंधळलेल्या मन:स्थितीचा फायदा घेण्यासाठी मनीषा तिच्या अधिकच जवळ आली आणि तिला म्हणाली, "घरी चालली आहेस ना?"

"हं."

"घाई नाही ना तुला?"

"नाही!"

"मग आपण चहा घेऊ या कुठेतरी."

संगीताचा डोळ्यांतला गोंधळ मुळीच कमी झाला नव्हता. उलटपक्षी त्या गोंधळात थोडी भरच पडली. इतकंच नव्हे तर तिच्या डोळ्यांत एक काहुरलेली भीती उमटलेली मनीषानं जोखली आणि तिच्या हातातली बॅग आपल्या हातात घेत ती म्हणाली, "इश्श! विचार काय करतेस गं खुळे, मी काय तुला कुणी परकी का आहे?"

संगीताचा कोणताच निश्चय पक्का होईना, पण तिला एक कळून चुकलं की आपण जर अशाच हिच्याशी बोलत उभ्या राहिलो तर हिच्या गोड गोड बोलण्यात आपण नक्कीच गुंगून जाऊ, आणि आपले बाबा आपल्याला कायमचे हरवतील. त्या विचारांच्या आहारी जाऊन तिने चटकन तिचा हात ढकलला. ती काहीच बोलली नाही आणि तिची बॅग परत झटकावून घेऊन एका निमिषार्धात ती मैत्रीणींच्या घोळक्यात सामील झाली.

मनीषा अंतर्यामी फार दुखावली. ह्या कोवळ्या मनाला जिंकणे महाबिकट काम आहे याविषयी तिची खातरजमा पूर्वीच झाली होती. पण तिच्या हटवादाला कोठेतरी फट पाडू शकण्यात आपण यशस्वी होऊ शकत नाही याबद्दल दु:खावाचून तिच्या ठायी काहीच उरले नाही.

संगीताच्या आकृतीकडे पाहताना तिचं मन दु:खाने आणि आनंदाने भरून आले. दु:खाने अर्थातच दुराव्यामुळे पण हर्षाचा उगम मात्र संगीताच्या अन् चंद्रकांतच्या विलक्षण साम्यात होता. चंद्रकांतची ती भाबडी प्रतिकृती पाहताच

तिला चंद्रकांतच भेटल्याइतका आनंद झाला. चंद्रकांतने आपल्याला क्वॉलिटीत भेटायला बोलावलंय हे क्षणभर तिच्या ध्यानातसुद्धा आलं नाही.

चंद्रकांत आता तिला भेटणार होता. अंधारलेल्या मऊ कोचाच्या कोपऱ्यात, संगीतसुरांनी भरलेल्या त्या मंद दालनात, शानदार आसनात ती विसावणार होती. अनेक सुगंधी स्वप्नांना ती साकार करणार होती. सततच्या वा सक्तीच्या सहवासात एरवी कळकट होत जाणारी बेचव वासना अजून त्या दोघांत रंगदार राहिली होती. प्रज्वलित होती. चोरटेपणामुळे काव्यात्म होती. बेबंद होती.

आणि त्या अंधारातल्या कोपऱ्यात जेव्हा चंद्रकांत आला, तेव्हा तिला क्षणभर अस्मानात गेल्यासारखे वाटले. एवढ्या सार्वजनिक जागी आणि तेही घरापासून दूर नाही अशा अंतरावर, शिवाय जिथे चंद्रकांतचा म्हणून समजला जाणारा वर्ग हमेशा येणार तिथे खरे म्हणजे भेटणे हे वेडेपणाचे लक्षण होते. एरवी हा विचारसुद्धा त्यांनी झटकून टाकला असता पण व्याकूळ, वेदानांकित प्रेमिकांना विवेक उरत नाही. केवळ दर्शनसुखासाठी केवढा आटापिटा!

पण तरीही सुखवर्षावात मनीषा न्हात होती. चंद्रकांत काय बोलतोय इकडे तिचे लक्ष नव्हते. किंबहुना जगाचा तिला विसर पडला होता. सारे चलनवलन खोळंबले होते. केवळ तिचे भावार्त डोळे, धडधडणारी स्पंदने, आणि तृषार्त गात्रे एवढीच काय ती चेतनामय होती. हे जग मिथ्या आहे, ही संहारक हालचाल खोटी आहे. फक्त सत्य आहे तो एक मिणमिणता दिवा, त्या खालचा बोलक्या डोळ्यांचा सडसडीत चंद्रकांत आणि समोरची ओसंडून जाणारी मुग्धता.

हे असेच असते. भरती अशीच येते. वसंत असाच व्यापून टाकतो. वर्षा अशीच कोसळते... जीवनातला अद्भुत आनंद असाच भेटतो. अकस्मात तर्काला उल्लंघत, उचंबळत या आनंदाचा क्षण हेच आत्म्या-परमात्म्याचे मीलन.

पण प्रत्येकाला मर्यादा असते. कवितेलासुद्धा छंद असतो. बंधन असते आणि अखेरही असते. हलक्या कानगोष्टी संपल्या मग निरोपाची भाषा झाली, पुनर्भेटीचे वायदे झाले.

संगीताचा विषय निघाला.

''संगीताची कशी समजूत घालायची हेच मला कळत नाही.''

''मीसुद्धा हतबुद्ध झालेय. आत्ताच ती मला भेटली होती.''

''मग?''

''मग काय! तिचं मन द्विधा होतंय... तुम्ही तिला फसवलंत आणि ते

माझ्यापायी हे ती विसरू शकत नाही.''

''हं, माझ्याशी तिचं बोलणंच तुटलंय गं. घरात तो एक विसावा होता. त्या कोवळ्या मिठीत सारे काही विसरता येत होतं. पण आता साधी दृष्टिभेट होत नाही.

''लहान मुलं एवढी हट्टी नसतात, संगीतासुद्धा नसावी. पण हा मामलाच असा काही विचित्र आहे की मी तिची समजूत काढू शकत नाही.''

थोडा वेळ दोघेही स्तब्ध बसले. चंद्रकांत खुलला होता. पण मनीषा सावध होती. चंद्रकांतने वेळेवर घरी पोहोचणे आवश्यक आहे याची काळजी तिला होती. पुन्हा नवा वायदा, नवा विरह, नवे दु:ख स्वीकारून खालच्या मानेने ती चंद्रकांतपासून दूर झाली.

तो प्रसंग घडला अन् एरवी कदाचित जी आग केवळ धुमसत राहिली असती तिचे स्वरूप फारच भयानक झाले. ज्या बालक संस्थेची मनीषा चिटणीस होती, त्या संस्थेच्या कामाकडे अलीकडे तिचे आता लक्ष नव्हते. त्या संस्थेचे अध्यक्ष तिला अनेकवार फोनवरून, पत्रावरून सतावत होते. शेवटी तिने आपला राजीनामाच पाठवून दिला.

अनाथ बालकाश्रम ही एक मान्यवर संस्था होती. तिच्या सात-आठ शाळा होत्या. एक बालकाश्रम होता. मुंबईचे अनेक श्रीमंत उद्योगपती त्या संस्थेकडे आपल्या दानाचा ओघ वळवीत होते. अर्थात मनीषा चिटणीस झाल्यापासून त्या गोष्टी अधिक सुलभ झाल्या होत्या. कारण चंद्रकांतने पुष्कळ ठिकाणी आपला शब्द टाकला होता.

- ०-०-०-

- ९ -

मनीषाचा राजीनामा स्वीकारला जाणे शक्यच नव्हते. कारण त्या बालकाश्रमाचा वार्षिकोत्सव मुख्यमंत्र्यांच्या अध्यक्षतेखाली होणार होता. त्या वेळेस स्त्रियांच्या चळवळीबाबत एक मोठा परिसंवाद मनीषाने आयोजित केलेला होता. गेले अनेक दिवस खपून मनीषाने त्या सर्व कार्यक्रमाची आखणी केलेली होती. पण समारंभ व्हायच्या ऐन वेळेला तिची मन:स्थिती बिघडविणारे हे प्रकरण उपस्थित झाले आणि त्या समारंभातून तिला दूर सरावे लागले. तिने हजर राहावे अशी सर्वांची इच्छा होती.

समारंभ मोठ्या दिमाखदार थाटाने होणार होता. कितीही कडवट मन:स्थिती असली तरी प्रत्यक्ष समारंभाला हजर न राहणे तिला शक्य नव्हते. ती हजर राहिली. समारंभ तिने योजल्याप्रमाणे पार पडला. परिसंवादाचा विषय फार तोलामोलाने पार पडला. विषय होता, 'सुशिक्षित स्त्रियांपुढील नवे प्रश्न.' नामांकित स्त्रियांनी आपली भाषणे परिश्रमपूर्वक सादर केली. सर्वसाधारणपणे असले कार्यक्रम बेतासबात सादर केले जातात. कोणीतरी थातुरमातुर बोलते, चार लोकप्रिय कोट्या किंवा टाळ्यांची वाक्ये बोलण्याची सर्वांना सवय असते. आपण काहीतरी नवीन चिंतनपूर्वक केलेला विचार मांडावा अशी कोणी आकांक्षा धरत नाही अन् म्हणून असले कार्यक्रम सर्वांत कंटाळवाणे होतात. हे भय ओळखून मनीषाने आधी पूर्ण खबरदारी घेतली होती. अभ्यासू, नवीन विचारांच्या तळमळीच्या कार्यकर्त्यांकडून, तिने त्यांच्या भाषणाच्या लिखित प्रती मिळविल्या होत्या. उणीवा वाटल्या तेथे समक्ष भेटीने किंवा पत्रव्यवहाराने ती भाषणे दुरुस्त करवून घेतली होती. एकंदर परिसंवादाचा तोल राखण्यासाठी कमी वाटल्या त्या प्रश्नावर नव्या तज्ज्ञ महिलांना भाषणे तयार करावयास सांगितले होते.

परिसंवादाच्या अखेरीस अनाहूत प्रश्नोत्तरांचा किंवा उपवक्त्यांचा कार्यक्रम आयोजिलेला होता. त्या भाषणावर जरी काही नियंत्रण करणे शक्य नव्हते, तरीही त्याचाही

तोल अध्यक्षीणबाई सांभाळीत होत्या. पण अकस्मात मनीषाचे डोळे विस्फारले गेले...

कारण देवकी स्टेजवर येत होती. जबाबदार निमंत्रित नागरिकांच्या अग्रभागीच्या ओळीत चंद्रकांत बसणार होता. त्याच्याबरोबर कदाचित देवकी येणार होती, याची कल्पना मनीषाला होती. पण त्यांची दृष्टादृष्टसुद्धा होता कामा नये यास्तव ती आजारपणाच्या सबबीवर विंगमध्ये बसून राहिली होती. समोरासमोर एवढ्या लोकांसमोर, देवकीसमोर आपल्याला जर चंद्रकांत दिसला, त्याचे भावभग्न डोळे दिसले तर आपला तोल राहणार नाही, यास्तव तिने हे बंधन पत्करले होते. पण त्याहीपेक्षा देवकीचा स्वभाव तिला कळून चुकला होता. आज आपली गाठ पडण्याचा मोका आहे हे खुनशी शहाणपणाने ओळखून वेळप्रसंगी नम्रता धारण करून ती चंद्रकांतबरोबर समारंभाला येईल अशी तिची अटकळ होती. समारंभ सुरू होण्यापूर्वी खूप आधी ती रंगमंचावर दृष्टिआड बसून राहिली ती तिच्या भयास्तव.

आपल्याला शोधणारे तिचे डोळे तिने पडद्याच्या भोकातून पाहिले होते. केविलवाणे बसलेले चंद्रकांत... ती हसली.... आपल्याला चंद्रकांतचे डोळे केविलवाणे वाटतात. कारण आपल्याला त्याचे दुःख माहीत आहे. पण ज्यांना चंद्रकांतचे दुःख अज्ञात असेल त्यांना ते दुःख का जाणवावे? खरेच आहेत का त्याचे डोळे करुणामय! खरेच का त्यांचा मुखचंद्रमा दुःखदर्शक वाटतो. त्यांच्यासारख्या देखण्या, श्रीमंत, तरुण माणसाच्या वरवरच्या मुखवट्याआड दुःखाने कशासाठी ठाण मांडावे?

देवकी रंगमंचाकडे येत आहे असे पाहताच मनीषा विंगमधून हलून मागे रंगपटात गेली आणि आपण दिसू शकणार नाही एवढी खात्री करून घेऊन धडपडणारे हृदय सांभाळीत बसून राहिली. रंगमंचावरील भाषणे- लाऊडस्पीकर ठणाठणा ओरडत होता. तेवढ्यात तिच्या कानांवर जो स्वच्छ, रेखीव पण उर्मट असा एक सूर आला, तो ऐकताच ती देवकी असणार हे तिने ओळखले. एखाद्या तयार वक्त्याच्या सफाईने ती बोलत होती. श्रीमंती, रूप, समाजातील वजन सारे, सारे पुरेपूर तिच्या स्वरात उतरत होते. आधुनिक स्त्रिया, विशेषतः सुशिक्षित स्त्रियांचे चारित्र्य यावर ती मोठ्या कठोरपणे बोलत होती. हे सारे मनातला काहीतरी साचलेला राग व्यक्त करण्यासाठी ती बोलत होती, हे तिला कळताच तिच्या मनात भयाचा डोंगर उभा राहिला.

आधुनिक सुशिक्षित स्त्रियांशी लग्न करण्यासाठी पुरुष उत्सुक का नसतात.

अनुरूप जोडीदार का मिळत नाही हे सांगितल्यावर त्या सुशिक्षित स्त्रियांचे वय वाढत जाते आणि एक वेळ अशी येते की सर्वसामान्यत: लग्न होणे अशक्य होते, अशा वेळी दुसऱ्याचा सुखी संसार या बायका कशा बळकावतात या विषयावर ती पोहोचली. चांगल्या समाजातल्या सुशिक्षित महिला अगतिक होऊन, अधिऱ्या होऊन, उष्टावलेला पुरुष पत्करतात. या प्रकारचा अवलंब प्रत्येकाच्या घरापर्यंत पोहोचला आहे. कार्यालयात काम करण्यास कारकून, स्टेनोपासून ते कारखान्यातून वा संस्थातून काम करणाऱ्या सुशिक्षित स्त्रीपासून आपला नवरा सांभाळणे हा आता मोठा उद्योगच होऊन बसला आहे. फुकटाफुकटी तरण्याताठ्या मुली मिळत असताना त्यांना नाकारायला आता रामराज्य थोडेच आहे. आपल्या या संस्थेच्या कार्यकारिणीतील एक जबाबदार सेक्रेटरीसुद्धा असा उष्टा संसार करण्यासाठी चटावलेली आहे. यापुढे सर्व स्त्रियांनी जागरूक राहून अशा स्त्रियांना सर्व सामाजिक स्थानावरून हाकलून काढले पाहिजे....

देवकी पुढे काय बोलली हे मनीषाला ऐकू आले नाही, ती जे बोलली आपल्याला उद्देशून बोलली, त्यामुळे वेदनांचा डोंब तिच्या अंत:करणात उठला. तिच्या मर्मभेदक शब्दांनी तिची गात्रे न् गात्रे शरमेनं करपून गेली. आपल्या आयुष्याची लक्तरे आता चौकांचौकात टांगली जात आहेत हे पाहून कधी जाणवले नाही ते आपल्या आयुष्याचे क्रूर दर्शन तिला झाले. आपण अखेरीस कोण आहोत! एक रक्षा. पोटाला खायला प्यायला घालून, चांगलेचुंगले कपडे पेहरावून चांगला बंदिस्त पिंजरा तयार करून ठेवलेली, हवी तेव्हा मौज करायला, एक चंट गुलजार श्रीमंत शौकीन माणसाने ठेवून दिलेली बाई. आडवाटेवर तोंड लपवून जन्म काढण्यासाठी जन्मलेली एक अभागी स्त्री. समाजातली मानमान्यता, सुख, सौंदर्य, कीर्ती या सर्वांना पारखी झालेली ही एक हतभागी स्त्री. हे आयुष्य आपल्या वाट्याला का म्हणून यावे आणि देवकी... तिच्या वाट्याला ही सत्ता, ही संधी, ही प्रतिष्ठा का यावी? चंद्रकांतच्या सुखासाठी खेळवली जाण्याची वस्तू मी अन् त्याच्या सर्वस्वाचा ताबा देवकीकडे का?

का? या प्रश्नाला उत्तर नव्हते, पण आपल्या लाजिरवाण्या जिण्याचा एवढा संताप तिला कधीच आला नाही. किंबहुना चंद्रकांतच्या मिठीत तिचे एकटेपण आणि लाजिरवाणे जिणे याची तिने आहुती दिली होती. पण तिचा सच्चेपणा, तिची तळमळ, तिची अगतिकता याची जगाला काय पर्वा? जगाने त्या जिण्याचा सन्मान कशासाठी करावा?

मनीषाचा सारा तोल घसरला. कुणाचे लक्ष जाणार नाही अशा बेताने ती

तिथून उठली अन् मागच्या दाराने बाहेर पडली. आता सारे जग तिला उजाड वाटत होते. ती या घडीला निराधार होती. जगण्यातली सारी गंमत नष्ट झाली होती. ज्याला प्रेम म्हणून पोटाशी धरले ते सारे विष निघाले.

या आयुष्यात अर्थ नाही. सरळ रस्ते सोडून आडवाट धरली की हेच नशीब येणार. बोल कुणाला लावणार?

सारा रस्ताभर आणि घरी आल्यावर मनीषा आपल्या आयुष्याच्या काचेच्या पेल्याचे फुटलेले तुकडे गोळा करून सांधण्याचा खटाटोप करत होती.

-०-०-०-

- १० -

या समारंभाला देवकीच्या भाषणाने थोडे गालबोट लागले. ती वाईट बोलली नाही. पण तिच्या बोलण्यातली आग प्रत्येकाच्या ध्यानात आली, आणि ती कोणास उद्देशून बोलते आहे हे पुष्कळांच्या ध्यानी आले. तिचा आवेग साहजिकच होता. किंबहुना त्यामुळे ते व्यक्तिगत बोलणे सह्य होते. मात्र चंद्रकांत अंतर्बाह्य पेटला होता. मनीषाचा उघड उघड निषेध करण्याची ही संधी देवकी साधेल, तिला एवढा सभाधीटपणा असेल याचाच मुळी त्याला अंदाज नव्हता. पण तिचे ते सभेतले वर्तन आणि आवेश पाहून चंद्रकांत बिचकला. विझले असे वाटले ते दुःख विझले नव्हते, विझणारही नव्हते.

स्टेजवरून देवकी परत येण्यापूर्वीच एका स्वयंसेविकेला बोलावून तिच्याजवळ चंद्रकांतने मोटरची किल्ली दिली व देवकीकडे खूण करून देवकीला द्यावयास सांगितली. अन् त्याने निरोपही दिला. ''बरे वाटत नसल्यामुळे आपण गेलो.'' असं तिला सांगायला त्याने सांगितले. फारसे लक्षात येणार नाही अशा सफाईने तो उठला. सभास्थानापासून दूर आला. रस्त्यावर येताच त्याने टॅक्सीला खूण केली अन् त्याने टॅक्सी सांताक्रूझकडे नेण्यास फर्मावले.

हे सारे एवढ्या झटक्यात झाले की, या घटकेला आपण मनीषाकडे का जातो आहोत हेच त्याला कळेना. वास्तविक ती घरी असण्याची ही मुळीच वेळ नव्हे. या सभास्थानीच ती कोठेतरी असली पाहिजे, पण का कुणास ठाऊक, त्याला एक वेगळी हुरहुर लागली अन् तो पाहता पाहता मनीषाच्या घरी पोहोचला.

मनीषा घरी होती. तिच्या नजरेला नजर भिडताच चंद्रकांतचे हृदय कल्लोळले. त्याला काय बोलायचे त्यासाठी शब्द सुचेनात. तो जवळ गेला. त्याने तिला जवळ घेण्यासाठी हात पुढे केले. आकसून मनीषा म्हणाली, ''नको... नको रे आता... पुरे झाले... आता सहन करता येईलसे वाटत नाही, चंद्रकांत... मला एकटे राहू दे,

अगदी एकटे.''

चंद्रकांत एकदम चमकून उभा राहिला. एरवी समजदार, शांत, विवेकी आपली समजूत घालणारी मनीषा अशी खचलेली पाहून चंद्रकांतचा उरलेला संयम सुटला. त्याने आपला दर्जा विसरून जमिनीवर बसकण मारली. त्याच्या हातापायांतील त्राणच हरले. त्याच्या अंगाला कंप सुटला, आणि तो खचून एका बाजूस लवंडला.

प्रथम रुष्ट मग दु:खी आणि मग भयग्रस्त झालेली मनीषा भानावर आली. तिने चंद्रकांतला सावरले. आपलाही तोल सावरला आणि आपल्या कुशल शुश्रूषेने तिने त्याला सावध केले.

त्याने डोळे उघडताच तिने सुटकेचा सुस्कारा सोडला अन् ती म्हणाली.

''किती घाबरवलंस?''

''काय झालं होतं गं?''

''एकदम घाबरून तुम्हांला चक्कर आली.''

''एवढेच?''

''एवढ्याशा चक्कर येण्याने काय होणार मनीषा. मरण यायला हवे मरण. मी जर मेलो ना तर तुझी बदनामी वाचेल. नचपेक्षा देवकीसारखी दुष्ट स्त्री तुला सुखी राहू देणार नाही. साऱ्या सामर्थ्यानिशी ती तुझं शांत आडवाटेवरचं आयुष्य बरबाद करेल... म्हणून म्हणतो, मनीषा मी मरायला हवे. नाहीतर देवकी मरायला हवी. मी तिचा एखादे वेळेस खून करेन...''

''शी... असे वेडेवाकडे बोलायचे नाही. भलताच विचार करायचा नाही. एक लक्षात ठेव चंदर, तुझ्यासाठी मी हे सारे सहन करीत आहे. तू मात्र हसतमुखाने राहायला हवास. माझ्यावाचून तु सुखी राहणार असलास तर मी तुझ्या आयुष्यातून दूरसुद्धा जायला तयार आहे.''

''काय?''

''होय खरं सांगते. माझ्या आयुष्याला आता काही अर्थ नाही. तुझ्यासाठी मी हे जिणे जगत आहे. यातना लपवून, चेहरा हसरा ठेवून. तरीही तू दु:खीच आहेस. मग सांग कशासाठी जगायचे? मी दूर गेले, अज्ञातात हरवले तर, तर कदाचित देवकी सुधारेल...''

''नाव नको काढूस तू तिचे. तुझ्या तोंडून नावसुद्धा निघावे अशी तिची योग्यता नाही.''

''चिडायचे नाही. क्षणभर मघाशी मी सुद्धा चिडले, वैतागले अन् इकडे

आले. मला खात्री होती. तुमचेही माथे फिरेल अन् अखेरी विसाव्याला तुम्ही येथेच याल. खरे सांगू, आपण कोणाशी युद्ध करतो आहोत? तुमचे अन् माझे काय वाकडे आहे? परस्पराला त्रास होईल असे वागण्यात अर्थ काय? शिवाय त्यातून सुटका तरी कुठंय? मला वाटतं, काही थोडे दिवस खरोखरी मी दूर जाते. थांब, विरोध करू नकोस. एकाकी राहणे केवढे त्रासदायक असते हे मी तुला सांगावे असे नाही. पण थोडे दिवस आपण तो दुरावा सहन करू. असेल देवाला काळजी तर मार्ग निघेल...''

चंद्रकांत मनीषाच्या निकट आला होता. चिमणे पाखरू घरट्यात परतले होते. ती ऊब, निवारा, सुरक्षितता भेटताच सारी दैन्ये संपत आली होती.

- ० - ० - ० -

- ११ -

चंद्रकांत घरी आला तेव्हा खूप उशीर झाला होता. येतायेताच आपल्याला खवळलेल्या देवकीला तोंड द्यावे लागेल याची त्याला कल्पना होती. पण आश्चर्याची गोष्ट, ती त्याची आतुरतेने वाट पहात होती. तिच्या चेहऱ्यावर संताप नव्हता तर चिंता होती. तिने तो येताच सांगितले, ''आपल्याला ताबडतोब खंडाळ्याला जायला हवे.''

''का!''

''दादा आजारी आहेत. मला फोन आला होता.''

दादा, देवकीचे वडील - खंडाळ्याला विश्रांतीसाठी गेले होते.

''डॉक्टरांना न्यायला हवं?''

''नको, मी फोन केला मघाच. भरूचा खंडाळ्यालाच आहेत. तिथे गाठू आपण त्यांना.''

''लगेच निघायला हवं ना.''

''होय तर.''

देवकी अन् चंद्रकांत त्यांच्या गाडीतून निघाले. ड्रायव्हरला आधीच सोडले असल्याचे देवकीने सांगितले. चंद्रकांत ड्रायव्हिंग सीटवर बसणार एवढ्यात ती म्हणाली, ''तुम्ही दमला असाल. मी चालवते गाडी. अन् त्याच्या संमतीचा विचार न करता ती व्हीलवर बसली.''

संभाषण तुटक होते तरीपण गाडी मात्र सुसाट पळत होती. मुंब्रा जाताच हवेचे गारगार सपके बसू लागले. बोलायची इच्छा असूनही चंद्रकांत बोलू शकत नव्हता. गाडी तुफान वेगाने चालली होती. देवकीच्या सराईत हातांत चाक हवे तसे डुलत होते. संभाषणात कटुता वाढत होती. तरी पण कुरकुर शाबूत होती. अकस्मात एका वाकड्या वळणावर संभाषणाने वाकडे वळण घेतले.

''मला वाटते ती बाई तुला चांगली लुबाडत असली पाहिजे.''

''कुणाबद्दल म्हणालीस तू!''

''दुसऱ्या कुणाबद्दल? तुझ्या त्या लाडक्या मनीषा-

बद्दल, चांगला बंगला, गाडी, पैसा, कपडे सारे सारे तू एका ठेवलेल्या बाईसाठी खर्च करतोस. कशासाठी एवढे पैसे खर्च करायचे? हव्याच असतील तर त्यापेक्षा थोड्या पैशात चांगल्या पोरी मिळतात.''

''शट अप्! होल्ड युवर टंग!! मनीषाचं नाव घेण्याचीसुद्धा तुझी लायकी नाही.''

''का रे बाबा! मी तुझी लग्नाची बायको आहे. चारचौघांसमक्ष माझ्याशी तू लग्न केलेस. एका बाजारबसवीसाठी माझा तू अपमान करतोस?''

''देवकी तू माझा अंत बघू नकोस. तुला सांगतो, मनीषाचे नाव तू घेऊ नकोस.''

''घेणार घेणार. मुळीच सोडणार नाही.''

''पण त्यामुळे मी तुला मिळणार नाही. तुझ्यासारख्या दुष्ट, क्रूर स्त्रीला सुख द्यायला परमेश्वर काही खुळा नाही. तू दातओठ खा. खुशाल खा. पण लक्षात ठेव, एक ना एक दिवस मनीषा माझी बायको होईल. मी लग्न करीन तिच्याशी अन् आज जशी तू तिची हेटाळणी करते आहेस तशीच टाकलेली बायको अशी हेटाळणी करून घेण्याचे तुझ्या नशिबी येईल.''

''तुम्ही मला काय समजता? तुमच्या मनीषासारखी मी कुक्कुलं बाळ नाही. किंवा तिच्याएवढी बावळट नाही. नवरा ही काही वाटून घ्यायची वस्तू नाही. एक तर तुम्ही माझे राहाल किंवा....''

''किंवा काय?''

''किंवा तुम्ही या जगात नसाल.''

''काय म्हणतेस तू चांडाळणी, तू माझा खून करणार?''

''हो. त्याला काय हरकत आहे? आपल्या हक्काची वस्तू लुबाडणाऱ्या माणसापासून ती राखण्याचा एकच खात्रीचा मार्ग असतो, ती वस्तू नष्ट करणे.''

''काय बोलते आहेस देवकी.''

''पूर्ण विचार करून बोलते आहे. त्या चेटकिणीचा स्पर्श यापुढे तुमच्या हाताला होणार नाही. कधीही नाही.''

''तुला कोण विचारतो, करतासवरता तो वर बसला आहे.''

घाटातून गाडी वर चढत होती. गाडीचा कचकच असा आवाज प्रत्येक वळणावर होत होता. तिच्या गाडी चालविण्यात एक प्रकारचा आसुरी झपाटा होता. त्यामुळे चंद्रकांत भेदरला होता.

''तो वर नाही. या इथे आहे. हा नवा मुंबई-पुणे रस्ता फार छान आहे

पाहा. आत्महत्या करायला खोल दरी आपल्यासाठी अकराळविकराळ तोंड पसरून बसली आहे. शेवटची आठवण करून घ्या मनीषाची. दादांचा आजार खोटा होता. तुमच्या माझ्या जीवनाची समाप्ती होणार आहे. मला तुम्ही सुख देत नाही तर तुम्हांला तरी मी घेऊ देईन का?''

तिच्या वेडसर बडबडीत आता उन्माद वाढला होता. चंद्रकांतला अजून आशा होती की त्याच उन्मादात घाट संपून जाईल. युक्ती प्रयुक्तीने आपण तिला गाडीखाली उतरवू... पण देवकीने चाकावर घट्ट बोटे ठेवली होती. तिच्या डोळ्यात मृत्यू दिसू लागला. चंद्रकांत व्हीलवर हात आणतो हे पाहताच एक आक्रमक वळण घेऊन देवकीने दरीच्या रोखाने गाडी फिरवली.

एक कर्कश हालचाल, एक प्रचंड आवाज, एक कर्णकटू आक्रोश, मागोमाग वातावरणात भयाण शांतता शिरली.

- ० - ० - ० -

- १२ -

दुसरे दिवशी सकाळी फोनच्या आवाजाने मनीषा जागी झाली. क्षणभर तिचे मन भरून आले. हा फोन चंद्रकांतचा असणार याविषयी तिला मुळीच शंका नव्हती. तिने फोन घेतला आणि कानांत प्राण आणून ती ऐकू लागली. मनीषा-मनीषा अशा तिच्या परिचित स्वरात तिला हाक ऐकू आली आणि तिच्या अंतःकरणात आनंद, चिंता उत्कंठा सारे काही नाचून गेले. पण पुढे कसलाच आवाज येईना. कोणी बोलेना... काय घडलं ते तिला कळेना... आणि मग मागोमाग भीतीचा एक तीव्र शहारा तिच्या अंगप्रत्यंगातून निथळून गेला.

मनीषाला काय करावं ते सुचेना. कधी नव्हे ती, ती देवाजवळ येऊन बसली. देवावर तिचा विश्वास नव्हता. दुर्दैवी असूनही दैवावर विश्वास नव्हता. पण चंद्रकांतंच्या हट्टासाठी तिने गणपतीच्या मूर्तीची स्थापना केली होती. न चुकता अधिकात अधिक नियमाने ती पूजेचे सर्व सोपस्कार करीत होती. हळूहळू तिच्या एकाकी जिण्याला एक सोबत मिळाली. दुःखहारक असे ज्याचे अभिधान, तो गजानन तिचा मित्र झाला. त्याच्या पूजेत तिला आपल्या प्रियकराचे इमान गवसू लागले. या आपत्काळी ती त्याच्याशिवाय अन्य कोठे जाणार.

किती तास लोटले कुणास ठाऊक. पण उन्हे कलली, दिवस अंधारले तरी तिला उठावेसे वाटले नाही. नोकरचाकर आपापली कामे करीत होते.

आणि तेवढ्यात दार वाजले. एकाग्र झालेले तिचे चित्त भयभीत झाले. दार किलकिलले अन् आतून संगीता आणि तिचा भाऊ प्रताप समोर उभे राहिले.

-०-०-०-

- १३ -

मनीषाला काही समजेचना. या अशा भलत्या वेळी, ही एकाकी मुले आपल्या दाराशी कशी हेच तिला कळेना. चंद्रकांतची काळजी क्षणभर दूर जाऊन, आता तिला भलतीच काळजी लागली. ही हटवादी संगीता नवे कोणते संकट घेऊन आली आहे देव जाणे. तिच्या अंगात त्राण नव्हते. पण खूप यत्नाने आधार घेत ती उभी राहिली. तिने दिवा लावला, त्या प्रकाशात म्लान वदनाची ती दोन मुले अधिकच केविलवाणी वाटली.

आणि मग चंद्रकांतचा फोन तिला आठवला. फोनवरचे संभाषण तुटलेले तिला आठवले. त्याचा भयानक अर्थ तिच्या ध्यानात आला. त्या चिमण्या डोळ्यांतल्या करुणेचे मूळ तिला गवसले. स्वत:च्या हृदयातला शोक आवरून ठेवून तिला समोरचे पाणवू पाहणारे डोळे पुसता आले तर हवे होते.

एका आवाजाने तिच्या मनातल्या दु:खाचा गदारोळ एकदम खंडीत झाला.

"आम्ही आत येऊ?"

"ये ना ये... ये..."

"मी तुमच्याकडे आले म्हणून तुम्ही रागावला नाहीत."

"छे! छे! तुझ्यावर कशी रागवीन मी."

"माझ्यावर तुम्ही रागावला नाहीत खरेच नाही ना? खरं सांगा."

"खरंच! संगीता खरंच."

"त्या दिवशी मी हट्टीपणाने वाईट वागले. तुमचा अपमान केला, बाबांना त्रास दिला.... बाबा!! खरेच बाबा माझ्यावर रागावून तुम्ही आम्हांला सोडून गेलात... का गेलात?"

आणि मग तिच्या मनात करुणेचा सागर उभा राहिला. आपल्या रक्ताला ओळखीची ती कोमेजलेली फुले पाहताच तिच्या रक्तातून साद आली. त्यांना मिठीत

ओढून घेण्यासाठी तिचे बाहु स्फुरण पावू लागले.

"चंद्रकांत... काय झालं त्यांना... सांग." संगीताने डोळे पुसले.

कुठून कोणास ठाऊक तिच्यात कठीणपणा आला तिच्या डोळ्यांतली करुणा ओसरली अन् ती म्हणाली, "आईने त्यांना मारले, बाबा ऐकेनात म्हणून खंडाळ्याला जायचे निमित्त करून घाटात नेऊन तिने स्वत: बाबांच्या बरोबर गाडी घाटात लोटली."

"काय सांगतेस तू संगीता?"

"खरेच... खरे सांगते. आई पुन्हा कधीच शुद्धीवरच आली नाही. बाबा मरण्यापूर्वी शुद्धीवर आले होते. बाबांना तुमच्याशी बोलायचे होते. त्यांना तुम्हांला काही तरी सांगायचे होते. मी जेव्हा त्यांना पाहिले तेव्हा त्यांच्या हातून फोन गळून पडलेला होता."

"अगं आई गं... चंद्रकांत असा कसा रे न बोलता गेलास... चंद्रकांत." तिच्या मनाचा सारा तोल सुटण्याच्या बेतात आला होता. साऱ्या संयमाची अखेर आली होती. पण संगीता तिच्या जवळ जाऊन उभी राहिली.

"आम्ही इथे राहू का हो."

"इथे म्हणजे."

"तुमच्याजवळ, तुमच्या घरी. आम्हांला आता आई नाही, बाबा नाहीत. आम्हांला फक्त तुम्ही आहात. बाबांना फक्त तुम्ही हव्या होता... फार फार हव्या होता."

"खरंच, संगीता, तुला राहायचंय इथे? इथे राहशील? मला आई म्हणशील? माझ्यावर संतापणार नाहीस ना? संगीता अन् प्रताप, अरे मुलांनो, या माझ्या मिठीत या. हे पाहायला चंद्रकांत तुम्ही हवे होतात. चंद्रकांत, या मुलांनी मला आई म्हणावे अशी तुमची इच्छा होती ना. पाहा, ही माझी मुले." चंद्रकांतच्या त्या भव्य फोटोच्या समोर दोन्ही बाजूस मुले घेऊन आई झालेली मनीषा तृप्त मनाने, समाधानाने उभी राहिली. तिला वाटले, चंद्रकांत आपल्याकडेच पाहून हसतोय. आशीर्वाद देतोय. एका वत्सल मिठीत ती पाखरे विसावली. वेदना, विरह यांच्या चौथऱ्यावर वात्सल्याने नवे रोपटे पल्लवू लागले. आडवाटेचा राजरस्ता झाला.

-०-०-०-

www.ingramcontent.com/pod-product-compliance
Lightning Source LLC
Chambersburg PA
CBHW030322020726
47493CB00004B/1126
* 9 7 8 9 3 8 2 9 8 8 3 6 6 *